अखेरचे पर्व

विजया राजाध्यक्ष

मेहता पब्लिशिंग हाऊस

Please contact us at **Mehta Publishing House,** Pune 411030.
✆ +91 020-24476924 / 24460313 / Mob. No. 9545000513
Email : production@mehtapublishinghouse.com
Website : www.mehtapublishinghouse.com

- *या पुस्तकातील लेखकाची मते, घटना, वर्णने ही त्या लेखकाची असून, त्याच्याशी प्रकाशक सहमत असतीलच असे नाही.*

AKHERACHE PARV by VIJAYA RAJADHYAKSH

अखेरचे पर्व : विजया राजाध्यक्ष / कथासंग्रह

Email : author@mehtapublishinghouse.com

प्रकाशक : सुनील अनिल मेहता, मेहता पब्लिशिंग हाऊस,
१९४१ सदाशिव पेठ, माडीवाले कॉलनी, पुणे ४११०३०

मुद्रक : पार्कसन्स ग्राफिक्स

मुखपृष्ठ : राजू पवार

प्रकाशनकाल : ११ ऑगस्ट १९८८ / पुनर्मुद्रण : डिसेंबर, २०१७

किंमत : ₹ २२०

P Book ISBN 9789387319882
E Book ISBN 9789387319875
E Books available on : amazonkindle Apple Books Google Play Books

---

बाबा, जयंत, सुमन, प्रभा,
प्रभाकर आणि संजीवनी
या भावंडांना

अनुक्रमणिका

अखेरचे पर्व

पराडकर व्हरांड्यातील खुर्चीवर वर्तमानपत्र चाळत बसले होते. नजर वर्तमानपत्रातील मजकुरावरून फिरत होती, पण मन ग्रहण करण्याच्या अवस्थेत नव्हते. मनावर मुका ताण होता. वाटत होते, काही वेळातच या घरात एखादा मोठा स्फोट होणार आहे. हा स्फोट टाळणे आपल्या हातात आहे का? दिनकरचे पत्र शारदाबाईंना दाखवले नाही तर...? ते पत्र दाखवण्याचा, त्यासंबंधी चर्चा करण्याचा निर्णय पराडकरांनी विचारपूर्वक घेतला होता, पण तरीही तो क्षण जसजसा जवळ येत होता, तसतशी चलबिचल वाढत होती.

हे पत्र चार दिवसांपूर्वी आले. पाकिटावर लिहिले होते : दिनकर पंडित, कलकत्ता. आश्चर्य वाटण्याचे काही कारण नव्हते, कारण पंडितांची पत्रे अधूनमधून येत असत. पण पाकीट आणि तेही इतके जाडजूड? एरवी त्रोटक कार्डं येतात. उत्तरेही तितकीच त्रोटक जातात. संबंध राहतो; पण एकमेकांविषयीचे फार तपशील कळत नाहीत. ते दिनकरला नकोही असते. त्याने काही लिहिले तर ते आपल्याला नको आहे असे नाही; पण तो लिहीत नाही. एकूण ठीक चाललेले असते, एवढाच अंदाज काढता येतो.

पत्र उघडताना पराडकरांच्या मनात हे विचार तरळून गेले. हात किंचित कापत होते. पत्र नेहमीपेक्षा वेगळे होते खरेच!

पंडितांनी लिहिले होते : शांता अलीकडे आजारी असायची. तिचे सगळे करावे लागायचे. दोन महिन्यांपूर्वी ती गेली. आता येथे मी एकटा. जीव रमत नाही. परत यावेसे वाटते. कसे येता येईल... कोठे राहता येईल... तू विचार करून कळवशील

का? तेथे परत आल्यानंतरही माझे एकटेपण जाणार नाही, हे मला ठाऊक आहे. पण या परक्या प्रांतात आता राहवत नाही. माझी आर्थिक परिस्थिती बऱ्यापैकी आहे. त्यामुळे मी पैसे देऊनही राहू शकतो. तशी कोठे व्यवस्था होत असेल तर बघ, आणि कळव. तुझ्या उत्तराची वाट पाहतो आहे.

हा मुख्य आशय. त्याच्या अवतीभोवती बरेच काही. लेखन सविस्तर तर होतेच, पण त्याचा सूरही निराळा होता. आपल्या एकाकी, बेचैन अवस्थेची मोकळी कबुली त्यात होती. हा सूर पंडितांच्या स्वभावाशी विसंगत होता.

पत्र वाचल्यानंतर पराडकरांना तीव्रतेने जाणवले की, हा माणूस खचलेला असला पाहिजे, त्याशिवाय असे लिहिणार नाही. त्याच्या परत येण्याचा निर्णय सध्या तरी फारसा योग्य वाटत नाही. ओळखीची माणसे भेटणार, नसत्या चौकशा करणार. त्या माणसांना दिनकर एक वेळ दूर ठेवू शकेल. तो तसा तुसडाच आहे. त्याला काही विचारण्याचा कुणाला धीरच होणार नाही... पण कुटुंबातील माणसांचे काय? ती कधी भेटली तर?

या प्रश्नातूनच पराडकरांना एक कल्पना सुचली. त्यांनी ती झटकून टाकली नाही. आधी इतर चौकशी करू आणि मग या कल्पनेकडे वळू, असे त्यांनी ठरविले. आपल्या पत्नीचा सल्ला घ्यावा, असेही त्यांना वाटले. पंडित या व्यक्तीबद्दल त्या दोघांत कधी सविस्तर बोलणे झाले नव्हते. पण मालतीबाईंना साधारण कल्पना होती. पराडकरांनी पंडितांच्या पत्राबद्दल सांगून त्यांना विचारले, "काय करावं?"

"इथं कशाला येताहेत ते, इतक्या वर्षांनंतर? सगळ्यांच्या दृष्टीनं ते ऑकवर्ड नाही का?" मालतीबाईंनी उलट प्रश्न केला.

"तो त्याचा प्रश्न आहे! त्याची इच्छा आहे त्या अर्थी काही तरी व्यवस्था केली पाहिजे, हे नक्कीच. तुला काही सुचतं?"

"सध्या तरी नाही. कोणाकडे पेइंग गेस्ट म्हणून सोय करता आली तर. पण ते सोपं नाही. तुमच्या मित्राला ते मानवेल की नाही, हाही एक प्रश्न आहे."

"तो विचार माझ्याही मनात येऊन गेला. खरं सांगायचं म्हणजे एखादा चांगला वृद्धाश्रम आहे का, याचीही मी चौकशी केली."

"वृद्धाश्रम? ते स्वतःला वृद्ध मानायला तयार होतील?"

"हे बघ, त्याच्या हातून जे घडलं ते घडलं. आता ते उकरून काढण्यात काही अर्थ नाही-" मालतीबाईंच्या प्रश्नातील खोच लक्षात घेऊन पराडकर म्हणाले.

"राहिलं! मला तरी कुठं सगळं ठाऊक आहे! पण जे कानावर येतं-"

"त्याबद्दल आपण नंतर बोलू. सध्या आपलं काम त्याला मदत करणं, एवढंच! आपल्या बंगल्याच्या हाउसमध्ये जागा दिली तर? नाहीतरी ते रिकामंच पडलं आहे. जेवणाची काहीतरी व्यवस्था करता येईल."

''माझी हरकत नाही. पण मला एक मात्र वाटतं, कोणताही निर्णय घेण्यापूर्वी तुम्ही एकदा शारदाबाईंशी बोला. आपले त्यांच्याशी चांगले संबंध आहेत.''

''हे खरं, पण मी त्यांच्याशी दिनकरबद्दल कधीच बोललेलो नाही. त्यांनीही कधी विचारलं नाही.'' ''

''तरीही बोला. त्यांना कल्पना दिलेली बरी. त्यांची मुलंही आता मोठी झाली आहेत. हवं तर मुलांपैकी कोणाशी तरी बोला.''

''तसं नको. शारदाबाईंशीच बोलेन.''

त्या हेतूनंच पराडकर आले होते. शारदाबाईंनी त्यांचे अगत्याने स्वागत केले. थोडे इकडचे तिकडचे बोलणे झाले. ''बसा. मी चहा करायला सांगून आणि एक कामाचा फोन करून आलेच.'' असे सांगून त्या आत गेल्या. त्या परत यायची वेळ झाली होती.

'त्यांना सांगायचेच. नंतर जे काही घडेल त्याला तोंड द्यायचे' दिवाणखान्यातून व्हरांड्याकडे येणाऱ्या शारदाबाईंना पाहून पराडकरांचा निश्चय झाला. काही घडेल असेही नाही. शारदाबाईंचा स्वभाव शांत आहे. इतक्या वर्षांनंतर त्यांच्या मनात अलिप्तता निर्माण झाली असणेही शक्य आहे. तेव्हा काही गृहीत न धरता मोकळेपणाने बोलणे बरे.

''चहा येईलच इतक्यात.'' शारदाबाई म्हणाल्या.

''सावकाश. मला घाई नाही. थोडं बोलायचं होतं, म्हणून वेळ घेऊन आलो आहे.''

''बोला ना.''

''दिनकरचं पत्र आलं आहे.''

शारदाबाई गप्प झाल्या. पुढे काय बोलावे हे दोघांनाही सुचेना. क्षणभरच. लगेच त्यांनी स्वतःला सावरले.

''ठीक ना सगळं?''

पराडकरांना शारदाबाईंच्या संयमाचे आश्चर्य वाटले, कौतुकही. तो संयम पाहून त्यांचा धीर वाढला.

''पत्र बरोबर आणलं आहे. वाचता?''

''नको. त्यासंबंधी जे सांगायचं असेल ते आणि तेवढंच सांगा.''

''तो परत येण्याचा विचार करतो आहे. आता एकटा झाला आहे. जीव रमत नाही म्हणतो.''

''हं.''

''मी विचार केला. शेवटी ठरवलं, की त्याला आमच्या बंगल्याच्या आउटहाउसमध्ये जागा द्यायची. स्वतंत्रपणे राहील. शिवाय एकमेकांना सोबत होईल. आधार राहील...

या वयात तो लागतोच. कॉलेजात असताना होस्टेलमध्ये एकत्र राहत होतोच. तसे पुन्हा राहू. मला एवढंच विचारायचं होतं की तुमची हरकत नाही ना?''

''हरकत कशासाठी असणार?''

''नाही म्हटलं तरी ओळखीच्या माणसांना, नातेवाइकांना कळणार. चर्चा होणार...तुम्हाला त्रास होऊ नये अशी इच्छा आहे.''

''मी या गोष्टीचा त्रास करून घेणं सोडून दिलं आहे. तेव्हा तुम्ही ती काळजी करू नका. मी एकच विचारते, त्यांची जबाबदारी तुम्ही कशाला घेता?''

''जबाबदारी कसली त्यात? त्याची तब्येत उत्तम आहे. पैशांचाही काही प्रश्न नाही.''

''हे आता. आणखी काही वर्षांनंतर?''

''पुढचं पुढे पाहू.''

''तसं नको; माझं ऐका. माझ्या वतीनं त्यांना इथं येऊन राहण्याबद्दल लिहा. अट एकच- त्यांचा पैसा त्यांनी या घरात आणायचा नाही.''

पराडकर स्तंभित झाले. शारदाबाईंकडून अशी काही सूचना येईल हे त्यांच्या ध्यानीमनीही नव्हते.

''तुम्हाला आश्चर्य वाटणं स्वाभाविक आहे. इथं त्यांचं सगळं नीट होईल ना, अशी शंकाही आली असेल. त्या बाबतीत काळजी करू नका, एवढंच सांगते.''

''मुलांचा विचार...''

''तो घेण्याची आवश्यकता नाही. माझ्यामध्ये व मुलांमध्ये विश्वासाचं नातं आहे. त्यांना सगळं ठाऊक आहे. त्यांच्यापासूनच काय, पण आजूबाजूच्या माणसांपासूनही मी काही लपवलेलं नाही. जे घडलं ते सरळ सांगत आले. खोटंनाटं काही रचलं नाही, पांघरुण घालण्याचा प्रयत्न नाही आणि मन कलुषित करण्याचा प्रयत्नही नाही. त्यामुळे या घरात त्यांचा स्वच्छ मनानं मुलं स्वीकार करू शकतात. माझ्या मुलांना मी स्वतंत्रपणे वाढवलं आहे. ती आपापल्या उद्योगात असतात. विजय दिवसभर बाहेरच असतो. श्रीरंगही त्याच्या व्यापात. माझ्या सुना नोकरी करतात. मीही स्वतःला पुष्कळ गुंतवून घेतलं आहे. हे सगळं मुद्दाम सांगते आहे- आमच्या घराचं एकंदर वळण काय आहे, हे तुम्हाला कळावं म्हणून! इथं तेही स्वतंत्रपणे राहू शकतील. आम्ही नुकतंच हे घर वाढवलं. गच्चीवरच्या दोन्ही खोल्या रिकाम्याच आहेत.''

''शारदाबाई, तुमची कमाल आहे!'' पराडकर मनापासून म्हणाले.

''कमाल कसली त्यात? एकदा आयुष्यात उभं राहायचा निर्धार केला की, आपोआप सगळं जमतं.''

पराडकर काहीसे भारल्यासारखे झाले होते. त्यांच्या मनात शारदाबाईंबद्दल

कौतुक दाटले होते. ही बाई कोठून कोठे आली! दिनकर येथे होता तेव्हा तिला काही स्वतंत्र व्यक्तिमत्त्व नव्हते. त्याच्याबरोबर आपल्या घरी यायची-जायची. फारसे बोलत नसे. कधी त्यांच्या घरी गेलो तर ही घरकामात, मुलांचे करण्यात गढलेली दिसायची. दिनकरने घर सोडले तेव्हा रडली होती. त्या वेळी हिचं आणि मुलांचं कसं होणार याची काळजी वाटली होती. मधल्या काळात संबंध होता. आपण तो मुद्दामच ठेवला. कधी काही आधार लागला तर या मंडळींना तो नि:संकोचपणे मागता यावा म्हणून. पण आधार लागलाच नाही. या बाईने सगळे निभावून नेले. मुलांचे शिक्षण, लग्न, विजय डॉक्टर, श्रीरंग प्राध्यापक. नीलाही सुस्थळी पडलेली. शांतपणे, कोणताही गाजावाजा न करता या बाईने सगळे निभावून नेले. खरोखरच कमाल आहे!

चहा आला होता.

''घ्या...'' शारदाबाईंनी पराडकरांपुढे कप धरत म्हटलं.

''इतर कोणी दिसत नाही घरात?''

''सांगितलं ना, या वेळी घरात फक्त नातवंडं! गोंधळ चालला असतो. निमिष, इकडे ये. हे बघ आजोबा आले आहेत.''

शारदाबाईंच्या वागण्यात सहजता होती. पराडकरच अवघडले होते. जुजबी संभाषण चालले होते. काही वेळाने पराडकर उठले होते.

''निघतो तर मी.''

''ठीक आहे. पुन्हा या. मालतीबाईंना घेऊन या. भेटच नाही अलीकडे. आणि मी सांगितले ते लक्षात ठेवा. आमची काहीच हरकत नाही. प्रश्न त्यांचा आहे.''

बाहेर पडताना पराडकरांच्या मनात आले, आपण उगाच काळजीत होतो. स्फोट नाही, काही नाही! शारदाबाईंनी सगळा गुंता सोडवला होता. त्या म्हणाल्या तेच खरे, प्रश्न दिनकरचा आहे. शारदाबाईंनी सुचवले आहे, त्याबद्दल त्याला लिहून पाहिले पाहिजे. त्याची प्रतिक्रिया काय होईल कोण जाणे?

त्यांनी पंडितांना सविस्तर लिहिले. आता पंडितांचे उत्तर येईपर्यंत या गोष्टीचा विचार करायचा नाही, असे त्यांनी ठरवले.

आश्चर्य म्हणजे पंडितांचे लगेच उत्तर आले. त्यांना शारदाबाईंची सूचना मान्य होती. त्यांनी लिहिले होते, 'मी हा निर्णय का घेतो हे माझं मलाच स्पष्ट होत नाही. जे घर सोडलं तेथेच परत येणं, ही एक प्रकारे मानहानी नाही का? असेलही. पण आयुष्यात काय कमी वेळा मानहानी झाली? जाऊ दे, आता भेटणारच आहोत. कधी विषय निघाला तर याबद्दल बोलू. बोलावं, मन हलकं करावं, असं वाटतं आहे. हे वाचल्यावर तुझ्या लक्षात येईलच, की मी बदलत चाललो आहे.'

पराडकरांनाही प्रश्न पडला, हा निर्णय पंडितांनी इतक्या सहजपणे कसा घेता

असेल? यातील गुंतागुंत त्यांच्या लक्षात आलेली नाही की आता त्यांची दृष्टी फक्त व्यावहारिक आहे?

पराडकरांनी शारदाबाईंना कळवले.

"मी स्टेशनवर जाईन."

"गाडी अकराच्या सुमारास येते ना? मी त्या वेळी घरात नसेन. सगुणाबाईंना सगळं सांगून जाईन. वरच्या खोलीत व्यवस्था केली आहे. आणखी काही लागले तर त्या देतील. तुम्हीही इथंच जेवा."

"ते पाहू."

"अधूनमधून येत चला."

"अवश्य."

शारदाबाईंच्या संयतपणाबद्दल पराडकरांना अजूनही आश्चर्य वाटत होते. जिज्ञासाही वाटत होती. माणसाला हा प्रवास कोणत्या बळावर करता येतो? प्रत्येकाकडे ते बळ असते का? ते प्रयत्नसाध्य आहे का? असेल तर ते कमावले पाहिजे. एक स्त्रीला जे जमते ते आपल्यासारख्या पुरुषाला-

पण पुढच्या क्षणी त्यांना जाणवले, की हा पुरुषी अहंकार व्यर्थ आहे!

प्रभात रोडच्या 'साधना' या दुमजली घरासमोर पंडित उभे होते. पराडकरांनी जेव्हा तेथे रिक्षा थांबवायला सांगितले, तेव्हा पंडितांना वाटले काही चूक तर होत नाही ना? हे भोवती बाग असलेले सुबक घर आपले कसे असेल? आपले घर बैठे होते. आतून-बाहेरून थोडे विटके दिसणारे. अंगणात चार झाडे होती; पण त्यांची निगा राखली जात नव्हती. ऋतुमानाप्रमाणे ती फुलायची, इतकेच! अंगणात एक नळ होता. पण कोणी तो वापरत नसे. त्याच्या आजूबाजूला पालापाचोळा साचलेला असायचा. पुष्कळदा मनात यायचे, की सगळे स्वच्छ करून घेतले पाहिजे. पण आपल्या धावपळीच्या आयुष्यात या गोष्टींसाठी कधी वेळ काढता आला नाही. आपण घराबाहेर अधिक राहिलो. आता त्या घराचा कायापालट झालेला दिसतो आहे. मूळ साचा तोच; पण भोवतालच्या बागेमुळे, घराच्या भिंतीवर चढवलेल्या वेलीमुळे, नव्याने बांधलेल्या गच्चीमुळे हे घर किती आकर्षक दिसते आहे. बागेला नुकतेच पाणी घातले असावे. कसे गार, निवांत वाटते आहे.

आत शिरता शिरता प्राजक्ताचा मंद गंध आला. फार प्रसन्न वाटले.

पायरीवर उभे राहून पराडकरांनी बेल वाजवली. पंडितांच्या छातीत धडधडले. दार उघडायला कोण येईल?

दारावर पाटी होती- डॉ. विजय पंडित. प्रा. श्रीरंग पंडित. ही नावे पाहताना

क्षणभर गलबलून आले. केवढी मोठी झाली ही मुले! कशी दिसत असतील?

मनात प्रश्नांची गर्दी उसळत होती. परके वाटत होते. येथे राहण्याचा निर्णय घेतला आहे खरा; पण तो कुठवर निभावून नेता येईल? या क्षणी काहीच कल्पना येत नाही. एक खरे, येथे अलिप्तपणे राहिले पाहिजे. इतरांचा अलिप्तपणा पचवता आला पाहिजे. पराडकरांनी पत्रात स्पष्ट केले होते. 'तू येथे आधारासाठी, सोबतीसाठी येतो आहेस. हे तुला काही प्रमाणात मिळेल. पण याहून अधिक अपेक्षा ठेवू नकोस.' अपेक्षा ठेवण्याचा अधिकार तरी काय आहे आपल्याकडे?

कोणीतरी सामान वर नेऊन ठेवले. प्रशस्त, हवेशीर खोली होती. कोठे काही कमी नव्हते.

सगुणाबाई चहा घेऊन आली. तिच्याबरोबर एक दोन-अडीच वर्षांचा गोड मुलगा होता.

"हा निमिष- विजयचा मुलगा." पराडकरांनी सांगितले.

पंडित त्याच्याशी काही बोलणार, तोच सगुणाबाई म्हणाली, "चल बाबा, अंघोळ करायची ना आता?"

पंडितांच्या ध्यानात आले, हेच वळण राहणार असावे. सगळे व्यवस्थित करायचे; पण ते व्यवहारापलीकडे जाऊ द्यायचे नाही. शारदेच्या सूचनेप्रमाणे हे घडत असणार. आणि त्यात चूक काहीच नाही.

निमिष मागे वळून पाहत होता. त्याच्या दृष्टीतील निरागस कुतूहल पंडितांना खोलवर स्पर्शून गेले.

मनात आकस्मिकपणे एक विचित्र विचार आला- समजा, पुढेमागे हा आपल्या जवळ आलाच, आणि त्याने विचारले, 'आजोबा, तुम्ही इतकी वर्षं कुठे होता,' तर त्याला काय सांगायचे?

पराडकर म्हणाले, "मी निघतो आता. तू जेव, विश्रांती घे. मी आज किंवा उद्या संध्याकाळी येतो. बोलू."

पराडकरच्या मनातही हाच प्रश्न असणार- इतकी वर्षे तू कुठे होतास? काय केलेस?

त्याला कधीतरी सगळे सांगितले पाहिजेच, त्याने विचारले न विचारले तरी.

पराडकर गेल्यानंतर पंडितांना हरवल्यासारखे वाटले. काय करावे हेच सुचेना. ते गच्चीत आले. निळे, उन्हामुळे झळझळणारे आभाळ दिसत होते. एखादाच पक्षी भरारी घेत होता. खाली बागेत गुलमोहराच्या झाडाखाली पसरलेली सावली दिसत होती. पंडित त्या सावलीकडेच पाहत राहिले.

निमिष विचारेल, 'आजोबा, तुम्ही कुठं होता इतकी वर्षं?' इतकी म्हणजे किती?... जवळजवळ पंधरा-सोळा.

विजय त्या वेळी पंधराएक वर्षांचा असेल. मनूची आणि आपली मैत्री वाढत चालली होती. आपली पन्नाशी जवळ आलेली. ही तीसएक वर्षांची. अविवाहित. मुलीच्या शाळेची प्रिन्सिपल. तिला आपले का आकर्षण वाटले कोणास ठाऊक! पुढे विचारले तेव्हा म्हणाली, "तुम्ही देखणे आहात. अन् त्या देखणेपणात पौरुष आहे. मला त्याचा मोह पडतो." ती असेच नि:संकोचपणे बोलायची. वेगळीच होती. कोण काय म्हणेल याची पर्वा न करणारी.

आपली मैत्री शारदाच्या लक्षात आली. तिने साहजिकच त्रागा केला, 'मुलं लहान आहेत, त्यांच्याकडे बघून तरी हे सगळं थांबवा,' असे वारंवार सांगितले. पण तिचे काही ऐकण्याच्या मन:स्थितीत आपण होतो कुठे?... प्रवाहात पुरते सापडलो होतो. पुन्हा एकदा अंगात तारुण्यामधला बेगुमानपणा संचारला होता. शारदा संसारात बुडलेली. तिला आपल्यासाठी वेळ नव्हता. मुले उशिरा झालेली. त्यांचे करण्यातच ती गर्क असायची.

आपल्या आयुष्यातली पोकळी वाढू लागली. मनूने ती भरून काढली. आयुष्याला नवा अर्थ आला.

एक दिवस मस्तकात सणक आली आणि पंडितांनी घर सोडले. कुठे जायचे हा प्रश्न नव्हता. मनूचे घर होते. त्या घरात ती एकटीच राहत होती. तिचे विचार इतके वेगळे होते, की स्वत:च्या आई-वडिलांशी तिचे पटणेच अशक्य होते.

"मला माझ्या करिअरमध्ये रस आहे. लग्नाचं बंधन मला नको आहे. म्हणून मी भांडून घर सोडलं."

"तू एकटी राहत होतीस हे ठीक. पण आता आपण दोघे राहणार, तेही लग्न न करता. समाजाचा किती त्रास होईल याचा विचार कर; तुझी नोकरी तरी टिकेल का?"

"आय डोन्ट केअर!"

गावात कुजबुज सुरू झाली. पण दोघेही निर्णयाला चिकटून. त्यामुळे ती कुजबुज तशीच थांबली. मनूला राजीनामा द्यावा लागला. पण तिने घरीच शिकवण्या घ्यायला सुरुवात केली होती. त्या मिळवण्यात तिच्या अनिर्बंध आयुष्याचा फारसा अडथळा येत नव्हता.

पंडितांना फारसा त्रास झाला नाही. कोणी काही टोचून बोलले तर त्यांना तिथल्या तिथे दाटण्याची धमक त्यांच्यात होती. मग कोण त्यांच्या वाटेला जाणार? आणि लोकांना तरी कायम एकाच प्रकरणाकडे लक्ष ठेवण्याइतका वेळ कुठे असतो?

हळूहळू ते प्रकरण समाजाच्या अंगवळणी पडले. तीन-चार वर्षे तशीच निघून गेली. नवा संसार, पण एकदा त्यातले नवेपण संपल्यानंतर ताण... भांडणे सगळे काही. मनस्ताप होऊ लागला. पण इतर कोणालाच दोष लावता येणार नव्हता. मागे परतणेही शक्य नव्हते. त्या जुन्या आयुष्याकडे जाणारा पूल पंडितांनी स्वत:च उद्ध्वस्त करून टाकला होता.

कधीकधी भांडणे विकोपाला जात. एकदा असेच भांडण पेटले. मनू रागाच्या भरात म्हणाली, "तुम्ही कोण मला सांगणारे? हे घर माझं आहे. इथे फक्त माझा हुकूम चालेल."

तो शेवटचा घाव होता!

पुन्हा एकदा मस्तकात सणक आली आणि पंडितांनी मनूचे घरही सोडले. सरळ मुंबई गाठली. मुंबईला त्यांच्या एका मित्राचा फ्लॅट रिकामा होता. तेथे राहण्याची परवानगी त्यांनी घेतली होती. नावलौकिक कमावला होता. त्यामुळे मुंबईतही इन्कम टॅक्स कन्सल्टंट म्हणून जम बसवायला वेळ लागला नाही.

दिवस कामात जाई. पण काम नसले की वेळ खायला उठायचा. सैरभैर वाटायचे. मग बाटली समोर घेऊन बसायचे. नशा येईपर्यंत...

निर्मला याच काळात भेटली. श्रीमंत विधवा. कोणीतरी नाव सुचवले म्हणून कामासाठी पंडितांच्या ऑफिसात आली. पुढे भेटीसाठी कामाचे निमित्त लागेनासे झाले.

पंडितांनी मित्राचा फ्लॅट सोडला. ते निर्मलाच्या वाळकेश्वरच्या फ्लॅटमध्ये राहू लागले. त्या अफाट शहरात फारसे काही कळलेही नाही. पंडितांना कोणी ओळखत नव्हते. प्रश्न फक्त निर्मलाचा होता.

सुरुवातीला तिने कसे निभावून नेले कोणास ठाऊक! पण वर्षभरातच तिची ओढाताण सुरू झाली. एकीकडे पंडित आणि दुसरीकडे मुले. मुले पंडितांना काका म्हणत. पण पुढे त्यांच्या मनात निर्मलाच्या नातेवाइकांनी भरवले, 'हे काका नव्हेत.' मुले कावरीबावरी झाली. घरापासून दूर राहू लागली. घरात असतानाही आईशी फारसे बोलणे नाही...

निर्मलाला ते सहन होईना. मुलांचा राग ती पंडितांवर काढू लागली.

"हे पिणंबिणं मला नाही चालायचं. माझी मुलं लहान आहेत..."

"मी माझ्या खोलीत पितो. तुझ्या मुलांच्या देखत पीत नाही."

"तरीही त्यांना कळतं! त्यामुळे ती संध्याकाळी घराबाहेर असतात. अजून त्यांचं सगळं आयुष्य जायचं आहे... या वयात त्यांच्यावर काही परिणाम झाला तर..."

"तुला काय सुचवायचं आहे?"

"तसं काही नाही. पण..."

"बोलायला घाबरतेस कशाला? तुला काय मी रस्त्यावरचा बेवारशी कुत्रा वाटलो? आणला, आणि बांधला साखळीला. एक लक्षात ठेव, गरज तुला आहे; मला नाही."

"मग मलाही नाही."

पंडित पुन्हा मित्राच्या फ्लॅटमध्ये गेले.

ते फक्त पराडकरांना पत्र लिहीत असत. पराडकरांच्या लक्षात आले, की त्यांचा पत्ता पुन्हा बदलला आहे.

घर सोडून कित्येक वर्षे होऊन गेली होती. मधूनच घराची आठवण येई. विशेषत: मुलांची. पण पंडित ती आठवण प्रयत्नपूर्वक दाबून टाकायचे. पराडकरांनाही त्यांनी बजावले होते, घराबद्दल काही लिहायचे नाही.

एकटेपण वाढत राहिले. आयुष्याला काही दिशाच राहिली नाही. एका आवर्ताकडून दुसऱ्या आवर्ताकडे. दुसऱ्या आवर्ताकडून तिसऱ्या...

पण शांता हे काही आवर्त नव्हते! उलट तिनेच तर काही काळ भरकटलेल्या आयुष्याला थोडे स्थैर्य देण्याचा प्रयत्न केला. शांता भेटली नसती तर...

ज्याच्या फ्लॅटमध्ये ते राहत होते त्या मित्राचे पत्र आले, 'माझी बहीण कलकत्त्याला असते. काही दिवसांसाठी मुंबईला यायचा विचार करतो आहे. तुझी काही गैरसोय होणार नाही, उलट शांता आल्यामुळे थोडी सोयच होईल. ती उत्तम गृहिणी आहे. लग्न केले नसले तरी संसार उत्तम करते. तू नि:संकोचपणे आमच्याबरोबरच राहा. दुसरीकडे कुठे जाऊ नकोस. आपल्याही या निमित्ताने गप्पा होतील."

कुतूहल वाटले. शांता कशी असेल? तिने लग्न का केले नसेल? कलकत्त्याला का राहते? तेथे काय करते?

शांता भेटल्यावर या प्रश्नांची उत्तरे मिळत गेली. तिला तरुणपणीच क्षय झाला. उमेदीची वर्षं आजाराशी झगडण्यात निघून गेली. त्या काळात बेघर स्त्रियांसाठी ती काम करू लागली. ते काम पुढेही चालू राहिले. आजारातून बाहेर पडल्यानंतर तिने दूर, एकटे राहायचे ठरवले. कोणी विरोध केला नाही. आजारात ती मनाने खचली होती. कुठेही राहो; पण सुखात राहो, असाच विचार कुटुंबातल्या मंडळींनी केला.

शांता अंगाने कृश, दिसायला साधी होती. इतकी वर्षे समाजकार्य केल्यामुळे तिच्या मनाची घडणच वेगळ्या तऱ्हेने झाली होती. ती स्वतःच्या कामाबद्दल उत्कटपणे बोलायची. स्वत: काय करायचे आहे, कसे जगायचे आहे याबद्दल तिच्या मनात कुठेही संभ्रम नव्हता. तिला तिची वाट स्वच्छपणे दिसली होती.

पंडितांना आकर्षण वाटले ते तिच्या या ठामपणाचे.

तिला नेमके कशाचे आकर्षण वाटले कोणास ठाऊक. ती तोवर कोणात जिवाभावाने गुंतली नव्हती. पण पंडितांच्या अल्प सहवासाने ती बदलू लागली.

स्थिर होण्याची, आधाराची दडपून टाकलेली इच्छाही कदाचित प्रबळ झाली असेल. पंडितांनी तिला स्वत:च्या पूर्वायुष्याबद्दल सांगितले, तरीही तिच्या निर्णयात बदल झाला नाही.

कलकत्त्याला आयुष्यातील एका नव्या पर्वाला सुरुवात झाली. हे पर्व पुष्कळच शांतीचे होते. ताण नव्हता, मानहानी नव्हती, त्यात शरीराच्या ओढीचाही भाग नव्हता. फक्त सोबत हवी होती. त्या सोबतीला उरलेले आयुष्य काढायचे होते.

शांताच्या कामात पंडित सहभागी झाले होते. त्यांच्या कायद्याच्या ज्ञानाची तिला मदत होत होती. त्यांच्या सहकार्याने ती आपल्या कामाचे क्षेत्र वाढवणार होती. दोघे मिळून इतर काही प्रश्न हाती घेणार होते.

ते काम करताना पंडितांना नवी दृष्टी येत होती. जीवनात तऱ्हेतऱ्हेची दु:खे असतात. दु:खे टाळता येत नाहीत. ती कशी सोसायची हे शिकावे लागते. आणि ती सोसताना कोणाचा तरी आधार लागतो. तो आधार ज्यांना नसतोच, त्यांनी काय करायचे?

पंडितांच्या मनात वारंवार हा प्रश्न यायचा.

शांताचा आधार त्यांनी घट्ट पकडला होता. कदाचित तिनेही... पण तिचे जुने दुखणे पुन्हा उफाळले. ती खंगू लागली.

शेवटी शेवटी तर तिची अवस्था बघवत नव्हती.

शांताला झोपेतच मृत्यू आला. वेदना झाल्या नाहीत.

ती गेल्यावर प्रश्न पडला, आता काय करायचे? एक मार्ग डोळ्यांसमोर होता. तेथेच राहून हेच काम करायचे. पण आता त्या परक्या शहरात मन रमत नव्हते. ते कामही त्यांच्या प्रकृतीला मानवणारे नव्हते. शांताच्या सोबतीने ते केले, एवढेच. आणखी काही वर्षे सोबत मिळाली असती, तर ते अंगवळणीही पडले असते. पण कलकत्त्याचा मुक्काम हा अवघा दोन-अडीच वर्षांचा खेळ होता!

मनात यायचे, शांता आधी का नाही भेटली? मधले केवढे आयुष्य वाऱ्यावर उधळून दिले. अंगात रग होती, कर्तृत्वाची मस्ती होती, काही चुकत आहे असे वाटलेच नाही. त्या काळात शांता भेटली असती, तर काही घडलेही नसते. तिच्याकडे लक्षच गेले नसते.

महिनाभर पंडित स्वत:च्या मनाशी झगडत होते. शेवटी त्यांनी पराडकरांना पत्र लिहिले.

पराडकरांचे उत्तर वाचताना त्यातील मजकुरावर पंडितांचा विश्वासच बसेना. शारदा घरीच राहण्यासाठी बोलावते आहे?... इतक्या वर्षांनंतर...

मनात कल्लोळ!

पण एका अगतिक क्षणी घेतलेला निर्णय- परत जायचे. घरीच!

निमिषने विचालेच तर त्याला इतके सगळे सांगावे लागेल. त्याला ते समजणे शक्यच नाही. आपल्याला तरी पुरते कुठे समजले आहे? काही वर्षे चाकोरीतला का होईना, पण व्यवस्थित संसार केला. तो संथ, कोमट असेल कदाचित, पण त्यात खदखदणारे असमाधान नक्कीच नव्हते. मनू भेटली नसती तर तोच संसार आपण शेवटपर्यंत ओढला असताच की! ती भेटली, आणि आयुष्याला असलेला लगामच तुटला. आयुष्य चौखूर उधळले. त्या वेगात आणि वेगाच्या नशेत कुठे कुठे फेकले गेलो. एखाद्या कादंबरीत शोभतील अशा अद्भुतरम्य घटना घडल्या. पंधरा-सोळा वर्षांत एकामागून एक तीन स्त्रिया आयुष्यात आल्या. एकीने सौंदर्याची प्रशंसा करून, तर दुसरीने बुद्धीचे कौतुक करून आपला अहंकार फुलवला. तिसरीला गरज होती ती प्रामुख्याने आधाराची, सोबतीची. पण तिची ही अपेक्षा हेही आपल्या पुरुषी अहंकाराला केले गेलेले आवाहनच होते.

हे घराबाहेरचे आयुष्य सुखाचे होते का?

अहंकार आड येऊ न देता 'नाही' असे कबूल केले पाहिजे.

पुष्कळ ताण, कटू आठवणी, काही वेळा मानहानीही.

पण हेच आयुष्य जगण्याखेरीज पर्याय नव्हता. उद्ध्वस्त व्हायचे आणि पुन्हा सावरण्यासाठी जे करायचे, त्याने पुन्हा उद्ध्वस्त व्हायचे. गेली कित्येक वर्षे हे चक्र फिरत होते.

आता फार थकवा आला आहे. ऊब हवी आहे.

हे एके काळी आपले असलेले घर ती ऊब देईल का?

काहीच सांगता येत नाही.

एखाद्या कोऱ्या कागदाकडे बघावे तसे पंडित माथ्यावरच्या निळ्या आभाळाकडे पाहत होते. या आभाळात ढग येणार आहेत की चांदण्या उगवणार आहेत... त्यांना ठाऊक नव्हते.

सगुणाबाईने जेवणाचे ताट वरच आणले.

"साहेब, जेवून घ्या; काही लागलं तर ही बेल करा. मी स्वयंपाकघरात आहे." असे सांगून ती निघून गेली.

अन्नाला ओळखीची चव होती. मेथीची भाजी. आपल्या आवडीची. शारदाने ती मुद्दाम केली असेल का?

पुढच्याच क्षणी पंडितांना या प्रश्नाची शरम वाटली. शारदाकडून काही अपेक्षा करण्याचा आपल्याला काय अधिकार आहे? आपण तिच्यासाठी काय केले? इतक्या वर्षांत साधी चौकशीसुद्धा केली नाही.

जेवण झाल्यावर पंडित थोडे विसावले. आतून विश्वास वाटू लागला; या घरात आपले सगळे ठीक होणार आहे. आपुलकी मिळेल न मिळेल; पण अपमान नक्कीच होणार नाही.

या विश्वासामुळे आणि थकव्यामुळेही त्यांना गाढ झोप आली. ते उठले तेव्हा ऊन उतरले होते. खोलीत वाऱ्याची मंद झुळुक येत होती. शेजारच्या टेबलावर चहाचा थर्मास आणि कप आणून ठेवलेला दिसत होता.

तोंडावर पाणी मारून गरम चहा पिताना पंडितांना ताजेतवाने वाटले.

त्यांनी गच्चीतून खाली डोकावून पाहिले. शारदाबाई एका झाडाखाली माळ्याला काही सूचना देत उभ्या होत्या. भोवती दोन-तीन लहान मुले, त्यांतला एक निमिष. इतरांची नावे काय असतील? पंडितांना वाटले, त्यांना हाक मारावी किंवा आपणच खाली जावे... पण त्यांनी ती ऊर्मी दाबली. येथे आपण कसे वावरायचे आहे, याचा अंदाज त्यांना आला नव्हता. थोड्या वेळात तो येणे शक्यही नव्हते. काही दिवस चाचपडावे लागणार होते. त्यानंतर कदाचित...

आठ-दहा दिवस उलटून गेले. पंडितांचा दिनक्रम आता पक्का होऊ लागला होता. सकाळी फिरायला जायचे. संध्याकाळी पराडकर येत किंवा जुन्या स्नेह्यांपैकी कोणीतरी. पराडकरांकडून त्यांना कळले होते. पहिल्या भेटीत संकोच वाटला; पण हळूहळू तो संकोच निवळला. मोकळ्या गप्पा सुरू झाल्या. घरातील कोणालाही हे येणे-जाणे नापसंत होते, असे वाटले नाही.

जेवणखाण, दुपारची विश्रांती हे सगळे वरच होत असे. पण आता वर राहूनही खाली काय चालले असेल, याचा मागोवा घेता येऊ लागला होता. सकाळी आठ-सव्वाआठच्या सुमारास विजय गाडी घेऊन बाहेर पडतो. कधी नऊला तर कधी दहाला श्रीरंगच्या मोटारसायकलचा आवाज येतो... मधूनच त्यांच्या बायकांचे आवाज 'माधुरी, स्कूलबसची वेळ झाली. चट्कन दूध पिऊन टाक पाहू.' 'सुदर्शन, पुस्तकं भरली का बॅगेत?' मुले शाळेत गेली की पाठोपाठ त्याही बाहेर पडत. सुषमा आणि शोभना- शारदाबाईंच्या हाकांवरून ही नावे कळली होती. गोड, चुणचुणीत मुली होत्या. घरात चपळपणे वावरायच्या. 'आई, हे करू का?' 'ते करू का?' असे विचारात असायच्या. घराबाहेर पडताना प्रत्येकाचा निरोप 'आई, जातो,' 'आजी, जातो...'

अकराच्या सुमारास शारदाही बाहेर पडते. मग घरात असतो फक्त निमिष.

संध्याकाळी पुन्हा वर गजबजू लागते. रात्री जेवणाच्या टेबलाभोवती हसत-खेळत चाललेले संभाषण अस्पष्टपणे ऐकू येते.

डोळ्यांसमोर चित्र उमटू लागते. शारदा एखाद्या बहरलेल्या वेलीसारखी सर्व घरावर पसरली आहे. तिच्या हिरव्या स्पर्शाने घरही बहरले आहे...

हे सगळे पाहताना पंडितांना प्रश्न पडायचा, या घरात आपली जागा नेमकी कुठं आहे? गच्चीवरच? ती सदैव गच्चीवरच राहणार? काही बदल होणार आहे का? आपण येथे सामावले जाणार आहोत का?

फक्त ही टोचणी होती. एरवी तक्रार करायला काही जागा नव्हती. कोणी पंडितांना तोडून टाकले नव्हते. ते आले त्या दिवशीच घरातील माणसे त्यांना भेटून गेली. औपचारिक, सभ्य चौकशी. मधूनच, काही हवं का? ही विचारपूस. श्रीरंग कॉलेजच्या लायब्ररीमधून आणलेली पुस्तके, मासिके वर पाठवून देई, कधी स्वत:ही येऊन ठेवून जाई. एकदा सगुणाबाईने पंडित जेवले नाहीत हे सांगितले, तर विजय लगेच वर येऊन तपासून गेला. त्याने ताबडतोब औषधही पाठवून दिले. संध्याकाळचे जेवण सुषमा किंवा शोभना यांच्यापैकी एक कोणीतरी आणून देत. त्या हसून एखादा प्रश्न विचारत. मधूनच एखादे नातवंड दुडदुडत वर येई.

यापेक्षा आणखी काय करणार?

म्हणूनच तक्रारीला जागा नव्हती. इतकेच की हे फक्त उपचारापुरते आहे, यामागे कोठेही ताण मिटवण्याचा, अंतर कमी करण्याचा प्रयत्न नाही, हे पंडितांना सदैव टोचत होते.

आणि दुसरी एक टोचणी : शारदाबाई फक्त आलेल्या दिवशी वर आल्या. सर्वांबरोबर. त्यानंतर त्या पुन्हा कधीही वर आल्या नाहीत. येता-जाता कधी भेट झाली तर बोलल्याही नाहीत. पण अलिप्तताही तोल सांभाळून.

हा तोल, हा निग्रह तिने कसा कमावला असेल? जे झाले ते झाले असा विचार करून, आयुष्याच्या या उतरणाऱ्या, रात्रीकडे सरकणाऱ्या संध्याकाळी ती कधी याबद्दल बोलेल का?

संधी मिळाली तर तिला बोलते केले पाहिजे. पण ते उचित दिसेल? या घरात प्रत्येक जण औचित्य सांभाळतो आहे. आपल्यालाही औचित्य सांभाळता आले पाहिजे. अतिक्रमण करता कामा नये.

पंडित पुन्हा पुन्हा स्वतःला बजावत होते.

दिवस पुढे सरकत होते. आपले बदललेले, बहरलेले घर पंडित पाहत होते. एका दुपारी, कोणी नसताना ते सबंध घरात फिरून आले.

त्यांना खाली आलेले पाहून सगुणाबाईने विचारले, "साहेब, काही हवं आहे का?"

"काही नको. फक्त घर पाहतो आहे."

"पाहा ना, बाईंनी सगळं नवं करून घेतलं आहे, नुकताच रंग लावून घेतला."

घराचे जुने रूप पूर्णपणे पुसून गेले होते. सजावट आधुनिक होती. पण तिच्यात कोणताही भपका नव्हता. जुन्या घरात तीन-चार खोल्या होत्या. आता बाजूला दोन खोल्या वाढवलेल्या दिसत होत्या. प्रत्येकाची स्वतंत्र व्यवस्था. शारदाची खोली कोणती? आपण वापरत होतो तीच? पंडितांच्या लक्षात आले, की घराच्या पुनर्रचनेत ती खोली पाडली आहे. त्याला लागून जेवणाची खोली. पलीकडे हॉल. कुठे काही उणे नाही.

हे शारदाने उभे केलेले.

तिच्या अंगी असलेले हे कर्तृत्व पूर्वी कधी जाणवले नव्हते. थोडी भित्री, बुजरी होती. पुढे इतकी कशी बदलली? आपले सावट दूर झाले म्हणून?

आपण निघून गेल्यावर तिला काय काय सहन करावे लागले असेल? मुले लहान होती. त्यांना वाढवताना तिची दमछाक झाली असेल. पण तिने सगळे शांतपणे स्वत:च्या काबूत घेतले असावे. एक प्रकारच्या जिद्दीने पुढचे जीवन स्वीकारले असावे. आपण नसण्याचा काहीच परिणाम येथे दिसत नाही. सगळे काही सुरक्षित आहे, मुले हुशार, प्रगल्भ आहेत. चुणचुणीत सुना, गोड नातवंडे आणि या संसाराचे केंद्र असलेली शारदा. सगळ्या घरावर तिचे संस्कार जाणवताहेत.

यात आपलाही सहभाग असू शकला असता? कोण जाणे! आपण असतो तर कदाचित हे घर वेगळ्या पद्धतीने उभे राहिले असते. कदाचित ते खचलेही असते. शारदा एकटी होती म्हणूनच तिला हे आव्हान स्वीकारता आले का?

घरातून फिरताना पंडितांची पावले जड झाली. वाटले, जाऊच नये. येथेच बसून राहावे. काय होईल?

त्यांनी स्वत:ला आवरले. त्याच जड पावलांनी ते जिना चढू लागले. त्यांचा दुपारचा चहा सगुणाबाईने वरच आणून ठेवला होता.

मनातील कल्लोळ चालूच होता. शारदाशी बोलावे का?

एका सकाळी फाटकाशी गडबड जाणवली. पंडितांनी गच्चीतून पाहिले. विजयची गाडी उभी होती. तिच्यात सामान भरले जात होते. सगळे जण कपडे करून तयार होते. लहान मुले उत्साहात दिसत होती. मंडळी बहुधा बाहेरगावी चालली होती.

"जपून रे..." शारदाबाईंनी निरोप दिला.

"आई, जातो. सांभाळून राहा."

"माझी काळजी करू नका. निमिषही मजेत राहील. तुम्ही मजा करून या. परवा संध्याकाळी याल ना? फार रात्र करू नका..."

विजयची गाडी निघून गेली. पंडित कितीतरी वेळ त्या रस्त्याकडे शून्यपणे पाहत होते.

चाहूल लागली म्हणून त्यांनी मागे पाहिले. निमिष त्यांच्या जवळ उभा होता. प्रश्न पडला, हा इथे कसा काय? त्याला कोणीच अटकाव केला नाही?

"खाली जा, बेटा."

निमिषने मान हलवली, नकार दिला.

"चल, मी सोडतो तुला."

पंडित त्याला घेऊन खाली गेले. सगुणा कुठे दिसत नव्हती. बागेत खुर्ची टाकून शारदाबाई बसल्या होत्या. एकट्या. भोवती इतर कोणी नाही. बोलावे का त्यांच्याशी?

विचार पूर्ण होण्यापूर्वीच पंडितांच्या तोंडून शब्द निघून गेले, "हा वर आला होता..."

"तरीच! मी सगळीकडे शोधलं, म्हटलं, गेला कुठे हा?"

पंडितांना धीर आला, "मंडळी बाहेरगावी गेलेली दिसतात."

"हं, लोणावळ्याला, अधूनमधून जातात!"

"तुम्ही... तू..."

"मीही कधीकधी जाते. आज नाही गेले."

उत्तरे मिळत होती, त्या अर्थी संभाषण पुढे चालू ठेवणे शक्य होते.

"एकटं नाही वाटत? माझ्या या थेट प्रश्नाचं तुला आश्चर्य वाटेल. रागही येईल कदाचित. तसं असेल तर प्रश्न मागे येतो. पण खूप दिवस मनात तुझ्याशी मोकळेपणानं बोलावं असं आहे..."

"बोला ना..."

"खरंच? मला अधिकार नाही, तरीही समजून घ्यायचं आहे. तुला जेवढं सांगावंसं वाटेल तेवढंच सांग. पुष्कळ त्रास दिला. आणखी त्रास देण्याची इच्छा नाही."

"मी कोणत्याही त्रासाच्या पलीकडे गेले आहे. न सांगावं असं माझ्या आयुष्यात काही नाहीच!"

"या पंधरा-सोळा वर्षांत तू किती बदललीस! पुष्कळ सोसावं लागलं असेल. कोणत्या बळावर सोसलंस? या काळात कधी माझं काय चाललं असेल, याबद्दल कुतूहलसुद्धा वाटलं नाही? माफ कर. फार प्रश्न विचारतो आहे."

"विचारा. पण त्या सगळ्या प्रश्नांचं उत्तर एकच आहे. तुम्ही गेल्यावर माझ्यापुढे दोन मार्ग होते, झुरत राहायचं, स्वतःचा छळ करून घ्यायचा. मी स्वतःला छळलं असतं तर समाजानंही मला छळलं असतं. मला कुठून बळ मिळालं हे मला ठाऊक नाही; पण पहिल्या काही दिवसांतच मी स्वतःला आवरलं खरं. कदाचित मुलांना वाढवायचं आहे या विचारानंही मला बळ मिळालं असेल. मग मी

दुसरा मार्ग स्वीकारला. सगळं विसरून जायचं. नव्या आयुष्याला सुरुवात करायची. त्या आयुष्यात रुजायचं, स्वत:ला राखायचं. मी एक साधी बाई, धड शिक्षणसुद्धा झालेलं नाही. पण एकदा माणसानं स्वत:ला उद्ध्वस्त करायचं नाही, फुलवत राहायचं, जेवढं जमेल तेवढं, हा निर्णय घेतल्यानंतर काय कठीण असतं? किंवा कठीण असेलही; पण मला ते जमलं खरं!''

पंडित ऐकत होते. ऐकत असताना त्यांच्या स्वत:च्या आयुष्याचा पट त्यांच्या डोळ्यांसमोरून सरकत होता. त्या आयुष्याने काय दिले? क्षणिक आनंद मिळालाही असेल, पण शारदाच्या मनात आहे तसा स्थिर आनंद, तृप्ती? शारदा म्हणाली तेच खरं- दोन मार्ग असतात- एक स्वतःला उधळण्याचा आणि दुसरा स्वतःला रुजवण्याचा, राखण्याचा. त्या वेळी तो दुसरा मार्ग दिसलाच नाही. दिसला असता तरी तो स्वीकारला नसता. आज मात्र वाटते आहे, तो दुसरा मार्गच खरा. अजून रुजता येईल का? ते रुजलेपण केवढे मोठे सामर्थ्य देते!

ते सामर्थ्य जवळ होते म्हणूनच शारदा आपल्याला परत बोलावू शकली. आयुष्यातील खंती, हेवेदावे, कटुता यांच्या पलीकडे जाण्याची दिशा दाखवणारे ते सामर्थ्य आपल्याला कधी मिळेल का? मिळाले तर पुष्कळ काही विसरता येईल.

विसरले पाहिजेच. आयुष्याचा निरोप हलक्या मनाने घेता आला पाहिजे.

भूतकाळाच्या सावल्या मनात दाटून आल्या होत्या. पुढे काय बोलावे हे सुचत नव्हते.

''माफ कर,'' एवढेच ते म्हणाले.

''तुम्ही सांगण्याआधीच मी विसरले आहे.'' शारदाबाई उठल्या व आत जाऊ लागल्या, अगदी सहजपणे त्यांनी ते संभाषण थांबवले होते.

''चल निमिष, दूध प्यायचं ना?''

''आजी, मी वर जाऊ?'' निमिषने विचारले.

शारदाबाईंचे उत्तर ऐकण्यासाठी पंडितांचे कान आसुसले.

''जा, थोड्या वेळानं खाली ये पण. बाहेर येणार ना माझ्याबरोबर?''

''होऽ'' निमिष उड्या मारत वर जाऊ लागला. पंडित त्याच्या मागोमाग होते. त्याला यावेसे वाटले... शारदाने येऊ दिले... हे नेमके काय घडते आहे?

पण फार खोलात शिरण्याची पंडितांची इच्छा नव्हती. एका नव्या जीवनात प्रवेश मिळाल्यासारखे त्यांना वाटत होते. त्यांची पावलेही निमिषच्या पावलांइतकीच हलकी, चपळ झाली होती.

वर निळ्या आभाळात हलकी, शुभ्र अभ्रे सर्वदूर पसरली होती.

माहेर, दिवाळी ८६

आभाळ

"बाई, मसाला काढून देता ना? आधी वाटून घेतलं असतं आणि मग..." सखू हॉलच्या दारात उभी राहून अदबीने विचारत होती.

"आलेच." सुवर्णाने वर न पाहताच सांगितले. ती फुलदाणीत टपोरे गुलाब ठेवत होती. एक फुलदाणी मधल्या टेबलावर, एक साइड बोर्डवर... जेवणाच्या हॉलमध्ये वेगळी फुले आहेतच. इतर साफसफाईही झाली आहे. तशी वेगळी साफसफाई तरी काय असते म्हणा? सगळा बंगला नेहमीच व्यवस्थित, सुशोभित असतो. एखादी पार्टी झाल्यानंतर थोडा पसारा पडतो. पण दुसऱ्या दिवशी लगेच तो आवरला जातो. पुन्हा आणखी एका पार्टीसाठी घर सज्ज! नोकरांना आता सवय झाली आहे. त्यांना काही सांगावेच लागत नाही. प्रत्येक जण स्वतःची नेमून दिलेली कामे मनापासून करत असतो...

फुले लावणे, मसाला काढून देणे, एखादा नवा पदार्थ करणे ही आपली नेमून दिलेली कामे- नेमून दिलेली की आपण स्वतःच नेमून घेतलेली, हा काही आज प्रथम पडलेला प्रश्न नाही. पुष्कळदा हा व इतरही काही प्रश्न मनात असतात आणि आपण ते मागे सारत असतो. आणखी वेगळे काय करणार? कारण त्या प्रश्नांना उत्तरे नसतातच.

काही साधे प्रश्न, तर काही अवघड. मनात त्यांची सरमिसळ. आपले आयुष्य खरोखरी आपले असते का? ते बदलले की आपणही कसे निमूटपणे बदलत जातो? काही वेळा वरकरणी चांगला वाटणारा बदल... पण मग अंतर्मनात तो खुपत का राहतो? तो झुगारण्याचा प्रयत्न का होत नाही? बाह्य आयुष्यातला तो बदल सुख देत

असतो म्हणून? स्वातंत्र्याची किंमत द्यावी लागावी, इतके हे बाह्य सुख महत्त्वाचे असते?

उत्तरे नव्हती; असली तरी ती शोधायचा धीर नव्हता.

एखादे उत्तर मिळाले तर तडफड वाढली असती मात्र. नकोच ते. त्यापेक्षा नेमून दिलेले आयुष्य जगणे बरे!

सुवर्णाने आपल्या सुशोभित घरावर एक नजर टाकली आणि ती स्वयंपाकघरात गेली. तेथेही सगळे ठीकठाक होते. तिने जे दोन-तीन पदार्थ करायला सांगितले होते, ते करण्यात दोन-तीन नोकर मग्न होते. कोणालाही तिच्या मदतीची गरज नव्हती. सखूलाही मदत नको होती. पण सुवर्णानेच सांगितले होते म्हणून... त्यामुळे कोणीच तिच्या येण्याची फारशी दखल घेतली नाही. हेही नेहमीचेच होते. ती उत्साहाने जायची आणि आपण येथे उगाच लुडबुडत आहोत अशी भावना तिच्या मनात बाहेर पडताना असायची... आणि तरीही राहवायचे नाही. ही स्वामित्वभावना... की ही जरा स्वतंत्रपणे जगण्याची आस? स्वातंत्र्य! आणि त्याचा शोध कुठे घ्यायचा? तर स्वयंपाकघरात!

सखूला मसाला काढून देत असताना सुवर्णा स्वतःशी कडवटपणे हसली.

"बाई, दिलंत ना सगळं? आता तुम्ही जा. शेवटी एकदा कसं झालं आहे ते पाहायला या हवं तर!"

"येईन वेळ झाला तर! मंडळी येऊ लागतील आता. मग मला कुठला आला आहे वेळ?" पुन्हा एकदा स्वत:चे वेगळे स्थान इतरांना दाखवून देण्याचा केविलवाणा प्रयत्न! नोकर फसत असतीलही कदाचित. त्यांच्यापुढे मालकिणीची भूमिका वठवण्याचे जमत असेल. मालकी म्हटले की सत्ता, स्वातंत्र्य... सगळे आले. स्वातंत्र्याचा भास किती काळ टिकवून धरता येतो?

प्रश्न वाढत होते.

व्हरांड्यात सुधीर भेटला.

"अरे, तू स्वयंपाकघरात होतीस होय? मी म्हटलं, गेलीस कुठे?"

"एक नवा प्रकार करणार आहे!"

"ओ! कुकरी क्लासमध्ये शिकून घेतलेला? त्या ज्ञानाचाही कुठेतरी उपयोग केलाच पाहिजे ना!... पण पार्टीच्या वेळी कशाला? पार्टीला तऱ्हेतऱ्हेचे लोक येतात. सर्वांनाच प्रयोग आवडतील असं नाही! शिवाय आपले नोकर चांगले तयार आहेत! लीव्ह इट टु देम! यू गेट रेडी! अरे हो, एक सांगायला विसरलोच. मंडळी सात वाजता येतील. पण पार्टी लगेच सुरू होणार नाही. अर्धा तास आमची चर्चा आहे. ती संपली की मग ड्रिंक्स! साडेसातच्या सुमारास तू बाहेर ये. ओके?"

या बोलण्यात तरी दुखावले जाण्यासारखे काय आहे? सुधीर सरळपणे सांगतो आहे. तो नेहमीच अशा सूचना देतो. कधी तो, कधी भाऊ, लग्नाला पाच वर्षे होऊनही या सगळ्याची सवय होऊ नये? खरेतर पहिली दोन-अडीच वर्षे त्रास झालाच नाही. त्यानंतर, अगदी सावकाशपणे मनात एक सल निर्माण झाला... आणि त्यापुढे तो एकसारखा टोचतच राहिला. तो सल गेला पाहिजे. असाच वाढत राहिला तर आयुष्य वेदनांनी भरून जाईल. तसे होऊ देता कामा नये. जे वाट्याला आले आहे ते निभावून नेलेच पाहिजे.

"ओके!" सुवर्णाने सुधीरला उत्तर दिले. त्या उत्तरामागे निश्चय होता. कदाचित ते स्वत:लाच दिलेले उत्तर होते.

"कोणती साडी नेसणार आहेस?"

"कोणती नेसू?" तिने शांतपणे विचारले.

"ती परवा मी मुंबईहून आणलेली... नारायण पेठी? पार्टीत एक-दोन फॉरेनर्स आहेत. त्यांना जरा अशा प्रकारचं कौतुक असतं!"

"ठीक!"

"मी निघू आता? त्या फॉरेनर्सना मी स्वतःच सर्किट हाउसवरून पिकअप् करणार आहे. बाकीच्यांना आणण्यासाठी गाड्या गेल्या आहेत. दे शुड बी हिअर एनी मोमेंट! आबासाहेब, भाऊ आहेतच, तूही आसपास राहा. ओके. सी यू!"

मरून रंगाची शानदार गाडी गॅरेजमधून बाहेर पडली. ती गाडी सुधीरची होती. सुधीरची आणि म्हणून सुवर्णाचीही! तिला आणखी एक स्वतंत्र गाडीसुद्धा मिळाली असती. वर्षापूर्वी आबासाहेबांनी तिला तसे विचारलेही होते. तिने उत्साहाने होकार दिला होता.

"गाडी मी स्वतःच चालवीन! मुंबईला माझ्या मैत्रिणीची गाडी मीच ड्राइव्ह करायची. शिकून लायसेन्सही घेतलं होतं! आप्पांकडे असेल. मागवून घेऊ..."

"गरज नाही! गाडी घेतली तरी तू ड्राइव्ह करायची नाही या अटीवर!"

तिला प्रथम वाटले, काळजीपोटी आबासाहेब तसे सांगत आहेत आणि सुधीरही काळजीपोटीच त्यांना दुजोरा देतो आहे. ती काळजी किती व्यर्थ होती! मुंबईसारख्या महानगरात गाडी चालवायची सवय असल्यानंतर मंगळूरला ते थोडेच अवघड जाणार आहे?

पण ती काळजी नव्हती, तो प्रतिष्ठेचा प्रश्न होता. त्या लहान गावात आणि त्या श्रीमंत घरात हा प्रतिष्ठेचा प्रश्न अनेक रूपांत पुन्हा पुन्हा सामोरा यायचा!

ते बोलणे तसेच राहिले. तिने नंतर आठवणही केली नाही. शिवाय वेगळ्या गाडीची आवश्यकता तरी काय होती? एकटे असे कुठे जावे लागतच नसे. जायचे ते सुधीरबरोबर... मरून रंगाच्या या शानदार गाडीतून... त्याच्या शेजारी बसून...

गाडीचा ठिपका दृष्टिपथातून नाहीसा झाला. तिचे धावणारे मन मात्र तिलाच आवरता येईना. अलीकडे मनाला ती सवयच जडली होती. मागे धावायचे... मागे धावताना दमछाक अधिक होते. कधीकधी भोवळही येते. पण तसेच भोवंडत ते मागे धावत राहते आणि मुंबईच्या घरापाशी येऊन थडकते. कॉलेजात असताना बाईंनी केशवसुतांची 'गोष्टी घराकडील मी वदता गड्या रे' ही कविता शिकवली होती. अलीकडे अचानक ती आठवली. त्या काळात मराठीची चेष्टाच करायचो आपण. केवळ आई, आप्पांचा आग्रह म्हणून मराठी घेतले. वावर इंग्रजी-फ्रेंचवाल्या मुलांच्या गटात. पण ही कविता, कशी कोण जाणे, लक्षात राहिली. तिच्यात रेखाटलेले एका साध्या प्रेमळ घराचे चित्र... त्या घराच्या आठवणींनी उचंबळलेले मन...

मुंबईचे आपले घर फक्त तीन खोल्यांचे होते. त्या घरात आई-आप्पा आणि आपण तीन भावंडे राहिलो. माणसांची ये-जा असे. शिवाय वेळीअवेळी येणारे पाहुणे. पण आईची कधी धांदल झाल्याचे सुवर्णाला आठवत नव्हते. धांदल नाही आणि चिडचिडही नाही. कोणीही आले तरी त्याचे खुले स्वागत. 'जे असेल ते जेवून जा' असा आग्रह. तो आग्रह अगदी मनापासूनचा. आई काही नुसती गृहिणी नव्हती. ती मंत्रालयात नोकरी करत होती. नोकरी करूनही इतके सगळे सांभाळणे तिला कसे जमत असे कोण जाणे! ती इतके सहजपणे सगळे जमवत असे!

...पण पुढे पुढे हा सहजपणा कमी होत गेला हेही खरे. कदाचित सुवर्णा व अपर्णा या आपल्या मुली आता मोठ्या झाल्या आहेत, त्यांना सगळे आले पाहिजे, त्यांनी आपल्याला मदत केली पाहिजे, ही अपेक्षा निर्माण झाली म्हणून... कदाचित वयोमानाने तिच्यातील ताकद कमी होत गेली म्हणून... तेव्हापासून घरात बारीकसारीक वाद होऊ लागले. अपर्णा थोडी तरी बधत असे. सुवर्णाने मात्र कधीच ऐकले नाही. ती आपल्या मनाप्रमाणे वागत राहिली. आप्पांनी तिला नेहमीच पाठिंबा दिला आणि आईनेही तिला विरोध केला असे नव्हे. तिलाही सुवर्णाच्या सौंदर्याचे, तिच्याभोवती असणाऱ्या मित्र-मैत्रिणींचे कौतुक होते. त्यांच्या आग्रहामुळे ती सुवर्णाला कितीतरी गोष्टी करण्यासाठी परवानगी देत गेली.

सुवर्णाचे घर खारला- म्हणजे उपनगरात होते. तेथून दादरच्या भागातील एखादे कॉलेज जवळ पडले असते. पण सुवर्णा फोर्टमधील कॉलेजात गेली. आईने थोडा सौम्य विरोध केला.

"कशाला इतकं दूर जायचं? विनाकारण दमछाक. तुझी प्रकृतीही तेवढी भक्कम नाही. जवळची कॉलेजं काय वाईट आहेत?"

"जाऊ दे गं- तिच्या मनात असेल ते करू दे. तू एक लक्षात घे. ती कॉन्व्हेन्टमध्ये शिकली आहे. तिला फोर्टमधील कॉलेजच अधिक मानवेल. शिवाय तिच्या मैत्रिणीही तिथंच जाणार आहेत. हे नाजूक वय असतं. अनोळखी ठिकाणी

जाऊन भलत्या संगतीत पडण्यापेक्षा ओळखीची माणसं बरोबर असणं चांगलं... झेवियरमधले प्रोफेसर धुरी माझ्या चांगले माहितीचे आहेत. ते तिच्यावर लक्ष ठेवतील.''

''माझ्या मुलीवर लक्ष ठेवण्याची काही गरज नाही बरं!''

''बघ! हे तूच म्हणतेस- अन् काळजीही तूच करतेस! सोडून दे. मुलं मोठी झाली की त्यांना त्यांच्या पंखांनी उडू द्यावं. उडायला शिकवायचं अन् बंधनात ठेवायचं, याला काय अर्थ आहे?''

''बंधनात कोण ठेवतं आहे?''

''नाही ना? मग झालं तर?''

तो वाद तेथेच मिटला. सुवर्णा झेवियर कॉलेजात जाऊ लागली. उत्तम परंपरा असलेले कॉलेज. खुला, अनौपचारिक वातावरणाने भरलेला परिसर. बुद्धिमान, गुणी विद्यार्थी. तऱ्हेतऱ्हेचे कार्यक्रम. त्या उत्साही, प्रसन्न, गजबजलेल्या जीवनात सुवर्णा रमली. आधीच्या, शाळेपासूनच्या मैत्रिणी होत्याच. येथे नव्या मैत्रिणी झाल्या; मित्रही. तसे खारच्या शाळेतही तिला एक-दोन मित्र होतेच. पण ते मित्र वेगळे आणि हे मित्र वेगळे. हे वेगळ्या जीवनसरणीचे, वेगळ्या संस्कृतीचे. तिच्या भोवतीचे सगळे वर्तुळच तसे होते. ज्याला आजकाल 'मॉड्' म्हणतात, तसे. अर्थात ती सगळीच चांगली मुले होती. जुन्या वळणाच्या माणसांना मात्र त्यांचे दिसणे, वागणे खटकत असे, एवढेच.

यमुना अय्यरची आई अशीच जुन्या वळणाची. तिची व सुवर्णाच्या आईची यमुनामुळे ओळख झाली होती. एकदा ती सुवर्णाच्या आईला रस्त्यात भेटली.

''काय म्हणते सुवर्णा?'' तिने चौकशीच्या सुरात विषय काढला.

''मजेत आहे! रमली आहे!''

''यमुना म्हणत होती...''

''काय?''

''बदलली आहे सुवर्णा.''

''म्हणजे?''

''रागावू नका, सुधाताई. पण त्या मुलांची संस्कृती वेगळीच हो. सिगारेट ओढणं, दारू पिणं, हे त्यांना निषिद्ध वाटत नाही!''

''मला नाही वाटत सुवर्णा असं काही करत असेल म्हणून!''

''ती नसेल करत हो. पण बदलायला वेळ लागतो का, तुम्हीच सांगा. एखादी नको असलेली सवय केव्हा लागते ते समजतही नाही!''

सुधाताई काही बोलल्या नाहीत; पण घरी आल्यावर त्या यासंबंधीच विचार करत राहिल्या.

सुवर्णा बदलत होतीच. पण त्यात अस्वाभाविक काय होते? तिच्या भोवतीच्या

आधुनिक विचारसरणीला ती प्रतिसाद देत होती. तिने केस कापले होते. तिच्या पोशाखाची पद्धत बदलली होती. जीन्स, टी-शर्ट, मिडीज - आणि या प्रकारच्या तऱ्हा. शाळेत असताना ती हौसेने साडी नेसायची. आता तिने ते सोडून दिले आहे. कधी आग्रह केला तर म्हणायची, "छे गं! आय कान्ट मॅनेज इट!"

"जाऊ दे गं. कसले हे तुझे बारीकसारीक आग्रह?" आप्पा मध्ये पडून तो विषय थांबवत असत.

हे बारीकसारीक असेल- आणि म्हणून ते फारसे त्रासदायकही नसेल, पण तिच्या खाण्यापिण्याच्या आवडीत झालेला बदल निश्चितच त्रासदायक होता. देशी जेवण तिला आवडेनासे झाले होते.

"मी पोळी-भाजी नाही नेणार! मला सॅन्डविचेस दे." सुवर्णा म्हणायची.

"तिघांसाठी तीन तऱ्हा कुठे करू?"

"तुला वेळ नसेल तर मी कॅन्टीनमध्ये खाईन ना. ज्यूलीच्या डब्यातही खूप असतं. दोघींना सहज पुरेल एवढं."

"रोज रोज दुसऱ्याचा डबा खाणं बरं नव्हे!"

"त्यात काय झालं? आम्ही नेहमीच सगळं शेअर करतो!"

"मग तूही कधीतरी तिला तुझ्या डब्यातली पोळी-भाजी देत जा!"

"तिला नाही आवडत!"

"अन् तुला मात्र..."

"झाला का पुन्हा संस्कृतिसंघर्ष सुरू! जाऊ दे ना!" आप्पा पुन्हा मध्ये पडायचे.

सुवर्णा घरात एकटी एकटी असायची. कोणी नातेवाईक आले तर बाहेर येणे नाही, बोलणे नाही, कधी आपणहून त्यांच्याकडे जाणेही नाही. यातले काही केलेच तर ते सुधाताईंच्या आग्रहाखातर. मनातून तिला त्याची आवड नव्हती. एकसारखा रेडिओ, हातात कॉमिक्स किंवा एखादी इंग्रजी कादंबरी... घरात रेकॉर्डप्लेअर होता, त्यावर वाजणारे पॉप म्युझिक.

"कंटाळा आला बाई!" अपर्णा म्हणे.

"येऊ दे. मला आवडतं." सुवर्णाचे तत्पर उत्तर असे.

सुवर्णा मनस्वी होत चालली होती. ती स्वतःला हवे असणारे, आवडणारे तेच करत होती. कोणासाठीही कोणत्याही तडजोडी करायला तयार नव्हती. हळूहळू ती घराबाहेर अधिक राहू लागली. कधी एखादा सिनेमा तर कधी एखादी पार्टी घरी असली तरी दूर. तासन्तास आरशापुढे... स्वतःच्याच नादात. अभ्यास फारसा नाही. नापास झाली नाही इतकेच. पण शाळेच्या मानाने मार्कांचे प्रमाण कमी होत चालले होते. त्याबद्दल विचारले तर म्हणायची, "जाऊ दे, आय ॲम नॉट इन्टरेस्टेड! कशीबशी डिग्री मिळवणार..."

“अन् पुढे काय करणार?”

“अजून ठरवलं नाही. बट आय वॉन्ट टु लीड अ हॅपी, फ्री लाइफ! तुझ्या त्या यमुनासारखी करिअर नाही करायची मला!”

सुधाताई कधीकधी यमुनाचे उदाहरण देत, म्हणून यमुनावर हा राग. यमुनाच्या घरचे वळण थोडे जुने होतेच. त्यामुळे यमुनाच्या आईला सुवर्णाचे वागणे खटकले असेल. सुधाताईंनाही खटकत होते. त्या विचार करीत होत्या. पण वरकरणी सुवर्णा कितीही बदलली असली तरी ती पूर्वीइतकीच चांगली आहे. तिच्यावरील संस्कार पुसले गेलेले नाहीत याबद्दल सुधाताईंना खात्री होती. म्हणूनच त्या आप्पांजवळ यमुनाच्या आईशी झालेल्या भेटीबद्दल काही बोलल्या नाहीत. ते विसरून जायचे त्यांनी ठरवले.

शिवाय सुधाताईंच्या मनात आणखीही एक विचार होता. सुवर्णाचे कॉलेज शिक्षण संपत आले आहे. ती सुंदर आहे. कोणाच्याही नजरेत भरते. केव्हापासून लोक चौकशी करू लागले आहेत. एक-दोन मागण्याही येऊन गेल्या. त्या वेळी ती लहान होती म्हणून नकार दिला. अजूनही एखादी मागणी येईल. बघता बघता लग्न होऊन जाईल. थोडी जबाबदारी पडली की आपोआपच... याचा अर्थ ती बंधनात पडावी अशी त्यांची इच्छा होती? तसे मुळीच नव्हते. फक्त तिचा जरा सुटलेला तोल पुन्हा सावरावा, एवढेच त्यांना वाटत होते.

सुधाताईंचे मनोगत खरे ठरले. जगदीश सोमणचे स्थळ चालू आले. जगदीश देखणा होता. नुकताच आय.ए.एस.ला निवडला गेला होता. ट्रेनिंग संपले की मानाची नोकरी ठरलेली होती. कुटुंब सुसंस्कृत होते. जबाबदाऱ्या कोणत्याही नव्हत्या. आणखी काय हवे?

“एकच शंका येते, ती मंडळी शाकाहारी असणार...”

“हे सगळं फार मायनर आहे गं. पुढे सगळं जुळतं. जगदीश नक्कीच व्हेजिटेरियन नाही. त्याच्या ठिकठिकाणी बदल्या होत राहणार. तो मुंबईत, कुटुंबात फारसा राहणारच कुठे? त्यामुळे सुवर्णाला तसा काहीच त्रास होणार नाही. शिवाय मोकळेपणानंही राहू शकेल ती. एकत्र कुटुंबाच्या साच्यात बसणारी मुलगी नाही!”

आप्पांचे व सुधाताईंचे एकमत झाले. त्यांनी सुवर्णाजवळ विषय काढला. तिची प्रतिक्रिया अनुकूलच असेल असे दोघांनी गृहीत धरले होते. त्यामुळे त्यांच्या मनावर ताण नव्हता.

पण त्यांचा तर्क चुकीचा ठरला.

त्यांचा विचार कळताच सुवर्णा उसळली. “रबिश् ! मला नाही एवढ्यात लग्न करायचं. जगदीशशी तर नाहीच नाही.”

“का?”

“आय वोन्ट बी एबल टु फिट इन्टु हिज लाइफ स्टाइल! तो पुस्तकातला

किडा होता. इतर कसलेही इन्टरेस्ट्स नाहीत... शिवाय त्याच्या बदल्या होणार. मला स्थिर आयुष्य हवं. आरामात राहायचं आहे मला.''

सुवर्णाचा खुळा युक्तिवाद त्या दोघांना मुळीच पटत नव्हता. पण बोलणार काय? अखेर ती आता मोठी झाली होती. तिच्या मताची कदर करणे भागच होते.

सुधाताई मनातून नाराज होत्या. ''बघ, चूक करते आहेस तू. भलत्या कल्पना घेऊन नकार देते आहेस.. अजून विचार कर...''

''प्लीज आई...''

''ठीक! तुझी मर्जी!''

या प्रसंगामुळे वातावरण गढूळ झाले. पण एक-दोन दिवसांतच पुन्हा सगळे स्वच्छ होऊन गेले. आईला दुखावले या जाणिवेनेच की काय, सुवर्णा घरात राहू लागली. सुधाताईंच्या भोवतीभोवती करू लागली.

पण या वागण्यामागील कारण वेगळेच होते!

सुवर्णाच्या परीक्षेला दोन-अडीच महिने राहिलेले. त्या काळातच, एका संध्याकाळी जिमी घरी आला. सुवर्णाच्या मित्र-मैत्रिणींची घरी ये-जा असे, पण त्यात जिमी नव्हता. त्याचे नावही फारसे ऐकलेले नव्हते.

''हा जिमी. माझा मित्र. माझ्याच वर्गात आहे.'' सुवर्णाने ओळख करून दिली.

सुधाताई त्याचे बारकाईने निरीक्षण करत होत्या. वरकरणी मात्र आपण त्याच्याशी बोलत आहोत असे भासवत होत्या. वाढलेले लांब केस, हनुवटीवर दाढी, अंगात भडक कपडे, बोलण्यात बेपर्वाईचा, किंचित उर्मटपणाचा सूर. त्याला विचारलेल्या प्रश्नांची तो जणू नाइलाजाने उत्तरे देत होता. 'तुमचा संबंध काय? मी सुवर्णाकडे आलो आहे' असा आविर्भाव.

''ॲश ट्रे प्लीज.'' त्याने खिशातून पाकीट बाहेर काढत म्हटले. सुधाताईंच्या चेहऱ्यावरील नाराजीचा भाव पाहून आप्पांनी ॲश ट्रे पुढे ठेवला.

''स्मोक?'' त्याने सिगारेट पुढे करत विचारले.

''आय डू. बट नॉट इन द कंपनी ऑफ यंगस्टर्स.'' आप्पांनी हसत उत्तर दिले. वातावरण थोडे सैलावले. सुधाताई चहा करायला आत निघून गेल्या. आप्पाही काही कारण काढून उठले. पण सुवर्णा व जिमी यांची फार जवळीक चालली आहे हे दोघांच्याही लक्षात आले. लक्षण काही ठीक दिसत नव्हते!

''आई, मी जिमीला पोचवून येते.'' काही वेळाने सुवर्णा म्हणाली.

''लगेच ये. घरात थोडं काम आहे.'' सुधाताईंचा स्वर तुटक होता.

''लगेच कशी येणार? मी जिमीबरोबर जुहूला जाते आहे. ही वुइल ड्रॉप मी ऑन हिज वे बॅक!''

सुवर्णा गेलीसुद्धा. तिला थांबवण्यात काही अर्थ नव्हता.

ती अगदी जेवायच्या वेळी घरी आली. आल्याबरोबर तिने सांगितले, ‘‘मला भूक नाही. तुम्ही जेवून घ्या.’’

‘‘का?’’

‘‘जिमीबरोबर सन अ‍ॅन्ड सॅन्डमध्ये गेले होते. तेथे हॅंबर्गर खाल्ला. शिवाय आइस्क्रीम!’’

कोणीच काही बोलले नाही. जेवायच्या वेळी वाद करायचे नाहीत, असा त्या घराचा एक संकेत होता.

त्यानंतर काही दिवस वातावरणात ताण. जिमीचा विषय काढायचा नाही, असा सुधाताईंनी निश्चय केला होता. त्या मनाशी म्हणत होत्या, ‘आपल्याला वाटतं तसं काही नसेलही. उगाच काहीतरी उकरून काढा कशाला? त्यामुळे उगाचच प्रकरण चिघळायचं. गप्प बसण्यातच शहाणपणा आहे!’

पण त्या गप्प बसल्या तरी इतर माणसे कशी गप्प बसतील? यमुनाची आई काहीतरी कारण काढून भेटायला आलीच.

‘‘जावई आणता आहा म्हणे!’’

‘‘कोणी सांगितलं?’’

‘‘सांगायला कशाला हवं? दोघं नेहमी एकत्र दिसतात. त्यावरूनच ताडलं मी. यमुनाही म्हणत होती. कॉलेजात सगळ्यांनाच ठाऊक आहे.’’

‘‘असं? असेलही. माझ्यापर्यंत अजून तरी काही आलेलं नाही!’’ स्वत:वर ताबा ठेवत सुधाताई म्हणाल्या.

‘‘तसं काही वाईट नाही हो. पण नाही म्हटलं तरी त्या लोकांचं वळण वेगळं असतं. जमवून घेणं त्रासाचं होईल...’’

‘‘ती वेळ आली तर बघू!’’

यमुनाच्या आईसमोर सुधाताईंनी दाखवलेला हा संयम सुवर्णा दिसताच पार कोसळला.

‘‘सुवर्णा, मी काय ऐकते आहे?’’

‘‘काय?’’

‘‘तू म्हणे त्या जिमीशी लग्न करणार आहेस?’’

‘अजून नक्की नाही! नक्की असतं तर तुला अन् आप्पांना सांगितल्याखेरीज राहिले असते का मी?’’

‘‘पण आधी काही बोलायला नको? आम्हाला काय वाटतं हे निदान विचारायला तरी नको?’’

‘‘आय अ‍ॅम सॉरी... बट आय डोन्ट सी युवर पॉइंट. लग्न हा माझा प्रश्न नाही का?’’

"अगं पण..."

"तू थांब. मी तिला सगळं समजावून सांगतो." आप्पा नेहमीप्रमाणे मध्ये पडत म्हणाले.

"हे बघ सुवर्णा, तू म्हणतेस ते बरोबर आहे. हा निर्णय तूच घ्यायचा आहेस. पण हा आयुष्याचा प्रश्न असतो. त्यामुळे त्याचा अनेक बाजूंनी विचार करावा लागतो. तो इतक्या लहान वयात जमतोच असं नाही. म्हणून मोठ्या, अनुभवी माणसांची मदत घ्यायची..."

"त्यांचा अनुभव माझ्या कसा काय उपयोगी पडणार?"

"पडू शकतो. कारण तो व्यावहारिक अनुभव असतो. आंतरधर्मीय विवाहाला माझा तात्त्विक विरोध नाही. पण त्यातून काही व्यावहारिक प्रश्न निर्माण होतात, हे ठाऊक आहे का तुला?"

"कसले प्रश्न?"

"याचा अर्थ तू पुरेसा विचार केलेला नाहीस! त्याच्यासारखं जगणं नेहमी आवडेल तुला? एकदम फार गरिबीत जाण्याप्रमाणंच एकदम फार श्रीमंतीत जाण्याचाही त्रास होतो, पोरी. शिवाय त्यांचे रीतिरिवाज, खाणं-पिणं..."

"महत्त्व कशाला? या वरवरच्या गोष्टींना की आमच्या प्रेमाला?"

"तुमचं प्रेम? त्याबद्दल तरी खात्री करून घेतली आहेस का?"

"मी मध्ये बोलणार नव्हते, पण आता सांगते, यमुनाची आई सांगत होती की जिमीला तुझ्यासारख्या अनेक मैत्रिणी आहेत!" सुधाताई म्हणाल्या.

"हे त्यांना कोणी सांगितलं? यमुनानं? त्या काकूबाईनं? एक मुलगा तरी वाऱ्याला उभा राहील का तिच्या? घर अन् कॉलेज यापलीकडे जग पाहिलं आहे का तिनं? माय गॉड! कशी जगते कोण जाणे! मी तर घुसमटून गेले असते..."

"यमुनाबद्दल आपण नंतर बोलू. सध्याचा विषय वेगळा आहे. त्याबद्दल बोल."

"एकदा सांगितलं नाही, नक्की झाल्याखेरीज..." सुवर्णाला हुंदका फुटला. ओढूनताणून आणलेले बळ संपून गेले होते. मनातून ती धसकली होती.

मग आप्पांनीही ओढून धरले नाही. विषय आपणहून पुन्हा काढायचा नाही, असे त्यांनी सुधाताईंना बजावले.

"मग काय जे होते आहे ते होऊ द्यायचं?"

"ते होणार नाही. माझ्यावर विश्वास ठेव. जिमीच मोडता घालेल. चार दिवस फिरणं अन् लग्न करणं, यात फरक आहे."

"पण ते फिरणं लोक पाहतात... बदनामी होते..."

"मुलामुलींनी एकत्र फिरणं, हा गुन्हा नाही. आता दिवस बदलले आहेत."

"पण यमुनाच्या आईसारखी... इतकंच काय, यमुनासारखी माणसं आहेतच!"

"त्यांच्याकडे दुर्लक्ष करायचं! यमुनाच्या आईचं मला ठाऊक नाही, पण यमुना काही वाकडं बोलेल, असं मला वाटत नाही. ती सरळ मुलगी आहे. कोणाच्या अध्यात ना मध्यात!"

"असंच मलाही वाटत होतं... पण..."

सुवर्णाने मात्र यमुनाला संशयाचा फायदा दिला नाही. दुसऱ्या दिवशी कॉलेजात भेटताच ती तिच्यावर उसळली.

"भलतंसलतं काय बोलतेस गं? मी जिमीबरोबर असते याचा मी त्याच्याशी लग्न करणार असा अर्थ होतो?"

"असं कोण म्हणालं?"

"तूच तुझ्या आईला सांगितलंस... अन् तुझ्या आईनं माझ्या आईला."

"मी आईला काही सांगितलं नाही. तीच विचारत होती. मी तिला सांगितलंही, मला याबद्दल काही विचारू नकोस. गॉसिप करायला मला वेळ नाही. आय हॅव बेटर थिंग्ज टु डू इन लाइफ!"

सुवर्णा चपापली. यमुनाचे हे वेगळेच रूप ती पाहत होती. तिला वाटले, 'सॉरी' म्हणावे आणि मोकळे व्हावे...

तेवढ्यात जिमी आला व तिला हाताला धरून घेऊन गेला.

यमुनाने आपल्याकडे पाहिलेही नाही, हे सुवर्णाच्या लक्षात आले.

आप्पांचा तर्क खरा ठरला. पाच-सहा महिन्यांतच जिमीचे प्रकरण संपले! त्या दिवसांत सुवर्णा अस्वस्थ असायची. धड जेवत नसे, बोलत नसे. मलूल दिसत होती. सुधाताईंना वाटे, तिला जवळ घ्यावे व सगळे विचारावे... समजूत घालावी. पण आप्पा त्यांना आवर घालत होते.

"या वादळातून तिचं तिनंच बाहेर पडलं पाहिजे. आपण तिला परावृत्त केलं, असं व्हायला नको. तिलाच ठरवू दे. असा एखादा चटका बसणं चांगलंही. विचार करायची सवय होते. खरं स्वातंत्र्य अन् खोटं यांतील फरक कळू लागतो..."

जिमीचा विषय घरात पुन्हा निघाला नाही.

सुवर्णा परीक्षेला बसली नाही. 'ऑक्टोबरात बस' एवढंच आप्पांनी सांगितलं.

ऑक्टोबरात ती परीक्षेला बसली आणि जेमतेम पास झाली. यमुना मार्चमध्येच बसली होती. तिला फर्स्टक्लास मिळाला होता. स्कॉलरशिप मिळाली तर परदेशी जाण्याचाही तिचा विचार होता.

फर्स्टक्लासबद्दल नव्हे, पण परदेशी जाण्याच्या संधीबद्दल मात्र सुवर्णाला तिचा हेवा वाटत होता. यमुना त्यानंतर भेटलीच नाही.

सुवर्णाचा प्रश्नही सुटला. कोणीतरी हे सुधीरचे स्थळ सुचवले. ज्यांनी सुचवले त्यांच्या मते सगळे तपशील उत्तमच होते. दिसायला चांगला, शिकलेला, शिवाय

जातीतला मुलगा. एका प्रसिद्ध उद्योगपतीच्या कुटुंबातला. अमाप श्रीमंती आहे. एकत्र कुटुंब आहे. पण इतक्या मोठ्या, भरपूर नोकरचाकर असलेल्या घरात एकत्र राहण्याचा काय त्रास होणार? अशा कुटुंबात प्रत्येकाचं स्वतंत्र संस्थान असतं!

"स्थळ चांगलंच आहे. पण इतकी मोठी माणसं म्हणजे त्यांच्या अपेक्षाही मोठ्याच असणार! आम्हाला परवडायचं नाही..." सुधाताईंनी आपली शंका बोलून दाखविली.

"आता खरं सांगू का? त्यांच्याकडूनच विचारणा आली आहे. त्यांनी सुवर्णाला तिच्या मैत्रिणीच्या लग्नात पाहिलं वाटतं. ती त्यांच्या मनात भरली आहे. त्यांना सुंदर मुलगी हवी आहे- त्यांच्या बाकी काही अपेक्षाच नाहीत!"

"मग काही हरकत दिसत नाही. एकदा सुवर्णाला विचारते आणि मग..."

आप्पा ऐकत होते. बोलणे संपल्यावर त्यांनी सुधाताईंना सांगितले.

"तिच्याशी बोललं पाहिजे. त्याखेरीज काही निर्णय घेणं चुकीचं होईल. गोकर्णाचं कुटुंब श्रीमंत असेल, पण श्रीमंतीत राहण्याचीही सवय हवी."

"सुवर्णाला ती चट्कन होईल. कारण ती तशी सुखासीनच आहे! शिवाय सध्या ती ज्या वर्तुळात वावरते..."

"तीच माझी दुसरी शंका आहे! सुवर्णाचं राहणं पूर्ण शहरी आहे. मंगळूरसारख्या गावात ती काय करेल? मित्र-मैत्रिणींपासूनही ती तुटेल..."

"हे तुटणं प्रत्येक स्त्रीच्या नशिबी असतं. अगदी मुंबईत राहिली लग्नानंतर तरी तेच होणार! आणि आता मुंबई व इतर गावं यांत फरक राहिला आहे कुठं? ती गावं हीही शहरंच बनली आहेत! तुम्ही काळजी करू नका हो. आम्हा बायकांमध्ये कुठंही जुळवून घेण्याची प्रचंड ताकद असते. फक्त सुवर्णानं हो म्हटलं पाहिजे. तिला काय झालं आहे हे कळतच नाही. गप्प असते. काही बोलावं तरी पंचाईत!"

"बोलायचं नाहीच. आपल्याला कारण ठाऊक आहे. चर्चा करून काय उपयोग? एकच आहे. ते सगळं तात्पुरतं होतं, लग्नानंतर विसरेल! कदाचित थोडा वेळ लागेल, पण विसरेल! तू विचारून बघ."

सुवर्णाच्या प्रतिसादाबद्दल सुधाताईंना खात्री वाटत नव्हती. पण तिने फारसे आढेवेढे घेतले नाहीत. 'एकदा त्या मुलाला भेटीन आणि मग काय ते पक्कं सांगीन' एवढीच अट तिने घातली.

"भेट तर आवश्यकच आहे. काळ बदलला आहे. मुलांनी आधी एकमेकांची ओळख करून घेणं चांगलंच. मी सुधीरला मुंबईला पाठवतो तर. कामाच्या निमित्तानं त्यांच्या खेपा असतातच." आबासाहेब गोकर्णांनी आप्पांना सांगितले.

"थँक यू!"

"छे हो! मी तीच सूचना केली असती. आम्हीही आधुनिक विचाराची माणसं

आहोत. लग्नापूर्वी एकदा मंगळूरला येऊन आमचं घर पाहून जा. म्हणजे तुमची खात्री पटेल. आता सुधीर येईल ना, त्याच्याबरोबरच या. सगळे या. उत्तम व्यवस्था करतो तुमची.'' आबासाहेबांच्या स्वरात खरेखुरे अगत्य होते.

ठरल्याप्रमाणे सुधीर आला. सुवर्णाचा निर्णय पक्का झाला. सगळ्यांनी जाण्याचा दिवस ठरवला...

- हेच ते घर, आलिशान, अत्याधुनिक सजावटीचे. राहणीला साहेबी वळण. कुटुंबाचा पिढीजात उद्योग होता. त्या उद्योगाचा व्याप मोठा होता. त्या निमित्ताने एकसारखी परप्रांतीय- परदेशीसुद्धा- माणसांची ये-जा असे. पार्ट्या झडत.

''खरं म्हणजे मंगळूरच्या खानदानी श्रीमंत कुटुंबाचं वळण वेगळं असतं. आता तू पाहशीलच. पण आम्हाला तसं वळण ठेवून चालणारच नाही. सगळं लक्षात घेऊन आम्हाला इथं कल्चर निर्माण करावंच लागलं. त्या कल्चरमध्ये तू अगदी फिट बसतेस!'' सुधीर सुवर्णाला सांगत होता.

''कोणत्या अर्थानं?'' मनातून सुखावत तिने विचारले.

''तुला या वातावरणाची सवय आहे. आमच्या वहिनी सुरुवातीला बुजल्या. अजूनही माणसांमध्ये मिसळणं त्यांना जमत नाही. आमच्या ताईचंही तेच. दॅट्स व्हॉय आय वॉज किन ऑन गेटिंग मॅरिड टु अ मॉडर्न गर्ल! आता काळजी नाही. घराचा फ्रंट तू व्यवस्थित मॅनेज करशील. आमच्या बिझनेसमध्ये तोही एक महत्त्वाचा भाग असतो!''

सुवर्णा इतकी सुखावलेली होती, की सुधीरच्या बोलण्याकडे तिचे लक्षच नव्हते. 'उगाच त्या जिमीच्या नादी लागलो होतो आपण. ते तात्पुरते ठरले म्हणून बरे. आता ती आठवणही उरली नाही.' सुवर्णाच्या मनात हे वेगळेच विचार चालू होते.

आपल्याला जे आयुष्य हवे आहे ते येथे मिळेल, असा विश्वास तिच्या मनात निर्माण झाला होता.

...त्यानंतर आपण समुद्रावर फिरायला गेलो. त्या गाडीचे मॉडेल वेगळे होते. पण रंग मरूनच होता. कोणत्या आधारावर आपण तो विश्वास बाळगला होता? केवळ बाह्यरूप पाहून? अजूनही सुधीरचे शब्द आठवतात - 'या घराचं एक वेगळं कल्चर आहे. त्या कल्चरमध्ये तू फिट बसशील!'

- त्याला तरी हा विश्वास का वाटत होता? आपल्याला सुस्थिर, सुखासीन आयुष्याची ओढ होतीच. ती सुधीरला कळली असावी. या सुखासीन आयुष्यात स्वातंत्र्याचे काय होते, ते वाढते की अजिबात नष्ट होते, याचा विचार आपण त्या वेळी केला होता की नव्हता?

आता तो विचार वारंवार मनात असतो. मन हिशेब मांडून पाहत असते. जगदीश सोमणशी आपले लग्न झाले असते तर ? त्याच्या भ्रमंतीशी सदैव बांधून घ्यावे लागले असते. आडगावात, दूरही राहावे लागले असते कदाचित. एकटे वाटले असते. पण आपल्या सध्याच्या आयुष्याचे चित्र तरी असे काय वेगळे आहे? सुधीर कित्येकदा मंगळूरबाहेर असतो. येथे असतो तेव्हाही फारसा घरात नसतो. त्यामुळे एकटेपण येथेही आहे. हे एकटेपण नाहीसे करण्याचा मार्ग नाही. जिमीशी लग्न झाले असते तर? आईला वाटायचे, आपल्याला त्या संस्कृतीशी जुळवून घेता यायचे नाही. या संस्कृतीशी तरी कुठे जुळवून घेता येते आहे?

स्त्रीच्या आयुष्यात ही ओढाताण, हे एकटेपण अटळच असते का? लग्नापूर्वीचे मोकळे आयुष्य जगत असताना या आजूबाजूला छपून बसलेल्या बंधनांची जाणीव होत नाही. सगळ्यांनाच इतके मोकळे आयुष्य मिळत नसल्यामुळे त्यांना ती बंधने मात्र काचतही नसतील कदाचित. आपले आयुष्य मात्र निश्चितच मोकळे होते. क्वचित प्रसंगी आई-वडिलांना दुखावूनही आपण ते आयुष्य स्वेच्छेप्रमाणे जगत होतो. -आणि त्यांनाही ते बहुतेक वेळा मान्य होते. ते आयुष्य - आणि हे आयुष्य. अंतर वाढत चालले आहे... ते अंतर मिटविण्याचा मार्ग सध्यातरी दिसत नाही.

...वरकरणी दुःख करण्याजोगे काहीच नाही. ताणतणाव नाहीत, संघर्ष नाही. घरात वेळ जाण्यासाठी सगळी साधने आहेत. व्हिडीओपासून मासिकापर्यंत. शिवाय येणाऱ्यांची वर्दळ. त्यांची देखभाल करण्यातही वेळ जातो. गृहिणीचे आयुष्य जगण्याचा आपल्याला कंटाळा आहे का? तसेही नाही. मग आपल्याला नेमके काय सलते आहे? अलीकडे ही घुसमट का होते आहे?

या घरात आल्यापासून स्वत:त होत गेलेले, करावे लागलेले बदल सुवर्णाला आठवत गेले. इतक्या ऐसपैस, श्रीमंत घरात वावरण्याची सवय नव्हती. लहान घरात वेळेची शिस्त पाळावी लागे- मग ती आवडत असो वा नसो. येथे शिस्तीचा प्रश्न नव्हता. सगळे स्वतंत्र. त्यामुळे केव्हाही उठावे, केव्हाही आंघोळ करावी. आईने लहानसहान कामे वाटून दिली होती. धुसफुसत का होईना, ती करावी लागत. येथे प्रत्येक कामाला नोकर. जे मागाल ते सहज टेबलावर येत असे. सुरुवातीला या सुखाचा मोह पडला. सुधीरच्या वर्तुळात वावरणेही आवडले...

मग ही परकेपणाची जाणीव केव्हा निर्माण झाली? कोण जाणे! ती वाढतच गेली. वाटले की, या घरात एक परावलंबनाची संस्कृती आहे. घरातील व्यवहार नोकर पाहतात; बाहेरील व्यवहार पुरुष पाहतात. बायकांनी फक्त त्यात सहभागी व्हायचे- तेही पुरुषांना हवे असेल तेवढेच. आबा, भाऊ, श्रीकांत, सुधीर... हे घर त्यांचे आहे. त्यांनी बायकांना सुखसोयी देऊन अधू केले आहे. ताईंना, वहिनींना त्याचे काही वाटते का? आपण शिकलेल्या, इंग्रजी बोलणाऱ्या. कदाचित अशा

एका स्त्रीची या घराला गरज होती... आधुनिक कल्चरचा भास टिकविण्यासाठी! भासच नाही तर काय? ज्या घरात प्रत्येक व्यक्तीला स्वतंत्र स्थान नाही, त्या घराची संस्कृती आधुनिक कशी म्हणायची? जुन्या वळणाच्या घराची संस्कृती याहून काय वेगळी असते? - तेथे स्त्रीला निदान स्वयंपाकघरात तरी स्थान असते. ते तिचे सत्ताकेंद्र असते. येथे तेही नाही! प्रयत्न करून पाहिला. सगळे नोकरांच्या ताब्यात असू नये म्हणून स्वत:च तेथे थोडे वावरून पाहिले. मुळात स्वयंपाकाची आवड नव्हती. तरीही काही गोष्टी शिकून घेतल्या. पार्टीच्या वेळी, एरवीही, एखादा पदार्थ स्वत: करावा यासाठी धडपड केली. पण कोणालाच ते आवडत नाही! पुरुषांना नाही - आणि नोकरांनाही नाही. कारणे वेगवेगळी. नोकरांना ढवळाढवळ नको असते, आणि पुरुषांना सुखाचा वर्षाव करून पांगळे करायचे असते! त्यामुळे आयुष्यात चढ-उतार नाहीत, आव्हाने नाहीत.

- हेच पटत नाही. म्हणून थोडी धडपड करायची. कुठे फुले लाव, कुठे एखादा नवा पदार्थ कर. पण त्याची गरज नाही. गरज फक्त बाहेर जाऊन इंग्रजीत संभाषण करण्याची. तेही नेमक्या वेळात. आताही नाही का सुधीर बजावून गेला... 'तू साडेसातला बाहेर ये.' या परावलंबनाच्या संस्कृतीत आपल्या प्रवेशाची वेळही ठरलेली आहे!

त्या नियमाप्रमाणे वागणे चांगले! पर्याय तरी कोणता आहे?

सुवर्णा तयार होत असतानाच तिने सुधीरची गाडी आत शिरल्याचे पाहिले. याचा अर्थ सात वाजले! आता आणखी अर्धा तास. मग बाहेर जायचे. मागोमाग ड्रिंक्स येतील. ओळखी. तुम्ही काय घ्याल? केव्हा आला? केव्हा जाणार? आमचा प्रदेश आवडला की नाही? खरेदी करायची आहे? डु यू नीड हेल्प? ठरलेले प्रश्न. असे आठवड्यातून एकदोनदा. नंतर कोणाचे चेहरे लक्षातही राहत नाहीत. काही नेहमी येणारी मंडळी असतात. पण त्यांच्याशीही एरवी संबंध येत नाही...

मुंबईचे आयुष्य कसे गजबजलेले असायचे! आता त्यांच्यापैकी कोणाशी संबंधही उरला नाही. क्वचित कोणाचे पत्र येते... आपण औपचारिक उत्तर पाठवतो. मनातले खरे कधी बाहेर येतच नाही!

साडेसात वाजता सुवर्णाने सुशोभित हॉलमध्ये प्रवेश केला. अठरा-वीस माणसे सहज बसू शकतील इतका प्रशस्त हॉल होता. एका टोकाला बसलेल्या माणसाशी दुसऱ्या टोकाला बसून बोलता येत नसे. त्यामुळे पार्टीच्या वेळी छोटेछोटे गट पडत. यजमानीण या नात्याने एका गटाकडून दुसऱ्या गटाकडे असे सुवर्णाला फिरत राहावे लागे आणि शेवटी आपण कुठे बसावे हे तिला समजतच नसे! डायनिंग हॉलमध्ये तेच. बुफे पद्धत असल्यामुळे वाढण्याचा प्रश्न येत नसे. पण इकडून तिकडे फिरत राहणे इतके कंटाळवाणे व्हायचे. लहान गटात एखादा

विषय चालू असे... गप्पा रंगलेल्या असत. केवळ उपचार म्हणून तेथे जायचे... त्यामुळे जमलेले सगळे तुटते आहे हे लक्षात यायचे. 'आय हेट इट!' सुवर्णा मनात म्हणायची. पण हे सुधीरसमोर म्हणायची सोय नव्हती. त्याला राग आला असता म्हणून नव्हे, तर त्याला ही भावना समजण्याची शक्यताच नव्हती म्हणून! कधी त्या मंडळीत बायकाही असायच्या. पण त्यांच्याशीही तिचा सूर जुळत नसे. काही अगदी परक्या म्हणून, तर काही इथल्याच एका विशिष्ट वळणाच्या म्हणून! आता सगळं अंगवळणी पडून गेले होते, पण तरीही सुरुवातीचे काही क्षण अस्वस्थ जायचे... त्यानंतर अभिनयाला सुरुवात!

साडेसात... आजही पुन्हा तेच नाटक. सुवर्णा आत आल्यावर सुधीरने ओळख करून दिली. "मीट माय वाइफ..." तिने त्या समूहाकडे हसून ओझरती नजर टाकली. "प्लीज्ड टु मीट यू" ती पुटपुटली. लोकांच्या कौतुकाच्या नजरांची तिला सवय झाली होती. ते कौतुक सौंदर्याबद्दल- वागण्यातील आधुनिकतेबद्दल.

जेम्स ड्रिंक्स तयार करत होता. "व्हॉट वुइल यू हॅव?" तिने शेजारी बसलेल्या व्यक्तीला उद्देशून विचारले.

"बिअर, आय थिंक... इफ इट ईज गोइंग..."

"बाय ऑल मीन्स! जेम्स..."

"व्हॉट अबाउट यू?"

"मी वाइन घेईन थोडीशी. आफ्टर सम टाइम..."

मग असेच थोडे इकडचे तिकडचे बोलणे. त्यानंतर जरा पलीकडे बसलेल्या दुसऱ्या वर्तुळाकडे. वहिनी म्हणायच्या, 'तुला हे सगळं कसं जमतं कुणास ठाऊक! मी आपली एके ठिकाणी बसून राहते, आणि मुलांना वाढायचे निमित्त करून सटकते! पूर्वी तसं करता यायचं नाही. तू आल्यापासून माझी तेवढी एक सोय झाली आहे. मला पार्टीच्या वेळचं ते जेवणही नाही आवडत.' वहिनी मुलांचे बघतात. आपला प्रकाशही त्यांच्याकडेच असतो. त्या असल्याखेरीज मुले जेवत नाहीत. तेवढ्या वेळेपुरती का होईना, सूत्रे त्यांच्या हातात असतात!

ती दुसऱ्या वर्तुळाकडे गेली, आणि तेथे ती बसणार तोच सुधीरची हाक आली, "सुवर्णा..."

तो तिला बोलवत होता, "एक्सक्यूज मी..." असे म्हणत ती जवळ गेली.

"या मिसेस शास्त्री. आय थिंक यू नो हर..."

तिने रोखून पाहिले. काही क्षणांतच ओळख-पटली. ही तर यमुना!

"अगं तू..." सुवर्णाला पुढे बोलताच येईना.

"आश्चर्य वाटलं ना खूप? मलाही इथं येण्यापूर्वी स्ट्राइक झालं नाही तू भेटशील म्हणून. काही कॉन्टॅक्टच राहिला नाही ना! तुझं लग्न झाल्याचं ऐकलं

होतं, बट आय डिड नॉट क्वाइट रिअलाइज की...''

''साहजिक आहे. माझं लग्न झालं तेव्हा तू परदेशी होतीस. मला वाटतं, नंतर तुझे आई-वडील बोरिवलीला राहायला गेले. मी मुंबईला जाते अधूनमधून, पण तुमची काही बातमीच कळत नाही. परवाच्या खेपेला खरंतर आईकडे चौकशीही केली, पण आईला काही ठाऊक नव्हतं!'' आयुष्यात प्रथमच सुवर्णा यमुनाशी इतक्या जिव्हाळ्याने बोलत होती.

''बोल, कसं चाललं आहे?''

''चाललं आहे. विशेष सांगण्याजोगं काही नाही...''

''कॉलेजातलं कोणी भेटतं?''

''नाही! तुझं काय चाललं आहे? तू इथं कशी?''

''मी स्टेट्सला जाऊन एम.बी.ए. केलं. आता जॉन्सनमध्ये एक्झिक्युटिव्ह आहे. तुमचं कोलॅबोरेशन आहे ना आमच्या फर्मशी. एक्स्पान्शनसंबंधी बोलणी चालू आहेत. मी रिप्रेझेन्टेटिव्ह म्हणून आले आहे!''

''आणि मिस्टर शास्त्री?''

''ते त्यांच्या उद्योगाला! मुंबईला! कदाचित टूरवर जाणार होते...''

''घर कोण सांभळतं?''

''आम्हीच! घर सांभाळायचं म्हणजे असं काय मोठं करायचं असतं? वेळ असतो तेव्हा खूप करते- वेळ नसतो तेव्हा काही नाही!''

''शास्त्रींना चालतं?''

''चालतं की नाही हे ठाऊक नाही, पण चालवून घेतात... घेतलंच पाहिजे!''

''अरे, तुम्हा मैत्रिणींना आमचा विसर पडलेला दिसतो आहे! चल सुवर्णा, ड्रिंक्स आटपत आली. मिसेस शास्त्री... अ सेकंड हेल्पिंग ऑफ लिम्का?''

''नो, थँक्स...''

''चल, जेवायला...'' सुवर्णा म्हणाली.

जेवण चालू असताना सुवर्णा यांत्रिकपणे तेथे वावरत होती. तिच्या मनात यमुनाचेच विचार होते. किती बदलली यमुना! पण बदलली म्हणजे काय झाले? ती ड्रिंक घेत नाही, मासे-मटण खात नाही, दिसतेही पूर्वीसारखीच. वेणीऐवजी अंबाडा घालते. मेकअप कोणताही नाही. पोशाखाकडेही विशेष लक्ष देत असेलसे वाटत नाही. आडनाव शास्त्री. म्हणजे लग्नानंतर आयुष्याचे वळण बदलले असेही नाही. मग ती इतकी बदलल्यासारखी वाटते ती का? पूर्वीसारखी बावळट नाही दिसत. स्मार्ट दिसते! इतकी मोठी माणसेही तिच्या भोवतीभोवती आहेत. ती सहजपणे त्यांच्याशी बोलते आहे, चर्चा करते आहे...

सुवर्णाला आयुष्यात प्रथमच यमुनाचा हेवा वाटला. मनात आले, आयुष्य कसे

वेगवेगळे रंग धारण करत जाते! कल्पनाही येत नाही. कॉलेजात असताना यमुना एकटी असायची. आपण तिला काकूबाई म्हणून चिडवत असू... तीच ही यमुना?

जेवणानंतर पांगापांग सुरू झाली. आलेल्या पाहुण्यांना सोडण्यासाठी गाड्या बाहेर पडू लागल्या.

"तू थांब ना थोडा वेळ. नंतर मी येते तुला सोडायला." सुवर्णा म्हणाली.

"हरकत नाही! मला तरी दुसरा काय उद्योग आहे?"

"आपण वर गच्चीत बसू..."

"चल."

सुधीर परदेशी पाहुण्यांना सोडायला गेला होता. कदाचित त्यांना घेऊन तो बीचवर जाणार होता. त्यामुळे त्याला यायला तासभर तरी होता...

गच्चीवर त्या दोघीच होत्या. वर निरभ्र आकाश. लुकलुकणाऱ्या चांदण्या, वाऱ्याची मंद झुळूक. त्या झुळकीबरोबर येणारा रातराणीचा गंध...

"इट्स सो प्लेझन्ट आउट हिअर!"

"हं..."

"फार आवडलं मला तुझं घर! रमली असशील ना? आणखी काय करतेस? कॉलेजात इतकी ॲक्टिव्ह होतीस... इथंही काही ना काही चालू असणारच तुझं."

"खरंच काही नाही!"

"का?"

"कारण कोणतंच नाही. इथं काही करण्याजोगं नाही, हेच कारण आहे!"

"कंटाळा नाही येत?"

"येतो ना! पण इलाज नाही."

"इलाज नाही कसा? इलाज सगळ्या गोष्टींना असतो. आपण तो शोधून मात्र काढला पाहिजे!"

हे ऐकल्यावर सुवर्णा मनमोकळेपणाने बोलू लागली. यमुनापुढे जखम उघडी करण्यात संकोच वाटला नाही. यमुना ऐकत होती. मधूनच एखादे वाक्य बोलत होती. सुवर्णाला त्यातून कसले तरी बळ मिळत होते.

"निघते मी आता. चालेल ना? पुन्हा भेटू. मी सांगितलं ते कळलं ना तुला? आपणच पाऊल उचलायचं... आपणच मोकळं व्हायचं. पवित्रा वगैरे घ्यायचा नाही. सगळं सहजपणे करायचं. मनाला स्वातंत्र्याचा ध्यास असला की ते जमतं. त्या स्वातंत्र्याला तुम्ही किती महत्त्व देता यावर सगळं अवलंबून असतं! चल! वेड्यासारखं बोलत सुटले मी. पण हे पुस्तकी नाही हं. अनुभवाचे बोल आहेत!"

"ठाऊक आहे मला!"

"तशी मी अजून पूर्वीसारखी बावळटच आहे..."

"छे गं. तू कसली बावळट? आता कळतं, मीच बावळट होते. कधी विचारच केला नाही... फक्त तकलादू स्वातंत्र्याच्या मागे लागले!"

"अजून उशीर झाला नाही!"

त्या गॅरेजमध्ये पोचता-पोचताच सुधीरची गाडी आत शिरली.

"मी यमुनाला सोडून येते."

"एकटी? मी येतो ना बरोबर."

"नको." तिने बोलणे न वाढवता ड्रायव्हरला म्हटले, "चल."

- परत येताना तिला फक्त आभाळ दिसत होते. ते अधिकाधिक विस्तीर्ण होत असल्याचा भास होत होता. अंगावर येणाऱ्या वाऱ्यात तिचा मोकळा श्वास मिसळत होता. त्या आभाळाचा एक तुकडा मनात ठेवतच तिने घरात पाऊल टाकले, आणि आतही एक मोकळा श्वास घेतला!

कथाश्री, दिवाळी ८६

तो एक क्षण

माधवनगरची गेल्या काही वर्षांत झपाट्याने वाढ झाली होती. तेथील उत्साही आमदार अनंतराव मोहिते यांनी त्या गावाचा कायापालट घडवून आणला होता. गाव मूळचे देखणे होतेच. आजूबाजूला गर्द हिरवी झाडी, शेततळे. गावाबाहेरून दुथडी भरून वाहणारी नदी. नदीकाठावर शंकराचे प्राचीन देऊळ. कोणाचेही मन प्रसन्न करणारा असा हा देखावा होता. त्यांच्या निसर्गसौंदर्याला धक्का न लागेल अशा बेताने अनंतरावांनी ते गाव वाढवले. अनेक सोयी गावाकडे खेचून आणल्या. तेथूनच सुटणाऱ्या अशा दोनतीन नव्या गाड्याही आल्या. स्टेशन झाले. त्यामुळे गाव आजूबाजूच्या जगाला जोडले गेले. आजूबाजूला काही लहान-मोठे कारखानेही उभे राहिले. गावाची प्रतिष्ठा वाढली.

"हे सगळं तुमच्यामुळे झालं, अनंतराव." लोक कृतज्ञतेने म्हणत.

"केवळ माझ्यामुळे नाही! तुम्हा मंडळींचं सहकार्यही मिळालंच की!"

"ते नावापुरतं!"

"अजून माझं समाधान झालेलं नाही. आणखी कितीतरी गोष्टी गावात हव्या आहेत. मुख्य म्हणजे एक कॉलेज पाहिजे. मी मागच्या खेपेला मोतीचंदशेठशी बोलून आलो आहे. ते देणगी द्यायला तयार आहेत. त्यांच्या काही अटी आहेत. त्याबाबतचं बोलणं चालू आहे. अटी तशा काही त्रासदायक नाहीत म्हणा! आणि एखादी अट त्रासदायक असली- म्हणजे आपल्या दृष्टीनं- तरी ती मान्य करायला हवी. त्यात आपलं कल्याण आहे. आपल्या पोरांना कॉलेजसाठी गाव सोडून बाहेर जावं लागतं, किंवा रोज तीन-चार मैलांचा प्रवास करावा लागतो, हे मला आवडत

नाही! पोरांना इथंच सगळं शिक्षण मिळालं पाहिजे - आणि पुढे त्यांच्या शिक्षणाचा फायदा गावाला झाला पाहिजे !''

अनंतरावांचे हे स्वप्न अखेर पूर्ण झाले. गावात मोतीचंद कॉलेज उभे राहिले. सुरुवातीला शाळेच्याच इमारतीत एक वर्ग सुरू केला. हळूहळू विस्तार करत ते शेवटच्या वर्षापर्यंत नेऊन भिडवले. त्या अवधीत कॉलेजची स्वतंत्र इमारतही बांधून झाली. इमारत सुंदर होती. भोवती भरपूर मोठे आवार होते. बांधकाम सुरू केल्यापासूनच झाडे लावलेली असल्यामुळे झाडे चांगली वाढली होती. बाग तयार झाली होती. आवारात एक छोटेसे वसतिगृह व प्राचार्यांचा बंगला यांचाही समावेश होता. शिवाय ग्रंथालयासाठी एक वेगळी टुमदार इमारत. मोतीचंदशेठनी घवघवीत देणगी दिली होतीच. शिवाय गावातील इतर धनिकांनीही भरपूर मदत केली होती. काही कमी पडू द्यायचे नाही, असा सर्वांचाच निर्धार होता.

पहिल्या दोन-तीन वर्षांत विद्यार्थ्यांची संख्या फार कमी होती. पण हळूहळू ती वाढू लागली. काही चांगले प्राध्यापकही मिळाले. शिवाय गावातच राहणारी काही मंडळी होतीच. त्यांनाही अध्यापकवर्गात सामील करून घेण्यात आले. त्याबाबत गावातील काही जाणकार मंडळींचा आग्रह होता.

''ही आपली पोरं आहेत. थोडी कच्ची असतील; पण त्यांना संधी दिलीच पाहिजे. स्थानिक माणसांना डावलून कसं चालेल? सगळीच बाहेरची माणसं भरती करून कसं चालेल?''

''अहो, पण ते आपल्या हातात नसतं. जाहिरात द्यावी लागते. विद्यापीठाच्या नियमांप्रमाणे माणसं भरावी लागतात.'' अनंतराव स्पष्टपणे सांगायचे.

काहींना ते पटायचे; काहींना नाही.

त्या आडगावात यायला प्राध्यापक राजी नसल्यामुळे स्थानिक पदवीधरांना आपोआपच संधी मिळाली. एक मोठा प्रश्न सुटला. या प्रश्नाभोवती राजकारण तयार होत होते. ठिणगी पडली होती. तिने पेट घेतला असता तर घोटाळा झाला असता. एका चांगल्या उपक्रमाला आरंभीच नाट लागला असता. ते संकट टळले म्हणून अनंतरावांनी निःश्वास टाकला.

पण प्राचार्यपदाचा प्रश्न अजून सुटला नव्हता. पहिली तीन वर्षे ते काम गोखले नावाचे एक ज्येष्ठ प्राध्यापक पाहत होते. ते पुण्यातून आले होते. तेथील अनेक वर्षांचा अनुभव त्यांच्या गाठीशी होता. तेथे पटले नाही म्हणून ते माधवनगरला आले होते. ते आपले काम निवांतपणे करता येईल; स्पर्धा, धावपळ यांचे प्रमाण कमी झाल्यामुळे मनःस्वास्थ्य लाभेल अशीही त्यांची कल्पना होती. प्राचार्यांसाठी बांधलेला

बंगलाही त्यांना तात्पुरता दिला होता. मात्र हे तात्पुरते आहे हे त्यांना ठाऊक नव्हते. या जागेवर आपण आणखी काही वर्षे तरी राहणार आहोत, असे ते गृहीत धरून चालले होते. त्यामुळे आपल्या जागी दुसऱ्या कोणाला तरी आणण्याचा विचार चालू आहे, याची कुणकुण लागल्यावर त्यांना धक्काच बसला. ते खवळले.

"सगळं सोडून मी इथं आलो तो काय कोणाच्या तरी हाताखाली काम करण्यासाठी? मला आधीच स्पष्टपणे का सांगितलं नाही? अज्ञानात का ठेवलं?"

"कुठे अज्ञानात ठेवलं? तुमच्या नेमणुकीची ऑर्डर पहा. तीन वर्षांपुरती नेमणूक आहे, असं त्यात लिहिलं आहे की नाही? आम्ही काही तुम्हाला काढून टाकणार नाही. व्हाइस-प्रिन्सिपल म्हणून तुम्ही राहालच."

"मला विचार करावा लागेल!"

गोखले व्यवस्थापनाशी असे किंचित मग्रुरीने बोलले खरे, पण आता हे गाव सोडून आपण जाणार नाही, हे त्यांना आतून कळून चुकले होते. ते तसेच धुमसत राहिले.

गावातील प्रमुख मंडळीही नाराज होती. इथलाच माणूस प्राचार्य असला पाहिजे असा त्यांचा आग्रह होता. त्यांच्या डोळ्यांसमोर गावड्यांचे नाव होते.

"एम.ए. फर्स्ट क्लास आहे... पाच-सहा वर्षांचा अनुभव आहे. आणखी काय हवं?"

"अहो, एक मोठं कॉलेज सांभाळायला एवढ्या गोष्ट पुरेशा नाहीत. केवढा व्याप असतो कल्पना आहे का तुम्हाला? चोख कारभार करता आला पाहिजे. ते महत्त्वाचं."

"हळूहळू जमेल ना त्याला!"

"आधी तो तयार होऊ दे, मग पाहू. सध्या तरी आपल्या हातात काही नाही. मोतीचंद शेठच्या ज्या काही अटी आहेत त्यांतील एक 'आपण सांगू तो प्राचार्य नेमला पाहिजे' ही आहे. इमारत पूर्ण होईपर्यंत ते थांबले. 'आता सगळं व्यवस्थित सुरू झालं आहे. तेव्हा आम्ही मुंबईहून व्यवस्था करतो', असं त्यांचं कालच पत्र आलं आहे."

"कोण येणार आहेत?"

"मुंबईच्या एका मोठ्या कॉलेजचे प्राचार्य. त्यांनी मोतीचंदच्या आग्रहावरून राजीनामा दिला आहे. गृहस्थ विद्वान आहे. खूप वाचतो... अनुभवी तर आहेच."

"नाव तर सांगाल?"

"शंकरराव दिवाण."

"म्हणजे ब्राह्मण!"

"गोखलेही ब्राह्मणच आहेत."

"आम्हाला ते तरी कुठे हवे आहेत? पण तात्पुरतं होतं म्हणून आम्ही गप्प बसलो!"

"कृपा करून तुमचे हे वाद आणू नका. आपला हेतू काय आहे? कॉलेज चांगलं नावारूपाला आणणं! येईना का कोणीही, कामाला चांगला असला की झालं!"

"पण इथं काम करायचं तर या परिसराशीही काही लागेबांधे हवेत ना? मुंबईचा माणूस... म्हणजे तो त्याचा शहरीपणा घेऊन येणार!"

"कशावरून?"

"मी सांगतो. खोटं ठरतं का पहा!"

"खोटं ठरू दे असं म्हणा ना. तीन वर्षं समजुतीनं घ्या."

"तीन वर्षं? का?"

"मोतीचंद त्यांना तेवढ्या मुदतीपुरतेच नेमणार आहेत. पाया भक्कम व्हावा असा हेतू!"

"ठीक."

व्यवस्थापक या नात्याने अनंतराव युक्तिवाद करत होते. मंडळींनी कसाबसा तो वाद मिटवला. पण शंकाकुशंका होत्याच. बाहेरचा माणूस काय म्हणून? ब्राह्मण काय म्हणून?

अशा या सर्वस्वी प्रतिकूल वातावरणातच शंकरराव दिवाण माधवनगरला येऊन दाखल झाले.

दिवाण आल्यानंतर कॉलेजात तटस्थतेचे वातावरण पसरले. रीत म्हणूनसुद्धा त्यांना पहिल्या दिवशी कोणी भेटायला गेले नाही. दुसऱ्या एखाद्या व्यक्तीच्या मनाला ही गोष्ट लागली असती. पण दिवाणांना त्याचे काही वाटल्याचे दिसले नाही. त्यांनी आपण येथे फक्त कामासाठी आलो आहोत, असा पवित्रा घेतला. व्यवस्थापकांबरोबर कॉलेजच्या आवारात एक फेरी मारली. काही गोष्टी विचारून घेतल्या आणि ऑफिसात जाऊन एका फायलीत डोके खुपसले.

ती फाइल वाचताना त्यांना काही शंका आली म्हणून त्यांनी घंटा वाजवली. शिपाई आत आला.

"काय साहेब?"

"ते गोखले आहेत का? असले तर त्यांना जरा पाठवून द्या." व्यवस्थापकांनी गोखल्यांची व त्यांची औपचारिक ओळख करून दिली होती.

गोखले आत आले तेव्हा दिवाणांचे डोके फाइलमध्ये होते. गोखले आल्याचे कळूनही त्यांनी वर पाहिले नाही. गोखल्यांना हा प्रकार अजब वाटला.

"काय काम होतं?"

"जरा थांबा. एवढं हातातलं काम संपवतो, आणि मग त्यासंबंधी बोलतो."

गोखले पाच मिनिटे स्वस्थ बसलेले! त्यानंतरही त्यांच्याशी कोरडे, करकरीत संभाषण. गोखल्यांनी ते सहन केले, कारण त्यांना दिवाणांकडून एक अपेक्षा होती. प्राचार्यांचा बंगला मोठा होता. उपप्राचार्य म्हणून आपल्याला बंगल्यातील दुसऱ्या भागात राहू द्यावे, अशी त्यांची विनंती होती. कारण दिवाण एकटेच आले आहेत, आपले कुटुंब येथे आणण्याचा त्यांचा विचार नाही, असे गोखल्यांनी ऐकले होते. गोखल्यांनी तो विषय काढला.

"ते शक्य नाही!" रोखठोक उत्तर आले. त्यापुढे काही बोलण्याची सोयच दिवाणांनी ठेवली नाही.

"खडूस! स्वतःला समजतो कोण हा? मीही काही कमीचा नाही. वेळ येईल तेव्हा पाहून घेईन!" गोखले दिवाणांना शिव्या देतच बाहेर आले. बाहेर आल्यावर त्यांनी ती भेट रंगवून सांगितली. "यातलं अक्षरही माझ्या पदरचं नाही. तुम्हाला हळूहळू अनुभव येईलच." गोखल्यांनी आपल्या सहकाऱ्यांना सांगितले.

त्यांचे म्हणणे खोटे नव्हते. प्रत्येकाचा हाच अनुभव. कामापुरते बोलायचे तेही काटेकोर. काम चांगले झाले असले तरी त्याबद्दल स्तुतीचा शब्द नाही. एखादी लहानशी चूक झाली तरी मात्र शिव्या!

सदावर्ते नावाचे एक उत्साही प्राध्यापक होते. त्यांनी कॉलेजचे स्नेहसंमेलन शिस्तीने पार पाडले. अविश्रांत काम केले. गावातल्या मंडळींनीही त्यांची तारीफ केली.

स्नेहसंमेलनाच्या दुसऱ्या दिवशी त्यांच्यावर कॉमनरूममध्ये अभिनंदनाचा वर्षाव होत होता. सदावर्ते तावातावाने सांगत होते, "तुम्ही मंडळी अभिनंदन करता आहात! पण त्या पाषाणाला काही पाझर फुटला का? अरे... गेले दोन महिने मी राबत होतो. एवढं सगळं केलं. तर्कतीर्थांसारख्या विद्वानाला प्रमुख पाहुणा म्हणून मिळवलं. काय सुंदर भाषण केलं त्यांनी! पण आमचे साहेब त्यांना घातलेला हार तितकासा चांगला नव्हता म्हणून उखडलेले! आता या कर्माला काय म्हणायचं, तुम्हीच सांगा! आपल्याला नाही अशा माणसाबरोबर काम करायचं. पुढच्या वर्षी मी सरळ जाऊन सांगणार आहे..."

"खुसपट काढण्यात पटाईत आहेत! परवा नोटीस घेऊन गेलो... एका शब्दासाठी हुज्जत घालून बसले! अरे, आम्हाला काही समजतं! किती गुर्मीनं वागायचं? त्याला काही मर्यादा? चुका होऊ शकतात. मान्य करतो मी. पण ते सांगण्याची काही रीत आहे की नाही?"

"रीत? आपल्या साहेबांचा आणि रीतीचा संबंधच काय? रानटी माणूस आहे!"

“आणि हा मुंबईकर म्हणे! त्यापेक्षा आम्ही लहान गावातली मंडळी बरी!” एका स्थानिक प्राध्यापकाने आपला राग बोलून दाखवला.

“राहणी तरी काय हो! कळकट, चुरगळलेले कपडे...”

“घर पाहिलंत का? एकटे राहतात म्हणून काय झालं? जरा नीटनेटकं ठेवावं की नाही? गावातली चार मोठी माणसं येतात-जातात... त्यांना काय वाटत असेल? स्वत:च्या नाही, तरी कॉलेजच्या प्रतिष्ठेसाठी...”

रोज कोणाला तरी दुखवणारी एखादी गोष्ट घडलेली असे; आणि रोज त्या निमित्ताने अशा चर्चा चालत.

मध्येच कोणीतरी दिवाणांची बाजू घेऊन म्हणे, “एक मात्र खरं, माणूस कामाला पक्का आहे. त्यात नखभरही चूक सापडायची नाही.”

“तोच वांधा आहे ना! नाहीतर या माणसाला हुसकून लावणं सोपं होतं. पण कुठं सापडतच नाही हा. परवा मी अनंतरावांशी बोललो. तेही हेच म्हणाले, ‘त्या माणसाशी तुम्हाला काय करायचं आहे? त्याचं काम पहा. ते चांगलं असेल तर मी मोतीचंद शेठकडे कोणत्या आधारावर तक्रार करू?’ ”

मंडळी संतप्त होती. पण दिवाण त्यांच्याही हाती सापडत नव्हते. त्यांनी गुप्तपणे दिवाणांना छळण्यासाठी वेगवेगळे प्रयत्न करून पाहिले होते. पण ते सगळेच फसले होते.

पहिला प्रयत्न त्यांनी गावडेला हाताशी धरून केला होता. “एरवी सामाजिक अन्यायावर एवढी भाषणं ठोकतोस, आणि इथं कसा गप्प बसतोस रे तू? हलव ना तुझ्या मुंबईच्या भाईबंदांना. सळो की पळो करून सोड त्याला.”

गावडे नाराज होताच. त्याने आपल्या संघटनेमार्फत थोडी खटपट करून पाहिलीही होती. पण त्याची डाळ शिजली नव्हती. अनंतरावांनी त्याला ठणकावून सांगितले होते, “तुम्ही तुमचे तास वेळेवर घेत जा, गावडे. इतर उचापती नंतर करा!” अनंतरावांविरुद्ध ब्र काढण्याची गावडेची ताकद नव्हती. कारण त्याचे राजकीय भवितव्य अनंतरावांवरच अवलंबून होते. अगदी खरे सांगायचे तर त्याला या प्राचार्यपदात फारसा रस नव्हताच. त्यांची उडी खूप पलीकडची होती.

गावडेला हाताशी धरणारी मंडळी दुसरीकडे असेही म्हणत की, “गावडे आला तर वेगळे प्रश्न! त्यापेक्षा हे आहे ते बरं आहे की!”

हा प्रयत्न फसल्यावर कोणीतरी कल्पना काढली, “ऑफिसच्या मंडळींना पेटवायचं! कारभाराशी खरा संबंध येतो तो त्यांचा. त्यांना काही बिंगं नक्की माहीत असतील.”

कोणीतरी सीनिअर क्लार्क जाधवजवळ हळूच विषय काढला. त्याने आपले गाऱ्हाणे सांगायला सुरुवात केली, “साहेब आम्हाला फार टाकून बोलतात हो!

कोणाच्याही देखत अपमान करतात''

"सहन कसं करता तुम्ही?''

"मग काय करायचं, साहेब? आम्ही लहान माणसं. एकून घेणंच भाग आहे.''

"तुम्ही मुळी वेळेवर त्यांची काम करूच नका! येऊ देत गोत्यात!''

"आमच्यावर अवलंबून कुठं असतात ते? सगळं स्वतःच करून टाकतात! बाकी काही असो, पण काम मात्र चोख!''

ऑफिसातील इतर लोकही हेच सांगत, त्यामुळे ती आघाडीही थंड झाली.

विद्यार्थी संघटनेमार्फत सुरुंग लावण्याचा प्रयत्नही झाला. पण विद्यार्थी सरळमार्गी, भित्रे होते. काही चळवळे होते, पण त्यांना बहुसंख्य विद्यार्थ्यांची साथ नव्हती. कॉलेजात तासापुरते यायचे व घरी जायचे हा त्यांचा मार्ग होता. कॉलेजात काय चालले आहे, याचा त्यांना पत्ताच नव्हता.

"ही पोरं अगदीच पुळचट हो! अशा वेळी वाटतं, मुंबईला आपलं कॉलेज जसंच्या तसं नेऊन ठेवावं! तिथं एखाद्या लहानशा मुद्द्यावर चुटकीसरशी संप उभा करता येतो. विद्यार्थी अशा एखाद्या संधीची वाटच पाहत असतात!''

"हे गृहस्थ मुंबईचेच आहेत. त्यांना सवय असणार!''

"बोलताना मुंबईचे दाखले नेहमी देत असतात. तिथं असताना मी हे केलं अन् ते केलं!''

"ते मात्र खरं असणार हं. त्याखेरीज त्यांच्या नावाची शिफारस झाली नाही.''

"पण इथं काही करता आलं का, हा खरा प्रश्न आहे!''

"तसं बरं चाललं आहे की!''

"हो, पण त्यात त्यांचं कर्तृत्व काय?''

"त्यांनी काही चांगल्या योजना सादर केल्या आहेत म्हणे. पण त्या योजना पास झाल्या, तर आपलं कॉलेज या परिसरात अग्रभागी येईल. मेडिकल अन् इंजिनिअरिंग कॉलेजांनाही परवानगी मिळेल. शेठना असा विस्तार करायचा आहे म्हणून त्यांनी यांना पाठवलं!''

हे सगळे घडत असताना दिवस पुढे सरकत होते. दोन वर्षे संपली होती आणि तिसरे वर्ष चालू झाले होते. तिसऱ्या वर्षाच्या पहिल्या दिवशी कॉमनरूम मीटिंग झाली तेव्हा कोणीतरी म्हणाले, "चला, शेवटचं वर्ष. सुटलो!''

दिवाणांना, आपण आजूबाजूच्या लोकांत इतका असंतोष निर्माण केला आहे, याची कल्पना तरी होती की नाही कोण जाणे! ते आपले झापडे लावण्यासारखे काम करत होते. इतर कशाशी त्यांनी संबंध ठेवला नव्हता. त्यांचे कोणाकडे येणे-जाणे

नव्हते. त्यामुळे त्यांच्या मनात काय चालले आहे हे कळण्याचा काही मार्ग नव्हता. ते सकाळी दहा वाजल्यापासून संध्याकाळी पाच वाजेपर्यंत कॉलेजमध्ये असत. त्यांनतर घरी जात. घरी कार्यक्रम एकच. वाचन आणि गाणे ऐकणे. गावातल्या काही प्रतिष्ठित लोकांनी त्यांना गावच्या सामाजिक जीवनात सहभागी करून घेण्याचा प्रयत्न केला. पण त्यांनी प्रतिसाद दिला नाही. ते एकटेच राहिले.

एका कामात मात्र त्यांनी फार उत्साह दाखवला. माधवनगर हे जुन्या काळातील एक संस्थान होते. पटवर्धनांचा राजवाडा अजूनही तेथे उभा होता. आता राजवाड्यात कोणी नव्हते. एक प्रेक्षणीय वास्तू एवढेच त्याचे स्थान होते. राणीसाहेब वृद्ध झाल्या होत्या. त्या दिल्लीला राहत. वर्षातून एखादी चक्कर मारत. अशाच एका भेटीत त्यांनी अनंतरावांना निरोप पाठवला. सोबत कॉलेजच्या प्राचार्यांनाही घेऊन यायला सांगितले.

"राजेसाहेबांना पुस्तक विकत घेण्याचा नाद होता. खूप पुस्तकं आहेत. आता ती इथं कशासाठी ठेवायची? माझा असा विचार आहे की ती कॉलेजला देऊन टाकावीत. विद्यार्थी वाचतील, उपयोग करतील... त्यांची निगा राखली जाईल."

हा प्रस्ताव ऐकून दिवाण आनंदित झाले. तो ग्रंथसंग्रह प्रत्यक्ष पाहिल्यावर तर हुरळूनच गेले. अनेक दुर्मिळ इंग्रजी, मराठी पुस्तके त्या संग्रहात होती. त्यांतील काही पुस्तकांचा त्यांनी अनेक वर्षे शोध घेतला होता. त्यांना ती कुठेही मिळाली नव्हती. संग्रहात ती पुस्तके पाहून गुप्तधन हाती आल्यासारखे त्यांना वाटले.

"ही पुस्तकं नेण्याची व्यवस्था करा. संग्रहाला राजेसाहेबांचं नाव द्या. माझी अट एकच- या पुस्तकांची कपाटं वेगळी पाहिजेत. कोणाच्याही नजरेत भरतील अशा ठिकाणी ती कपाटं ठेवली पाहिजेत!"

"अवश्य! आजच आमच्या लायब्ररीयनला पाठवतो. तो एक-दोन क्लार्क्सच्या मदतीनं यादी करायला सुरुवात करील."

हा त्यांचा उत्साह पाहून अनंतरावही चकित झाले. कारण दिवाणांचे हे रूप त्यांना अपरिचित होते. त्यांच्याबद्दल असंख्य तक्रारी होत्या. अनंतरावांचा वैयक्तिक अनुभवही फारसा चांगला नव्हता. दिवाणांचे ते रखरखीत व्यक्तिमत्त्व - आणि हे पुस्तकांवर, गाण्यावर प्रेम करणारे व्यक्तिमत्त्व यांची त्यांना परस्परांशी संगती लावता येत नव्हती.

राजेसाहेबांच्या नावाचा हा स्वतंत्र विभाग ग्रंथालयात उभा राहत होता. तो पाहून मंडळींची कुजबुज चालू झाली होती.

"ही सगळी खटपट मुदतवाढ मिळविण्यासाठी असणार! दुसरं काय?"

"म्हणजे हा आता किती वर्षं आपल्या डोक्यावर बसणार?"

"देवाला माहीत! पण तो खटपट करतो आहे हे मला नक्की माहीत आहे!"

"बापरे!"

त्या वर्षात दिवाणांनी ज्या गोष्टी केल्या त्यांचा संबंध त्यांच्या मुदतवाढीशी जोडला गेला. ग्रंथालयाच्या विभागाचे उद्घाटन मोतीचंद शेठनी केले. थाटात समारंभ झाला. कॉलेजच्या मंडळींना मनाविरुद्ध सगळी मदत करावीच लागली. 'मोतीचंदला खूश करण्यासाठी आहे हे सगळं! एरवी त्याचा एवढा गाजावाजा करण्याची काय जरुरी होती?'

समारंभानंतर काही दिवसांनी दिवाण मुंबईला जाऊन आले. मुदतवाढीची अफवा आणखी फैलावली. दिवाणांच्या निवृत्तीचा दिवस जवळ येत चालला. ज्यांना दिवाणांनी फार दुखावले होते ती मंडळी अस्वस्थ होती. गोखले त्या मंडळींत प्रमुख होते. इतरांनाही काय घडते याबद्दल कुतूहल होतेच.

मोतीचंद कॉलेजात, ऑगस्ट महिन्यात हाच एक विषय हलक्या आवाजात बोलला जात होता.

१४ ऑगस्ट हा दिवाणांच्या निवृत्तीचा दिवस होता. कॉलेजातील वातावरणातून काहीच अंदाज लागत नव्हता. दिवाण, आपण नुकतेच रुजू झालो आहोत, अशा थाटात फिरत होते. आवरात फिरताना माळी विडी ओढत बसलेला त्यांना आढळला. त्यांनी त्याला दटावले, "नीट काम करत जा. ही काय विडी ओढण्याची वेळ आहे?" इत्यादी. एक-दोन वर्ग मोकळे आहेत असे त्यांना आढळले. त्यांनी ऑफिसात जाऊन टाइमटेबल काढून पाहिले. त्या वर्गांवर ज्या प्राध्यापकांचे तास होते त्यांना लगेच बोलावून घेतले व धमकावले. हे सगळे पाहून प्राध्यापक मंडळींचा संशय वाढत होता.

तो संशय आणखी वाढावा अशी गोष्ट दिवाणांनी तेरा ऑगस्टला केली. त्यांनी प्राध्यापकांची एक तातडीची मीटिंग बोलावली. या मीटिंगच्या नोटिशीसोबत अजेंडा नव्हता. त्यामुळे ती कशासाठी हेच कळेना.

"कदाचित जाण्यापूर्वी सर्वांना भेटून घ्यायचं असेल!"

"तीन वर्षं भेटलो की, पुरे झालं!"

मीटिंग सुरू झाली, आणि दिवाणांनी आपल्या खास आवाजात, खास शैलीत बोलायला सुरुवात केली. नेमके, मोजके बोलणे. चेहऱ्यावर स्मिताची एकही रेषा नाही, कपाळावर एक बारीकशी आठी कायम.

"पुढच्या वर्षीपासून कॉलेजात कॉमर्सची शाखा सुरू करायची आहे. मी गेल्याच वर्षी योजना पाठवली होती. ती मंजूर होऊन आली आहे. कॉमर्स येणार म्हणजे काम वाढणार. त्या दृष्टीनं पूर्वतयारी करायला हवी. कॉमर्सचे विद्यार्थी हुशार असतात. कारण हल्ली चांगल्या विद्यार्थ्यांची धाव कॉमर्सकडे असते. त्यांच्याशी खेळून चालत नाही. तुम्हा मंडळींचा एकूण कारभार गलथान आहे. तास वेळेवर

होत नाहीत. जे तास होतात, त्यांतही काय चालतं हे मला ठाऊक आहे. काही प्राध्यापकांबद्दल विद्यार्थी रोज तक्रार घेऊन येत असतात. विद्यार्थ्यांना प्राध्यापकांपेक्षा अधिक माहिती अशी परिस्थिती असते! कॉलेजचं ग्रंथालय उत्तम आहे. शिवाय नवी दुर्मिळ पुस्तकं मिळाली आहेत. तो विभाग येऊन आता वर्ष होईल. पण त्या पुस्तकांना अजून फारसा कोणी हातही लावलेला दिसत नाही!... वास्तविक प्राध्यापकांना खूप वेळ असतो. मुंबईसारखा, येण्याजाण्यातही वेळ जात नाही. किती उत्साहात वाचलं पाहिजे!''

''झाली व्याख्यानबाजी सुरू!'' कोणीतरी कुजबुजले.

कुलकर्णी ताड्कन उठले व म्हणाले, ''दॅट इज बिसाइड द पॉइंट. मुद्द्याचं बोला!''

सर्व जण चकित होऊन त्यांच्याकडे पाहू लागले. कुलकर्णी पुष्कळ वाचत असत, त्यामुळे प्राचार्यांच्या या विधानांनी त्यांना अपमानित झाल्यासारखे वाटले.

''तेच बोललो आहे!'' दिवाण विचलित न होता म्हणाले.

''या कॉलेजचा दर्जा हा प्राध्यापकांच्या दर्जावर अवलंबून आहे. नवं काही सुरू करायचं असलं तर त्यात यश मिळणं हा विश्वास वाटला पाहिजे.'' वगैरे वगैरे.

मीटिंग संपल्यानंतर मंडळींची खात्रीच पटली होती की, दिवाणांना मुदतवाढ मिळणार. नाहीतर आदल्या दिवशी त्यांनी हे व्याख्यान कशाला सुनावले असते?

कोणीतरी या कुशंकेत भर घालणारी माहिती पुरवली. ''आत्ताच मुंबईहून तार आली आहे. साहेबांनी ती फोडली. त्यांच्या चेहऱ्यावरून काही कळणं कठीणच असतं म्हणा, पण चेहऱ्यावरचे भाव बदलले नाहीत, त्या अर्थी ती तार व मुदतवाढ यांचा काहीतरी संबंध असावा!''

''मलाही असंच वाटतं. मी काही कामासाठी साहेबांना भेटायला गेलो होतो. तेथे आपले लायब्ररीयन बसले होते. आणि साहेब त्यांना ताणत होते. पुरुषासारखा पुरुष पण डोळ्यांत पाणी आलं हो त्यांच्या! दुसऱ्यांच्या देखत तरी अपमान करू नये!''

''आता हे आणखी किती दिवस चालणार कुणास ठाऊक!''

तो धागा पकडून कुलकर्णी उठले व ग्रंथालयात गेले. ''काय झालं हो?'' त्यांनी पाटलांना विचारले.

''काय सांगू, सर? साहेब मुंबईहून ढिगानं पुस्तकं मागवतात. परवाच त्यांनी पुस्तकं मागवली. ते गठ्ठे उघडायला वेळही झाला नाही. साहेबांना त्यांतलं एक पुस्तक हवं होतं...''

''कॉलेजच्या पैशावर चैन करायला मिळते आहे...!''

''तसं मात्र म्हणता येणार नाही, सर. साहेब कोणतंही पुस्तक त्याची नोंद

झाल्याखेरीज घरी नेत नाहीत. वाचून झालं की लगेच परत करतात. मी नावं घेत नाही, पण आपल्या काही प्राध्यापकांकडे दोन दोन वर्षं पुस्तकं पडून राहतात! पुन्हा त्यांना काही विचारायची सोय नाही! साहेब कधी नियम मोडणार नाहीत!''

''तिथंच पंचाईत आहे! नाहीतर...''

चौदा ऑगस्टचा दिवस उजाडला. काही मंडळी ऑफिसच्या भोवती घोटाळत होती. तेथील हालचालीचे निरीक्षण करत होती. गोखले घाईघाईने प्राचार्यांच्या खोलीत जाताना दिसले. त्यांना कोणीतरी खुणेने 'काय बातमी आहे? आत कशासाठी चालला आहा?' असे विचारले. 'थांबा, मग सांगतो,' असे त्यांनी खुणेनेच उत्तर दिले. पण त्यावरूनही काही बोध झाला नाही.

रजिस्ट्रार काही वेळाने बाहेर आले - आणि हा संभ्रम एकाएकी संपला.

''साहेबांनी आत्ताच गोखल्यांकडे चार्ज दिला.'' त्यांनी घोषणा केली.

''काय म्हणता? ऑर्डर केव्हा निघाली?''

''आजच. साहेबांची शेवटपर्यंत खटपट चालू होती. त्यांना आणखी वर्षभर तरी राहायचं होतं.''

''कशासाठी? आम्हाला आणखी छळण्यासाठी?''

''तसं नाही हो! प्रतिष्ठेचा प्रश्न झाला तो! मुदतवाढ मिळणं म्हणजे आम्हाला तुमची गरज आहे असं कबूल करणं. नाहीतर काय, कराराप्रमाणे तीन वर्ष आले आणि गेले!''

''जाऊ द्या हो! आता चर्चा कशाला! एक पर्व संपलं. आता दुसरं पर्व! आपल्या दृष्टीनं फारसा फरक पडत नाही!''

''लगेच फेअरवेल देऊन टाकू. कारण हा नियमभंग न करणारा माणूस! लगेच निघून जाईल!''

''तेही खरंच.''

कोणीतरी पुढाकार घेऊन निरोप समारंभाच्या तयारीला लागले. पण तयारी अर्धवट असतानाच बातमी आली, ''साहेब निरोप घेणार नाहीत!''

''म्हणजे?''

''निरोप समारंभामधल्या भाषणांची भीती वाटत असेल.''

''मी थोडं ठोकायचं ठरवलंच होतं.''

''तसं नाही हो. साहेब संध्याकाळीच मुंबईला चालले आहेत. अनंतरावांची गाडी काही कामासाठी जाते आहे म्हणे. त्यामुळे अवघ्या तीन-चार तासांत सगळी आवराआवर करायची आहे. फारसा वेळच नाही!''

''आवराआवर कसली? संन्याशाचा संसार!''

''तरी काय झालं? पसारा असतोच.''

"आपण बंगल्यावर भेटून येऊ या?"

"चला!"

'मलाही एका सहीसाठी जायचं होतं. मी तुमच्याबरोबरच येतो." ग्रंथपाल पाटील म्हणाले.

दिवाण आवराआवर करत होते. मनात थोडी खिन्नता होती. पण ते स्वत:पाशीच तसे कबूल करत नव्हते. रुखरुखही होती. फार तोडून वागलो आपण. पण काय करणार? इलाजच राहत नाही. आधी स्वभावात मृदूपणा नाही. त्यात असे ढिले वातावरण पाहिले की... या मंडळींच्या मनात वैरभाव होता. त्यांच्या वागण्यावरून ते कळायचे. थोडी भीतीही वाटायची. त्यामुळेच आपण शेवटपर्यंत सावध राहिलो - आणि शेवटी सहीसलामत सुटलो. एरवी या मंडळींनी कधी धोक्यात आणले असते काही सांगता येत नाही!

दिवाणांनी पुस्तकांचे कपाट उघडले. पुस्तके एका बॅगेत भरायला सुरुवात केली. काही पुस्तके भरून झाली- आणि ते एकाएकी थबकले. वरच्या खणात तीन चार पुस्तकांचा एक गठ्ठा होता. आता कुठे पाहायलाही मिळणार नाहीत, अशी ती पुस्तके होती- राजेसाहेबांच्या ग्रंथसंग्रहातली. त्यात एक मेजर कॅन्डीची सही असलेले पुस्तक होते... दोन-तीन इंग्रजी पुस्तके. ही न्यावीत का आपल्याबरोबर? मुंबईला गेल्यावर झेरॉक्स करून घेऊ आणि परत पाठवून देऊ! आणि नाही पाठवली परत, तरी कोणाला त्याचे सोयरसुतक आहे? कोणाच्या लक्षातही येणार नाही!

मोह अनावर झाला, आणि त्यांनी ती पुस्तके बॅगेत अगदी वर ठेवून दिली.

इतक्यात एक-दोन प्राध्यापक भेटायला आले. सोबत ग्रंथपाल पाटीलही होते.

"कधी निघणार?"

"आणखी तासाभरात!"

शांतता. मग पुन्हा एखादे प्रश्नोत्तर. पुन्हा शांतता. उकरून उकरून प्रश्न विचारले जात होते. पण संभाषणाला ओघ नव्हता. असणे शक्यच नव्हते.

"साहेब, या कागदावर सही राहिली होती..." पाटील म्हणाले.

"काय आहे?"

"काल आपण सांगितलं होतं. त्याप्रमाणे..."

"हो!" कागद पाहताच दिवाणांच्या एकदम लक्षात आले. त्यांनी सहीसाठी तो कागद स्वत:कडे घेतला व ते टेबलाकडे गेले. त्यांनी डोळ्याला चष्मा लावला व पुन्हा एकदा तो कागद ते वाचू लागले.

"टायपिंगच्या असंख्य चुका आहेत!" वाचता वाचता त्यांनी खुसपट काढलेच.

पाटील काही बोलत नव्हते. त्यांचे लक्ष बॅगेमधील पुस्तकांकडे होते. ही 'पटवर्धन संग्रहामधली पुस्तके' साहेबांनी मागून आणली होती. इतर पुस्तके परत

केली. मग ही पुस्तके...

त्यांच्या मनात लख्कन एक कल्पना चमकली.

"निरोपाच्या वेळीही हा माणूस कोरडा ठणठणीत हो!"

"निदान बसा तरी म्हणायचं! आपणच बसलो म्हणून..."

"आता त्याला बरोबर पकडतो!" पाटील स्वत:च्या नादात असल्यासारखे म्हणाले.

पाटलांनी कॉलेजात पोहोचल्यावर आपली कल्पना, आपल्या वर्तुळातील काही मोजक्या प्राध्यापकांना सांगितली. त्यांनी ती लगेच उचलून धरली.

एकादोघांनी मात्र विरोध केला. "नको हो! वाईट दिसतं!"

"त्यांनी कधी आपली पर्वा केली?"

"त्यांना त्यांच्याच पद्धतीनं धडा शिकवला पाहिजे. आयती संधी चालून आली आहे..."

"ते खरं, पण तरीही नको अस वाटतं. उगाच वृत्तपत्रात बातमी येईल... गाजावाजा होईल."

"तेच तर हवं आहे!"

"पहा बुवा!"

पण पाटलांनी नेट सोडला नाही. चार-पाच प्राध्यापकही त्यांच्या सोबत होते.

दुपारी चारच्या सुमारास दिवाण मोटारीत बसले. अनंतराव सोबत येणार होते. पण ऐन वेळी त्यांना त्यांचे जाणे रद्द करावे लागले.

"केवळ माझ्यासाठी गाडी काढू नका! मी रात्रीच्या ट्रेननं जाईन." दिवाण म्हणाले.

"गाडी मुंबईला चाललीच आहे हो. तुम्ही नि:शंकपणे जा. नाही म्हटलं तरी थोडे सामान बरोबर आहे. गाडीनं गेलात तर तुम्हालाही सोईच."

"ठीक!"

दिवाण गाडीत बसले. एकटेच. गाडी भरधाव निघाली. नाही म्हटले तरी अंगात शीण होता. दिवाणांनी डोळे मिटले. त्यांना डुलकी लागली.

...मध्येच गाडी का थांबली हे दिवाणांना कळले नाही. त्यांनी डोळे उघडले, समोर दोन पोलिस उभे होते.

"काय काम आहे? गाडी का थांबवली?" त्यांनी जरा चिडूनच विचारले.

"सामानाची झडती घ्यायची आहे!"

"घ्या!" त्यांना झडतीचे कारण कळले नव्हते. पण पोलिसांशी हुज्जत घालण्यात अर्थ नाही हे त्यांना ठाऊक होते. "माझं सगळं सामान डिकीत आहे."

ड्रायव्हरने डिकी उघडली. पोलिसांनी एकेक बॅग उघडायला सुरुवात केली.

पुस्तकांच्या बॅगेत त्यांना हवी होती ती पुस्तके सापडली.

"कॉलेजकडून तक्रार आली होती. ही पुस्तकं लायब्ररीतून नाहीशी झाली होती. आम्हाला तपास करायला सांगितलं होतं..."

दिवाणांना काय बोलावे हेच कळेना!

असा कसा हा मोह पडला? आता करायचे काय? गोष्ट तशी साधीच आहे. स्पष्टीकरण देऊन निभावता येईल. तरीही... तो क्षण... तो मोह... टाळता का आला नाही?

माधवनगर... मोतीचंद कॉलेज... प्राचार्यांचा बंगला... प्राध्यापकांचे चेहरे... राजेसाहेबांचा ग्रंथसग्रह... पाटील... सगळे एकमेकांत मिसळून उलट्या गतीने त्यांच्याभोवती फिरू लागले!

तो एक क्षण त्या चक्रात घट्ट बांधला जात होता.

दीपसौजन्य, दिवाळी ८६

उद्ध्वस्त

सुवर्णा प्रधान ऑफिसात पोहोचली तेव्हा साडेनऊ वाजून गेले होते. नऊ ते पाच ही ऑफिसची वेळ होती. इतर मंडळी नऊच्या ठोक्यालाच हजर झाली होती व कामाला लागली होती. टुरिस्टांचा सीझन चालू होता. त्यामुळे काम खूपच होते. देशी-परदेशी प्रवाशांची एकसारखी वर्दळ असे. त्यांना तऱ्हेतऱ्हेची माहिती हवी असे. एखादा नाठाळ प्रवासी फार वेळ खात असे. पण डोके थंड ठेवून सगळी माहिती पुरवणे हे तेथे काम करणाऱ्यांचे कर्तव्यच होते. त्यांचा बॉस मोहनसिंग हा कडक माणूस होता. त्याच्या कानावर एखादी तक्रार गेली असती तर मग कोणाची धडगत नव्हती. त्याला भिऊन सगळे व्यवहार चालत. तो स्वत: साडेआठलाच ऑफिसात दाखल होई. त्यामुळे इतरांना नऊची वेळ सांभाळावीच लागे. त्या बाबतीत कोणतीही दिरंगाई तो खपवून घेत नसे. सुवर्णाला हे ठाऊक नव्हते असे नाही, पण तरीही तिला आठवड्यातून एक-दोन वेळा तरी उशीर व्हायचाच! तिला त्याचे काही वाटत नसे.

आजही अगदी सावकाशपणे ती आपल्या काउंटरपाशी येऊन बसली. पर्समधून आरसा बाहेर काढून तिने केस सारखे केले. तोंडावरून पावडरचा पफ फिरवला. शिपायाने आणून ठेवलेले पाणी ती घटाघटा प्याली.

"आता जरा फ्रेश वाटलं! बसला केवढा क्यू होता गं! आत शिरणं म्हणजे... इट वॉज व्हेरी डिफिकल्ट!"

आजूबाजूच्या मुलींनी एकमेकींकडे पाहून डोळे मिचकावले, कारण सुवर्णाचे हे नेहमीचे वाक्य होते.

''मॅडम, आता तुम्ही तुमचा काउंटर सांभाळा!'' शेजारचा मेहता म्हणाला.

''थँक्यू हं!'' असे म्हणून तिने समोर उभ्या असलेल्या एका टुरिस्टशी बोलायला सुरुवात केली.

''यू सी... फॉर अजंठा यू हॅव टु गो टु औरंगाबाद फर्स्ट ऑर यू कॅन गो टु जळगाव. दॅट इज मोअर क्लोज!''

सुवर्णाचे खास इंग्रजी ऐकून मेहता शेजारच्या ल्यूसीला म्हणाला, ''क्वीन्स इंग्लिश!'' ल्यूसी हसली.

''ए, का हसलीस गं? मला सांग ना...'' सुवर्णा म्हणाली.

''ऐसेही!''

''लबाड आहेस! बरं, नंतर सांग. आधी जरा या बंगाली बाबूशी बोलते. फारच काम आहे ग आज! व्हेरी बिझी डे!''

मेहता आपल्याबद्दल काही बोलला असेल, ल्यूसीने ते सांगायची टाळाटाळ केली असेल असे सुवर्णाच्या मनातही आले नाही. आपल्याविरुद्ध काही असेलच कसे? आपण 'पर्फेक्ट' आहोत, अशी तिची खात्रीच होती.

तेवढ्यात मोहनसिंग काही कामासाठी केबिनमधून बाहेर आला. तो सुवर्णाच्या काउंटरसमोरून जात असताना सुवर्णाने त्याला हटकले, ''हॅलो मिस्टर सिंग, हाऊ आर यू?''

''फाइन!'' त्याने हसून उत्तर दिले व तो पुढे गेला.

''यू आर ग्रेट! तू नऊ वाजता जागेवर नव्हतीस तेव्हा तो उखडला होता. आत्ता मात्र एक चकार शब्दही बोलला नाही! कधीच बोलत नाही.'' स्मिता म्हणाली.

''त्याला काय जातं आहे उखडायला? स्वत: कारनं येतो. बसचा क्यू कधी बघितला आहे का त्यानं?''

''अग, आम्हीही नाही का बसनं येत?''

''तुम्हाला उद्योग काय असतो? आईनं भरलेला डबा घ्यायचा आणि निघायचं! मला सकाळी किती काम असतं माहीत आहे? माझी मावशी खूप मदत करते गं. पण तीही थकली आहे आता. सगळं तिच्यावर कसं टाकू? शिवाय माझे मिस्टर आले आहेत.... बंगलोरची हवा सध्या खूप छान आहे म्हणे गं! मी त्यांच्या बरोबर चार दिवस जाऊन यायचा विचार करते आहे.''

सुवर्णा समाधानाने दुसऱ्या विषयावर बोलू लागली होती. हेही नेहमीचे होते. आपण घर सांभाळून नोकरीसाठी इतका वेळ देतो हीच एक मोठी गोष्ट आहे, अशी सुवर्णाची पक्की खात्री होती. त्यामुळे त्या बाबतीत कोणीही आडवेतिडवे बोलले तरी तिला त्याचे काहीच वाटत नसे. ते बोलणे तिच्या आतपर्यंत मुळी पोहोचतच नसे.

"मग तू नोकरी कशाला करतेस?" असे कोणी विचारले तरी तिचे उत्तर तयार होते.

"मग? मी माझ्यामधली टॅलंट वाया घालवू की काय? दुपारी मोकळी असते मी. इथं येऊन काम करते... यू सी, आय ॲम नॉट अ करिअर वुमन. बट आय ऑल्सो वॉन्ट टु डू समथिंग. माझी कॉलेजात फर्स्टक्लास करिअर होती... मुलं मोठी झाल्यावर हा टुरिझमचा कोर्स केला. सहज नोकरी मिळाली. आय ॲम हॅपी. तुम्ही मुलींनी खूप केलं पाहिजे गं. आय विल ऑल्वेज गिव्ह यू कोऑपरेशन. आफ्टर ऑल, युई आर फ्रेन्ड्स नाही का गं?...ए, तुम्ही आमच्या घरी केव्हा येता? खूप दिवस माझ्या मनात आहे तुम्हाला बोलवायचं. मेहता, सिंग सगळ्यांना बोलवाचं आहे. पोहे आवडतात ना तुम्हाला? पोहे करू त्या दिवशी वाटाणे घालून. शिवाय सम स्वीट डिश."

सुवर्णा समाधानाने पुढचे बेत करत होती.

ऑफिसातील मंडळींना तिचा हेवा वाटायचा. तिला इतके तृप्त, प्रसन्न राहणे जमते कसे, याचे आश्चर्य वाटायचे.

"आपण बारीकसारीक गोष्टी इतक्या लावून घेतो. ही आपली निर्धास्त!"

"शी इज हॅपी विथ हरसेल्फ!"

"व्हॉट इज द सीक्रेट ऑफ हर हॅपीनेस?"

"असं सीक्रेट वगैरे काही नसतं गं. हा ज्याच्या त्याच्या स्वभावाचा भाग असतो."

"इट इज नाइस टु हॅव समबडी लाइक हर अराउंड!"

सुवर्णाच्या या साध्या स्वभावाचे आकर्षण ऑफिसमधील अमराठी मंडळींना विशेष वाटायचे. त्यांचे जग वेगळे, गुंतागुंतीचे होते. त्या जगात कृत्रिमता होती, तोंडदेखले वागणे होते. त्यामुळे सुवर्णा हा त्यांना दिलासा वाटायचा. देशीपणाची फॅशन करणाऱ्या मंडळींनाही ती हवीशी वाटायची. शिवाय कोणाशी स्पर्धा करणे हे तिच्या स्वभावात नव्हते. पुढे जाणे ही तिची महत्त्वाकांक्षाच नव्हती. त्यामुळे तिच्यापासून कोणाला धोका नव्हता.

पण तिच्या विरुद्ध बोलणारा एक गटही होताच.

"कशी राहते गं! काय त्या भडक साड्या... आपल्याला काय शोभेल, काय नाही याचा विचारच नाही!"

"तुम्हाला वाटते तेवढी साधी नाही हं ती! पक्की आहे. स्वतःला जे हवं आहे ते बरोबर पटकावते!"

"मानापमानाच्या कल्पनाही आहेत. परवा एका प्लॅनबद्दल बोलायला तिच्याऐवजी कल्पनाला बोलावलं तर कशी रागावली! म्हणे, 'ही काल आलेली... महाराष्ट्राबद्दल

माझ्याशी बोलायचं की तिच्याशी?' आणि गंमत म्हणजे सिंगला तिनं ठणकावून सांगितलं, की इट वॉज युअर मिस्टेक!''

''तसे कंगोरे कोणाच्याही स्वभावाला असतातच गं. पण एकूण, शी इज हार्मलेस!''

''त्यात काही शंकाच नाही.''

''स्वतःच्या जगात चूर असते!''

हे खरे होते. सुवर्णाचे जग वेगळे होते. त्या जगातून या बाहेरच्या जगात ती आपली तात्पुरती येत-जात होती, इतकेच. तिचा आपल्या जगावर, आपल्या जीवनसरणीवर फार विश्वास होता. तो विश्वास तिच्या वागणुकीत पुरेपूर भरलेला दिसायचा.

लंचच्या सुट्टीत सर्व जण एकत्र जमायचे. त्या वेळी सुवर्णा आपला पोळीभाजीचा डबा बिनदिक्कतपणे बाहेर काढायची. सॅन्डविच खात शेजारी बसलेल्या एखाद्याला म्हणायची, ''वांग्याची भाजी आहे. खाऊन बघतोस का? छान झाली आहे. माझी स्पेशालिटी आहे बरं का!'' तोही एखादा चमचा घ्यायचा आणि मिटक्या मारायचा. बहुतेकांच्या डब्यात सुके खाणे असायचे. ते पाहून सुवर्णा म्हणायची, ''तुमचं पोट कसं भरतं? मला तर दहीभात खाल्ल्याशिवाय जेवल्यासारखंच वाटत नाही.'' जेवताना आपण घरात काय करतो याचे वर्णन : ''वालाचं बिरडं ही आमची खास डिश बरं का... सोड्याची खिचडी... यू नो व्हॉट इज सोडे? ड्राय प्रॉन्स... व्हेरी टेस्टी. आय विल ब्रिंग वन डे हं! माझ्या मिस्टरांना फार आवडते. ते दोन दिवसांसाठी आले तरी मी एकदा तरी ती खिचडी करतेच! आमच्या सी.के.पी.मध्ये निनावं म्हणून एक करतात. मावशी छान करते!'' सुवर्णा चवीने या सगळ्या गोष्टी सांगायची. कारण एकच : स्वतःच्या जीवनसरणीवरील विश्वास!

एकदा मोहनसिंगने ऑफिसातील मंडळींना आपल्या घरी जंगी पार्टी दिली. पार्टीला बाहेरची काही प्रतिष्ठित मंडळीही आली होती. याची थोडी कल्पना असल्यामुळे ऑफिसातील मंडळी उत्तम पोशाखात, थाटात आली होती; ती मनातून थोडी नर्व्हसही होती. इतक्या बड्या मंडळींत वावरणे जमेल ना आपल्याला? सुवर्णा मात्र मजेत होती. ती एक गुलबक्षी रंगाचे, जरीचे इरकली पातळ नेसून आली होती. पातळाचा रंग थोडा विटलेला दिसत होता. हातात पाटल्या- गळ्यात मोहनमाळ.

''एखाद्या गौरीसारखी नटली आहेस!''

''मग काय तर! एवढा मोठ ऑकेजन आहे... म्हटलं, चला ठेवणीतल्या वस्तू बाहेर काढू या.''

''पातळ थोडं विरलेलं वाटतं आहे गं.''

''असेल, पण इट इज कॉस्टली, यू नो. आता कुठे हा टाइप पाहायलासुद्धा

मिळणार नाही. माझ्या आईचं होतं. ती अर्थात नऊवारी नेसायची. मी फाडून सहावारी केलं!''

''या पाटल्याही आईच्याच?''

''नाही. त्या आजीच्या. किती तऱ्हेतऱ्हेचे दागिने आहेत आमच्या घरी. तुम्ही या एकदा. दाखवीन. या स्मितानं सगळं पाहिलेलं आहे. नाही का गं, स्मिता? तो कोल्हापुरी साज आठवतोय ना तुला? सणाच्या दिवशी मी सगळे दागिने घालते. आईला फार हौस होती. ती घालायला लावायची. तेव्हापासून मला सवय पडून गेली आहे...''

''काही दागिने मोडून नवे पॅटर्न्स करून घे ना तू!''

''छे गं बाई! जुनं ते सोनं! आमच्या घरातलं फर्निचरही जुनं आहे. शिसवी टेबल, पलंग... ही मुलं कधीकधी लागतात मागे... नवं करून घेऊ या म्हणून! मी नाही ते करू देणार! आता इतकं मजबूत काम कुठं पाहायला तरी मिळेल का?''

त्या आलिशान हॉलच्या कोपऱ्यात सुवर्णा बसली होती. तिच्याकडे आलटून-पालटून ऑफिसातील सहकारी येत होत्या. तिच्या अव्याहत गप्पा चालू होत्या. आपण मोहनसिंगच्या घरी आहोत हे जणू ती विसरूनच गेली होती! इतरांची प्रतिष्ठित मंडळींशी बोलण्याची धडपड, तर ही आपल्या नादात!

वेटर्स मधून मधून फिरत होते. त्यांच्या हातांत मद्याचे ग्लास व खाद्यपदार्थांनी भरलेल्या बशा होत्या. सुवर्णाने एका वेटरला सुरुवातीलाच सांगितले होते, ''हमको ऐसा कुछ नहीं चाहिये. हमको कुछ कोल्डिंक दे दो.'' दुसऱ्या एका वेटरला थांबवून तिने रुमालात काजू, वेफर्स वगैरे गोष्टी घेऊन ठेवल्या होत्या. तो रुमाल मांडीवर पसरून ती बसली होती.

''हे काय सुवर्णा?''

''अगं, किती वेळा ते एकेक-दोनदोन काजू उचलत राहायचे? घ्या, तुमच्यासाठी भरपूर घेऊन ठेवलं आहे.''

हे पाहून एकदोन ख्रिश्चन मैत्रिणी चकित झाल्या होत्या!

''धिस इज नॉट डन, सुवर्णा!''

''व्हॉट इज नॉट डन? आपण आपल्या पद्धतीनं वागायचं! कशाचं दडपण येऊ द्यायचं नाही. अग, हा सगळा नुसता डामडौल असतो. बडा घर, पोकळ वासा. त्या मोहनसिंगची बायको बघ... नवऱ्याशी एक शब्द तरी बोलते आहे का? आल्यापासनं मी बघते आहे... मी तिच्याविषयी ऐकलंही आहे. यू आर होस्टेस... सगळ्यांशी बोललं पाहिजे ऑलराइट! पण नवरा सोडून इतर पुरुषांच्या बरोबर इतकं लाडिक कशाला बोलायला हवं? आय ॲम नॉट क्रिटिसाइझिंग एनीबडी हं! पण या माणसांचं फ्रस्ट्रेशन दिसतं त्यातून. खरं की नाही, स्मिता?''

स्मिताने नुसती मान हलवली.

मी सुवर्णाला थोडी ओळखत होतेच. या पार्टीदिवशी तिचा आणि माझा जरा अधिक जवळून संबंध आला. माझे तिच्याविषयीचे कुतूहल जागे झाले. स्मिता तिची बालपणापासूनची मैत्रीण आहे हे मला ठाऊक होते. स्मिता माझ्या घराजवळ राहायची. त्यामुळे तिची व माझी चांगली ओळख होती.

"फार इंटरेस्टिंग कॅरेक्टर आहे गं!" मी स्मिताला म्हटले.

"हं!"

"मला एकदा तिच्या घरी यायचं आहे...."

"जाऊ ना आपण. आत्ताच तिच्याशी ठरवू." स्मिताने तिला सहज सांगितल्यासारखे केले. "मी एकदा हिला घेऊन तुझ्या घरी येईन..."

"ओ येस, बाय ऑल मीन्स. कधी येतेस बोल? या तीन-चार दिवसांतच ये ना. माझे मिस्टरही भेटतील. ते पुढच्या आठवड्यात परत जायचे आहेत..." सुवर्णा उत्साहाने म्हणाली.

"कळवते तुला."

हे मी सहज म्हटले नाही. मला जायचे होतेच. थोडे कुतूहल लेखक म्हणून, थोडे माणूस म्हणूनही. आजच्या उद्ध्वस्त जगात इतकी शांत, इतकी सुखी माणसे पाहायला मिळत नाहीत. त्यामुळे त्यांची मन:शांती खरी की खोटी, असा प्रश्न पडतो. खरी असेल तर तिची कारणेही जाणून घ्यावीशी वाटतात.

सुवर्णाचे घर पेडर रोडसारख्या वाहत्या वर्दळीच्या रस्त्यावर. आता तेथे नव्यानव्या गगनचुंबी इमारती उभ्या राहिल्या आहेत, पण काही जुनी घरं अजून तशीच आहेत. त्यांना एक वेगळीच शान आहे. सुवर्णाच्या घरातून मला हे जाणवले. त्या घराचा जिना अंधारा होता. पायऱ्या झिजून गेल्या होत्या. पण घर किती प्रशस्त! चार खोल्या होत्या. प्रत्येक खोलीला बाल्कनी. खोलीप्रमाणे बाल्कनीही ऐसपैस. मुख्य खोलीत जुन्या धर्तीचे फर्निचर होते. मधोमध एक मोठा गालिचा पसरला होता. खिडकीपाशी जेवणाचे वर्तुळाकार टेबल. तेही आठ-दहा माणसे बसू शकतील एवढे मोठे.

"चार माणसांना एवढं मोठं घर काय करायचं गं?" मी म्हटले.

"तिच्या घरी आठ-दहा माणसं आहेत!"

"सासरची?"

"नाही. माहेरचीच! काका, आत्या, तिची एक मावशीही राहते तिच्याकडे."

"ती मंडळी हिच्याकडे राहतात?"

"नाही, ती त्यांच्याकडे राहते!"

"म्हणजे?"

"...तिच्या आजोबांचं घर. म्हाताऱ्यानी लग्न केलं नाही. आत्याही बिनलग्लाच्या राहिल्या. सुवर्णा एकुलती एक. त्यामुळे तिला लग्नानंतर कोणी वेगळ्या घरी जाऊ दिलं नाही! तिची आई पाच-सहा वर्षांपूर्वी गेली. पण आत्या इतके लाड करते. आत्याच नव्हे- सगळेच!"

सुवर्णा आम्हाला पाहत, "ए आय विल गेट रेडी ॲन्ड देन कम हं!" असे सांगून आत गेली होती तेव्हा आम्ही बोलत होतो. स्मिताचा स्वर थोडा खिन्न होता. तिचे आईवडिलांशी फारसे पटत नसे. त्यामुळे तिला आतून एकसारखं असुरक्षित वाटे. सुवर्णाची व तिची मैत्री जमली ती यामुळेच. स्वत:च्या घरात न मिळणारे सुख तिला सुवर्णाच्या घरात मिळे. पण तरीही किंचित असूया होतीच. हे आपल्याला का मिळाले नाही, कोणाचे काय चुकले हा प्रश्नही होता. "माझ्या आईवडिलांनी माझ्यावर फार दडपण आणलं. एकसारखं हे कर अन् ते कर. मी जे करते आहे त्याचं कधी कौतुकच नाही, त्यामुळे माझा स्वत:वरचा विश्वासच उडाला!"

"दॅट्स वन डिसॲडव्हान्टेज ऑफ हॅविंग टॅलन्टेड पेरेन्ट्स!"

"तर काय! सुवर्णाचं कौतुक होतं तसं माझं झालं असतं तर..."

मला आमचे हे संभाषण आठवत होते. त्यातील अर्थाचे काही धागे हाती लागू लागले होते. मी अवतीभोवती पाहत होते. काहीच नेटनेटके नाही. कोचावर एकदोन कपडे पडलेले. टेबलावर जुन्या वर्तमानपत्रांचा ढीग.... हे नेहमीचे दृश्य असले पाहिजे. आजच आवरायचे राहून गेले असे काही नसणार... मी मनाशी नोंद करत होते.

तेवढ्यात सुवर्णा आलीच. अंगावर भडक ऑरेंज रंगाची साडी. घाईत नेसल्यामुळे निऱ्या वर-खाली झाल्या होत्या.

"सॉरी हं. बसावं लागलं तुम्हाला. घर पाहिलं का? स्मिता, दाखवलंस की नाही?"

"नाही अजून!"

"चला ना मग... आपण घर पाहून मग आरामात गप्पा करू."

घराला तीन मोठ्या बेडरूम्स. प्रशस्त व्हरांडे. व्हरांड्यातली सामानाची दाटी. खोल्यांमध्ये तर काही बघायलाच नको! पण सुवर्णाच्या मनात त्याबद्दल यत्किंचितही ओशाळवाणेपणा नव्हता. एखाद्या राजवाड्यातून फिरत असल्यासाखी तिची ऐट होती. प्रत्येक खोलीत कोणी ना कोणी होते. सगळ्यांची वये पन्नासच्या वर. सुवर्णा ओळख करून देत होती, "ही माझी मावशी... हे काका..."

"स्मिता तर ठाऊकच आहे तुम्हाला! आणि या विजयाबाई. लेखिका आहेत."

"हो का?" तिची मावशी म्हणाली. त्या उद्गारावरून तिने माझे काहीही वाचलेले नाही याबद्दल माझी खात्री पटली.

''आमची सोनूही लिहायची लहानपणी. फार छान लिहायची.''

''असं?'' मी खोटे कुतूहल दाखवत म्हटले, ''मग आता का नाही त्या लिहीत?''

''वेळच कुठे होतो? इतकं सगळं करायचं असतं तिला. घरात आम्ही बघतो. तरीही थोडंफार करावं लागतंच. मुलं लहान आहेत. शिवाय ही नोकरी!''

''तेही खरंच!'' मी घाईघाईने म्हटले व तो विषय मिटवला. त्या खोलीतील तंबोऱ्याकडे माझी नजर गेली. मी त्याबद्दल काही विचाराचे नाही असे ठरवले होते, पण सुवर्णानेच आपणहून सांगितले, ''मी गाणं शिकत होते. आईला खूप हौस होती. मावशीलाही आहे. पण वेळच होत नाही गं!''

''गळा फार गोड आहे बरं का! सोनू, चहापाणी झाल्यावर म्हण एखादं गाणं!''

''काहीतरीच काय, मावशी!''

''खोटं का सांगते आहे मी? सोनूचं राहून गेलं. पण आता आदितेला नक्की शिवायचं.'' मावशीचे बेत चालू झाले.

''आदिता आली नाही का गं अजून?''

''आली! कपडे तसेच बाहेर टाकलेन आणि खाली खेळायला पळाली. आता हाक मारू तिला!''

त्या पाच-दहा मिनिटांतही मला घरातल्या वातावरणाची कल्पना आली. सुवर्णा हे त्या घराचे केंद्र होते. सगळी माणसे तिच्या भोवती होती. आदितासुद्धा. ती वर आली तेव्हा किती उत्साहाने सुवर्णाला आपल्या शाळेत काय काय झाले याबद्दल सांगत होती! - आणि सुवर्णा ते क्षुद्र तपशीलही मनापासून ऐकत होती. हे पाहून मला माझ्या मुलांची आठवण होत होती. ती कधी माझ्याशी इतके भरपूर बोलल्याचे मला आठवत नव्हते. मोजकी उत्तरे. काही गोष्टी तर सांगतच नसत. एकदा माझ्या मुलीला मी त्याबद्दल विचारले तेव्हा ती म्हणाली, ''अगं, आमच्या जगात काय काय होतं ते सगळं तुला कशाला कळायला हवं!'' तिचे खरेही होते. पण तरीही मला आत कुठेतरी रुखरुख होतीच. सुवर्णाच्या घरी अगदी उलट प्रकार होता. येथे सगळ्यांचे मिळून एकच जग होते - आणि त्या बाहेरच्या जगाशी त्यांचे नाते अगदी तात्पुरतेच होते! तिथले ताण, तिथले संघर्ष यांचा परिणाम या आतल्या जगावर होत नव्हता.

आम्ही सुवर्णाबरोबर बाहेर आलो. तिने कोचावर पडलेल्या कपड्यांकडे नजर टाकली, पण ते उचलले नाहीत. ते तसेच बाजूला सारून ती बसली. खाणेपिणे झाले. बोलणे चालूच होते. ते होते मुख्यत: सुवर्णाबद्दलच. एरवी ते त्रासदायक, कंटाळवाणे वाटले असते. त्यातून मिळालेला एकेक धागा मी गोळा करत होते. मनाशी काही जुळवले होते. आम्ही आधी हॉलमध्ये बसलो होतो. नंतर बाहेरच्या

बाल्कनीत जाऊन बसलो.

"...इथून सगळं कसं छान दिसतं बघ. आम्ही रोज संध्याकाळी इथं येऊन बसतो. वेळ कसा जातो ते समजतही नाही! कधी सगळे मिळून चौपाटीवर फिरायला जातो. मी लहानपणी ज्याच्याकडून भेळ घ्याची ना, तोच भेळवाला अजून आहे. मला पाहिलं रे पाहिलं की विचारतो, 'बेबी, किती पुड्या बांधू?'... आमचा फूलवाला तोच आहे. टेलरसुद्धा तोच आहे! हे बघ माझे ब्लाऊझ, छान शिवले आहेत की नाही? माझे फ्रॉकसुद्धा तोच शिवायचा. छान शिवतो!"

"सोनूचे फोटो दाखवते तुम्हाला..." असे म्हणून एक मावशी आत गेली. तिने एक जाडजूड आल्बम बाहेर आणला.

"यात पहा कशी दिसते... हे डूल मी तिला पहिल्या वाढदिवसाला करून दिलेले बरं का! अगदी मॅट्रिक होईपर्यंत घालायची. हा तिला धावण्याच्या शर्यतीत बक्षीस मिळालं तेव्हाचा फोटो... हा शाळेच्या ट्रिपला गेली होती तेव्हाचा..."

"आई, हे परकरपोलकं तुला आजीनं शिवलं होतं ना गं?"

सुवर्णाची मुले कौतुकाने ते फोटो पाहत होती. जे कौतुक वडीलधाऱ्या माणसांना तेच त्यांनाही! तीही सुवर्णाच्या जगातच वावरत होती - आणि तरीही अगदी नॉर्मल वाटत होती. त्यांची वाढ खुंटली आहे, त्यांच्यावर आईच्या आयुष्याचे सावट आहे असे मुळीच वाटत नव्हते. हे सगळे कसे काय जमून आले आहे, हे उलगडणे सोपे नव्हते.

"आता तुम्ही गणपतीच्या दिवसात या एकदा. मजा असते तेव्हा आमच्याकडे. रोज उकडीचे मोदक नैवेद्याला असतात. पंचखाद्य तर असतंच. खूप माणसं येतात. आमचे जवळजवळ सगळे नातेवाईक तेव्हा भेटतात. न चुकता येतातच. आपले हे सणवार त्या दृष्टीने छान असतात गं. नाहीतर आपण एकमेकांना कधी भेटणार सांग? ऑल ऑफ अस आर सो बिझी. या दिवसांत निवांत भेटता येतं... त्या कॉकटेल पार्टीत भेटतो तसं नव्हे हं. कसलं ते लाइफ! ऑल आर्टिफिशिअल!"

सुवर्णाच्या घराचा जिना उतरत असताना मला माझ्या एका प्रश्नाचे उत्तर मिळाले होते. सुवर्णाला तिच्या घरच्या मंडळींनी प्रेमाने भरलेले बालपण दिले होते. त्या बालपणात तिने गोळा केलेला आत्मविश्वास तिला जन्मभर पुरण्याएवढा होता. आपल्याला सगळे काही मिळाले आहे, अशी तिची भावना होती. ती भावना खरीही होती. त्यामुळेच सुवर्णाच्या मनात कोणताही गंड नव्हता. गंडांनी पछाडलेल्या या जगात, ही गोष्ट अद्‌भुत वाटण्यासारखीच होती! त्यामुळे तिची कोणाशीही स्पर्धा नव्हती. ती आपल्या लयीत जगत होती. तेच तिच्या मन:शांतीचे रहस्य होते.

पण स्वत:च्या जगात ती इतकी सुखी असताना तिने बाहेरचे जग जवळ केलेच कशाला, हा प्रश्न मात्र अजून कायम होता. ती पूर्ण वेळ गृहिणी का राहिली नाही?

तिला नोकरी करण्याची काय आवश्यकता होती? पैशाच्या दृष्टीनेही तिला काही कमी नव्हते. तिचा नवरा मोठ्या जागेवर होता. ती स्वत: कमवत होती. शिवाय माहेरची सगळी इस्टेट तिलाच मिळणार होती.

"ही नोकरी कशाला करते?" मी एकदा स्मिताला म्हटले.

"घरी बसून तरी काय करणार? घरी करणारी इतकी माणसं आहेत. हिला काहीच बघावं लागत नाही!"

"खरं म्हणजे तिनं सरळ नवऱ्याकडे बंगलोरला जाऊन राहावं!"

"मधूनमधून रजा घेऊन जातेच ना. तेही खूप वेळा येतात!"

"ते वेगळं! - आणि तिथेच घर करणं वेगळं!"

"तिनं एकदा तो प्रयत्न केला होता. या नोकरीवर हक्क ठेवून, मोठी रजा घेऊन बंगलोरला गेली. पण महिन्याच्या आतच परत आली. चैन पडलं नाही म्हणे!"

माझ्या डोक्यात एकदम प्रकाश पडला. या घरात राहणे ही तिची मानसिक गरज होती. हे तिला जाणवले होते की नाही कोण जाणे; पण प्रत्यक्ष जाणवले नसले तरी तिच्या वागण्यातून ते व्यक्त होत होते. पण तिला घरातही एकसारखे राहायचे नव्हते. ती लहानपणी जशी शाळेत जात होती. शाळेत जाणाऱ्या मुलीचे जसे कौतुक होत होते तसेच या ऑफिसात जाणाऱ्या मुलीचेही! आणि तिच्या नवऱ्यासाठीही तिचे हे नवे रूप आवश्यकच होते ना?

"मिस्टर प्रधान कसे आहेत गं?" मी स्मिताला विचारले.

"अगदी साधे आहेत! त्यांनाही बायकोचे खूप कौतुक आहे!"

"त्यांचं घर कुठं आहे?"

"तिकडे ग्वाल्हेरला!... घरी फारसं कोणी नाही. त्यामुळे त्यांना इथं मिळणाऱ्या मायेचं खूप अप्रूप वाटतं. घरचं वातावरणही जुन्या पद्धतीचं आहे. त्यामुळे बायको नोकरी करते हेही त्यांना विशेष वाटतं. त्यांना ती एकदम मॉडर्न वाटते!"

"रिअली!" माझ्या मनात आले, सुवर्णाच्या आयुष्यात शिरलेला हा नवा प्रवाहही कसा तिचीच दिशा पकडून वाहू लागला आहे! तिला तिची दिशा बदलण्याची गरजच पडलेली नाही. त्यामुळे दिशाभूल नाही, हरवलेपण नाही...

"लकी आहे!" मी स्मिताला म्हटले.

दिवस पुढे सरकत होते. सुवर्णाचे विचार माझ्या मनात अधूनमधून येत, पण आता कुतूहल बरेचसे कमी झाले होते. कधीतरी मी स्मिताकडे तिची चौकशी करत असे, इतकेच. असेच कधीतरी मी तिला सुवर्णाबद्दल विचारले तेव्हा तिने सांगितले, "सुवर्णा जिनीव्हाला गेली आहे!"

"काय म्हणतेस काय? प्लेझर ट्रिप की..."

"नाही! ऑफिसतर्फे..."

"डोन्ट टेल मी!"

"खरंच. मोहनसिंगनंच तिला पाठवायचं ठरवलं. तिथं टुरिझमचा एक खास कोर्स आहे. तो करून ती परत येणार."

"ती घरापासून इतके महिने दूर राहायला तयार झाली?"

"खूप उत्साहात होती..."

स्मिताने पुष्कळ गोष्टी सांगितल्या. "तिच्या जाण्याचं तसं अचानकच ठरलं. ऑफिसमधल्या लोकांना आश्चर्य वाटलं. पण कोणीच मोडता घालण्याचा प्रयत्न मात्र केला नाही. कारण सुवर्णाचे सगळ्यांशी चांगले संबंध आहेत. शिवाय तिनं ते मिळवण्यासाठी स्वत:हून कोणतीच धडपड केली नाही, हेही सर्वांना ठाऊक होतं. त्यांना ती जायला कबूल होणार नाही असं वाटत होतं. तो अंदाज मात्र चुकला. ती उत्साहानं गेली. घरच्या मंडळींनी तिचं जे काही कौतुक केलं की काही विचारू नकोस! तिला प्रवासासाठी आवश्यक असणाऱ्या सगळ्या गोष्टी दोन दिवसांत घरात येऊन पडल्या. हिला स्वत:ला काही करावंच लागलं नाही."

"खूप सामान नेलं असेल बरोबर... साड्या, स्वेटर्स..."

"ते तर नेलंच. पण मुख्य म्हणजे मेतकूट, सोडे, लसूण असल्या गोष्टी नेल्या!"

"काय म्हणतेस!"

"अगदी खरं. म्हणाली, की मला नाही ते अन्न गोड लागायचं. मी आपली मेतकूट-भात खाऊन राहीन!"

स्मिता जे सांगत होती त्यावरून सुवर्णाच्या प्रवासाच्या तयारीचे दृश्य माझ्या डोळ्यांसमोर जसेच्या तसे उभे राहत होते. थोडे हसू येत होते. तेथील सात-आठ महिन्यांच्या मुक्कामात तिच्यात काही बदल होतील का, याबद्दल कुतूहलही वाटत होते. कोर्स संपेपर्यंत धडपणे राहील ना ही? की मध्येच होमसिक होऊन परत येईल? अधून मधून या शंकाही मला येत होत्या.

पण हळूहळू मी सुवर्णाला विसरून गेले. मध्यंतरी तिचे एक पत्र आल्याचे स्मिताने सांगितले तेवढेच.

तिकडे सुवर्णाच्या जीवनात मात्र वेगळेच नाटक घडत होते. आधी कोणी कल्पनाही करू शकले नसते, इतके अनपेक्षित.

सुरुवातीचे काही आठवडे ती बावरलेली होती. भाषेची अडचण होतीच. पण

एकूण ते वातावरण तिला मानवणारे नव्हते. हे फार नवे, फार विलक्षण काहीतरी आहे हे कळत असल्यामुळे त्याचा मोहही सोडवत नव्हता. तिचे आयुष्य एका चाकोरीतून गेले होते. त्या चाकोरीबद्दल तिची तक्रारही नव्हती. उलट, त्या चाकोरीत ती स्वत: व्यवस्थित रुजली होती, पण त्या काही आठवड्यांत ती त्या भोवतालापासून हळूहळू निखळू लागली. असे निखळणे तिला आवडू लागले. त्यातील थरारी ती अनुभवू लागली. येथील काही आपल्या ओळखीचे नाही. कोणीच आपल्याला ओळखत नाही... अगदी नवेकोरे आयुष्य सामोरे आले आहे... त्यात गुंतले पाहिजे... ती स्वत:कडून प्रयत्न करत होती, पण तिला फारसे सायास करावे लागले नाहीत. ते आयुष्यच तिला खेचू लागले. नवे धुमारे फुटू लागले.

ती एका होस्टेलमध्येच राहत होती. सकाळी उठायचे, ब्रेकफास्ट घ्यायचा, चट्कन तयार व्हायचे आणि जवळच असलेल्या 'सेन्टर'कडे निघायचे. तेथे वेगवेगळ्या वयोगटांतील लोक कोर्ससाठी आलेले. दुपारी चारसाडेचार वाजेपर्यंत अव्याहत काम... त्यानंतरची संध्याकाळी मोकळी. त्या वेळी एकमेकांकडे जाणे... एकत्र जेवणे...

सुवर्णाला ते सगळे आवडू लागले!

ती त्या समूहात सरावाने वावरू लागली. बरोबरीचे ट्रेनीज सुरुवातीला तिच्यापासून दूर असत. पण हळूहळू तिच्यातील बदल त्यांना जाणवू लागला. ते तिला त्यांच्यात सामावून घेऊ लागले.

"हाय सुवर्णा!" संदीप खन्नाने एक दिवस तिच्या कमरेभोवती हात टाकत म्हटले. त्याने हे अगदी सहज केले होते, पण सुवर्णाच्या सबंध शरीरातून शिरशिरी गेली.

खन्नाही त्या कोर्ससाठी आला होता. तिच्याच वयाचा असावा. उंचापुरा, तगडा. तो अतिशय बेछूटपणे वागत असे. कोणी त्याला छेडले तर म्हणत असे, "आय हॅव कम हिअर टु एन्जॉय, यार! इथंही काय तेच बेचव आयुष्य जगत राहू? ते आहेच परत गेल्यावर! इतका सुंदर देश आहे. भटकायचं, खायचं प्यायचं... धिस इज अ चान्स ऑफ अ लाइफ टाइम!" त्याच्यात कोणताही वाह्यातपणा नव्हता. पण नियमांच्या काचात राहण्याची त्याची तयारी नव्हती. तो सुखाच्या नव्या नव्या दिशा शोधत होता.

सुवर्णाला त्याच्या या मुक्तपणाचेच आकर्षण वाटले.

खन्ना व सुवर्णा नेहमी एकत्र दिसू लागले. कोणाला त्यात काही चर्चा करण्याजोगे आढळले नाही. तेथे मैत्री ही एक अगदी स्वाभाविक गोष्ट होती आणि ती मैत्री स्त्री-पुरुषांमध्येही असू शकते हे तेथे गृहीत धरलेले होते. त्यामुळे भारतात जशी चेष्टा, कुजबुज कदाचित झाली असती तशी तेथे झाली नाही. खन्नाही

आधुनिक वातावरणात वाढलेला होता. तो मैत्रीण या नात्यानेच सुवर्णाला वागवत होता.

गैरसमज झाला तो सुवर्णाचा. तिला वाटले की, खन्नाचे तिच्यावर प्रेम जडले आहे. नक्कीच आणि त्यात अशक्य काय आहे? त्याला आकर्षण वाटावे अशा आहोतच आपण. काय उणीव आहे आपल्यात? - ती आत्मविश्वासाने स्वत:शीच म्हणत होती. या भावनेने ती त्याच्या बरोबर वागत होती, त्याच्यात अधिकाधिक गुंतत होती.

या गुंतण्यामुळे तिच्या पूर्वीच्या आयुष्याची एकेक वीट हलू लागली होती. जुने चित्र पुसत चालले होते आणि नव्या चित्राच्या धूसर रेषा मन:पटलावर उमटत होत्या. हे सगळे कुठे जाऊन पोहोचणार आहे, याचा शेवट काय, किंबहुना याला काही शेवट आहे का, याचा विचारच सुवर्णानं केला नव्हता. ती नशेत होती.

मेलनी सुवर्णाच्या होस्टेलमध्येच राहायची. तिची व सुवर्णाची मैत्री झाली होती. ती खन्नाबद्दल वारंवार बोलते हेही मेलनीच्या लक्षात आले होते. नुकती आली तेव्हा ती एकसारखे स्वत:च्या घराबद्दल बोलायची. आता घराचा उल्लेख मधूनमधून व्हायचा.

''माय हजबंड इज अ व्हेरी गुड पर्सन. नो डाउट अबाउट इट. पण माझ्या इतकी चांगली बायको त्यांना मिळाली हे त्यांचं भाग्यच नाही का? आय हॅव गॉट सो मच इन मी. मला त्यांच्याहून चांगला नवरा केव्हाही मिळाला असता. ऑफ कोर्स, दॅट डझ नॉट मीन दॅट आय ॲम अनहॅपी, बट...''

सुवर्णाच्या बोलण्यातला हा सूर मेलनीला जरा नवा वाटला होता. पण स्पष्टपणे विचारायचे कसे?

मेलनीचा हा प्रश्न सुवर्णानेच सोडवला. एक दिवस तिने मेलनीला सांगितले, ''खन्ना इज इन लव्ह विथ मी!''

''डोन्ट बी सिली!'' मेलनी ताड्कन म्हणाली.

पण सुवर्णाला त्याचे काही वाटले नाही. ''अगं, सिली काय त्यात? त्याला मी आवडणारच. परवाच तो म्हणत होता, तू अजून किती लहान दिसतेस म्हणून!''

मेलनीला कळून चुकले की, सुवर्णाला या चक्रातून बाहेर काढणे कठीण आहे. तिची ती जेव्हा बाहेर पडेल तेव्हा पडेल. खन्नाच्या एखाद्या कृतीतून, उद्गारातून तिला जे समजेल ते आपण सांगून समजणार नाही.

तसेच झाले.

नेमके तपशील कोणालाच समजले नाहीत. पण थरथरून बोलणारी, नेहमी खुशीत असणारी सुवर्णा अबोल, एकटी झाली तेव्हा तिचे काहीतरी बिनसले आहे हे सर्वांच्या लक्षात आले.

तिचे अभ्यासाकडे लक्ष लागेना. त्या जेवणाचा तिला कंटाळा येऊ लागला. वीकएंडला होणाऱ्या पार्ट्यांना जाणे तिने बंद केले. कोर्स संपल्यानंतर काही दिवस प्रवास करून परतायचा बेतही तिने रद्द केला. तिच्या मैत्रिणींनी समजावले तेव्हा ती मोठ्या मुश्किलीने लंडनला चार दिवस राहायला तयार झाली.

परत येताना सुवर्णा मनात एक घोंघावणारे वादळ घेऊन आली होती. त्या वादळात पूर्वायुष्याचे कितीतरी तुकडे इतस्ततः भिकावले गेले होते.

"तिनं तुला सगळं सांगितलं?" मी स्मिताला विचारले.

"सगळं नाही. पण जे काही थोडं सांगितलं त्यावरून मला कल्पना आली."

"आता ठीक आहे ना ती?"

"हो. तशी ठीकच म्हणायची. पण काहीतरी खूण राहून गेली आहे. मुख्य म्हणजे तिचा आत्मविश्वासच हरवला आहे. काम करताना अडखळते, चुका करते... पूर्वी सगळ्यांशी बिनधास्तपणे बोलायची. पण आता बिचकलेली असते. परवा एक ब्रिटिश टुरिस्ट आला होता. त्या वेळी तिनं मला बोलावून घेतलं. म्हणाली, 'तूच याच्याशी बोल बाई. मला नाही जमायचं!"

"आणि घरी?"

"घरीही ठीक असते. वरवर पाहिलं तर कोणाला काही शंकाही यायची नाही. मला मात्र बदल जाणवतो. मला ती घरात पूर्वी इतकी रमलेली वाटत नाही. आता तिनं घरात बदल करायला सुरुवात केली आहे. परवाच ते जुनं कपाट विकून नवं गोदरेज घेतलं, पण तेही तिच्या मनाला येत नाही! हे वीक, ते घे... असं चालू झालं आहे. घरातली माणसं म्हणतात, 'आमची सोनू एवढी फॉरेनला जाऊन आली, सगळं नवं पाहिलं. घरातही नवं करावंसं वाटणारच तिला...' सगळी कौतुकानं तिला साथ देत असतात. पण मला ठाऊक आहे, हा तिचा नुसता चाळा आहे... आता तिच्याकडे पाहून वाटतं, तिच्यापेक्षा आमच्यासारख्यांचं आयुष्य बरं. आम्हाला आघातांची, नकारांची सवय असते. इतक्या उशिरा एखादा धक्का बसला तर..."

सुवर्णा आतून मोडली होती हे नक्कीच. पुन्हा जुळून येईल का? जुने धागे तिला जुळतील का? सुवर्णाचे आयुष्य बरे की स्मिताचे?

... मला पुन्हा प्रश्न पडू लागले होते. आतून उदासही वाटत होते.

हंस, दिवाळी ८५

खेळ

शर्मांनी आपला टिफिन कॅरिअर उघडला. त्यांच्या शिपायाने बशा, चमचे इत्यादींची मांडामांड आधीच केली होती. पाणीही आणून ठेवलं होतं.

"तू आता जा. आणि हे बघ, मला आणखी अर्ध्या तासानं कॉफी लागेल. कॅन्टीनला सांग. या अर्ध्या तासात कोणालाही आत सोडायचं नाही. समजलं ना?"

"हो, साहेब!"

त्यांनी ऑपरेटरलाही तेच सांगितलं होतं. कोणाचाही फोन आला तरी जोडून द्यायचा नाही. 'जागेवर नाही' असं सांगायचं. निदान तासभर. कारण लंच उलकल्यानंतर त्यांना शांतपणे काम करायचं होतं. आल्यागेल्यांचा व्यत्यय नको होता.

त्यामुळे ऑपरेटरचा आवाज ऐकला तेव्हा ते तिच्यावर जवळजवळ खेकसलेच. "मी सांगितलं होतं ना तुम्हाला? डोन्ट डिस्टर्ब मी. इन स्पाइट ऑफ माय रिपीटेड इन्स्ट्रक्शन्स..."

"आय कान्ट हेल्प इट, सर." ऑपरेटरच्या उत्तरालाही धार होती. "सम मिसेस गुप्ते हॅज कम टु सी यू. त्यांना थांबायला वेळ नाही म्हणतात. साहेबांना सांग असा त्यांनीच आग्रह धरला. मग मी काय करू?"

मिसेस गुप्ते? म्हणजे नीना? निश्चित. तिच्याखेरीज दुसरे कोण आग्रह धरणार? नीना मुंबई केव्हा आली? तिला इतक्या तातडीने कशासाठी भेट हवी आहे?

मनातली प्रश्नांची मालिका निग्रहानं बाजूला सारत, शर्मांनी शक्य तेवढ्या शांतपणे सांगितले, "ओके. सेन्ड हर इन!"

किती महिन्यांनी नीना येते आहे! पूर्वी वारंवार यायची ती साधारण याच वेळी. तिचे ते येणे आतून नकोसे झाले होते. पण वरकरणी... अलीकडे आली नाही. मुंबई सोडून गेल्यामुळे भेटी विरळ झाल्या की... पण आज आली त्या अर्थी...

मनात असे काहीतरी तुटक येत असतानाच दार वाजलं. नीना त्यांच्या समोर उभी होती!

''हॅलो. कम इन...'' त्यांनी शेकहॅन्डसाठी हात पुढे केला.

''हॅलो.'' ती हातात हात न देता नुसतेच म्हणाली.

''बस... कधी आलीस?'' मनातली चलबिचल बाहेर दिसू न देता शर्मांनी विचारले.

''आजच! सकाळी. संध्याकाळी परत जाणार आहे.''

''इतक्या घाईत? पण बरं झालं आलीस. मला तुझी फार आठवण येत होती. अलीकडे भेटच नाही तुझी. फोनही नाही केलास! कशी आहेस? डू यू मिस मी?''

शर्मांनी नेहमीप्रमाणे सुरुवात केली होती. याचा स्वत:वर परिणाम होऊ द्यायचा नाही, या निर्धारानं नीना आली होती. जमेल ना हे? शेकहॅन्डसाठी हात दिला नाही. स्पर्श टाळला. 'माझा एकेरी उल्लेख यापुढे करू नका,' असं सांगायचं का? 'आठवण होत नाही' हे स्पष्टपणे म्हणायचं का? शर्मांच्या समोर बसल्यावर पुन्हा हे प्रश्न पडू लागले होते. निर्धार क्षीण होऊ लागला होता.

असं चालायचं नाही! नीनाने स्वत:ला बजावलं. भलतं काही बोललं जाऊ नये म्हणून, शर्मांच्या एकाही प्रश्नाचं उत्तर न देता ती स्वस्थ बसली. काहीच दिसू नये म्हणून तिनं डोळे मिटून घेतले.

पण काही केलं तरी मनात घोंघावणारं वादळ शमलं होतं.

- शर्मांचं हे आलिशान केबिन. प्रथम येथे आलो तेव्हा दिपून गेलो होतो. या सगळ्यांचं स्वामित्व आपल्याकडे आहे असं वाटू लागलं होतं. आपलं जग मध्यमवर्गीय. त्यात कुठला आला आहे हा दिमाख? तसं सगळं नीटनेटकं होतं. पण चाकोरीतलं. त्यात कुठलीही थरारी नव्हती. याबद्दलची खंतही नव्हती. पण नेमकं कोणत्या क्षणी हे चित्र पालटले कोण जाणे? ...त्या दिवशी आपण घाईघाईनं कुठंतरी चाललो होतो. आपल्याच नादात होतो. फिकट निळ्या रंगाची गाडी जवळ येऊन थांबल्याचं कळलंही नाही. कळलं तेव्हा वळून पाहिलं. शर्मांची पुष्कळ वेळा दुरून पाहिलेली ती गाडी होती. तेच चालवत होते. ते विचारत होते, ''कुठं निघाला आहात? मी सोडू का तुम्हाला?'' आपली व त्यांची दिशा एकच होती. गाडीत त्यांच्या शेजारी पुढे बसलो. गाडी चालू झाली. मंद गंध आला. आर्जवी, सफाईदार बोलणं भुरळ पाडू लागलं. चाकांवरील रुंद, मजबूत हातांकडे पुन:पुन्हा लक्ष जाऊ लागलं. क्वचित एखादा उडता स्पर्शही सबंध शरीराला जाणवू लागला. शरीरानं

प्रतिकार केला नाही... उलट... तोच तो क्षण? तो टाळला असता तर कदाचित... तो तर टाळला नाहीच, पण त्यानंतर लगेच आलेले अनेक मोहाचे क्षण आपण भराभर स्वीकारत गेलो. शर्मांनी मध्येच गाडी थांबवली. आणि विचारलं, "कितपत घाईत आहात? कॉफी घेऊ या? अर्धा तास बसू अन् पुढे जाऊ. चालेल? कधी नव्हे ती तुमची कंपनी मिळाली आहे. मोह सोडवत नाही!" आपण होकार दिला.

त्यानंतरचे अनेक होकार!

सुरळीतपणे चाललेल्या आयुष्यात असे काही घडणार आहे असं कोणी आधी सांगितलं असतं, तर ते खरं तरी वाटलं असतं का आपल्याला?

त्यानंतर आपलं आयुष्य बदललं, व्यक्तित्व बदललं. आयुष्यानं चाळिशीचा टप्पा गाठला होता. मुलं मोठी होऊ लागली होती. त्यांच्या जबाबदाऱ्यांचा गुंता थोडा कमी होऊ लागल्यामुळे मनाला शैथिल्य येऊ पाहत होतं. मनाला - आणि शरीरालाही. स्वत:वरचं लक्ष उडालं होतं. नीटनेटकं राहवं, तरतरीत दिसावं ही पूर्वी वाटणारी ओढ संपत आली होती. आपल्या नवऱ्यानं - सुधाकरनं - याबाबत आग्रह धरला असता तर कदाचित इतकी उदासीनता आली नसती. पण तोही उदासीन होता. पूर्वीचा रंग उडून आता विटकेपण आलं होतं. बेबनाव नव्हता. पण त्याबरोबरच नेहमीच्या नात्यापलीकडे जाणारी ओढही नव्हती. ती ओढ नसतानाच शरीरं एकत्र येत होती... सहजीवन चालू होतं.

अशा काहीशा सुन्न अवस्थेत शर्मांकडून अचानक आलेला प्रतिसाद... त्या प्रतिसादामुळे मनाला व शरीराला नवी थरारी आली. शरीराबद्दल नवं भान आलं. 'छान दिसतेस!' या शब्दांवर प्रथम फारसा विश्वास बसला नाही. वाटलं की तो पुरुषी अनुनयाचा एक प्रकार आहे. पण हळूहळू 'छान' दिसण्याचा मोह वाढत गेला. घरातसुद्धा आपण नीटनेटक्या राहू लागलो! सुधाकरच्या तेही लक्षात आलं नसावं. आपण एकमेकांना इतकं गृहीत धरलं होतं की हे बदल जाणवणं कठीणच होतं. आपलं शरीर फुलत होतं. आणि तो सगळा बहर मनात सांडत होता. मन मुक्त झालं होतं. जीवन पुन्हा एकदा जगण्याची प्रेरणा त्या मुक्तीतून मिळत होती. आपल्या हालचालींना, वागण्याला एक गती आली होती. दुसरीकडून ओलावा घेऊन तो आपण आपल्याच जीवनात पेरत होतो. हेही सुधाकरच्या लक्षात आलं नसावं.

तो सावध असता तर त्याला कितीतरी गोष्टी जाणवल्या असत्या! आपलं वेळीअवेळी बाहेर जाणं, उशिरा घरी परत येणं... घरात सगळं करत असूनही आतून बेचैन असणं. त्या काळात मुलंही दूरची वाटू लागली होती...

आता ते आठवतं आणि आतून उद्ध्वस्त व्हायला होतं. त्या अपराधाबद्दल स्वत:ला कोणती शिक्षा करून घ्यावी आणि कोणती नको असं होतं. पण तेव्हा... तेव्हा फक्त होकार! जे मागितलं जाईल त्याला होकार!

अशीच आणखी एका होकाराची गोष्ट. दुपारी साडेबाराला एका हॉटेलात भेटायचं ठरलं होतं. आधी जेवण - आणि नंतर सिनेमा. साडेअकरापर्यंत तरी घरातून निघायला हवं होतं. त्या दिवशी सकाळीच वैशालीला नेमका ताप आला! मनाची चलबिचल सुरू झाली. 'येणं जमणार नाही' असा फोन करून टाकावा का? पण तो निर्णयही चट्कन घेता येईना. आधी एकदा ठरलेला बेत रद्द केला, तेव्हा शर्मा रागावले होते. तसे पुन्हा रागावले तर? आणि त्यांनी संबंध तोडून टाकले तर? तसं होता कामा नये... त्यात धोका आहे. आता हे जे काही चाललं आहे ते शेवटपर्यंत चालू राहिलं पाहिजे. नाहीतर... त्या क्षणी निर्णय झाला; वैशालीची काहीतरी व्यवस्था करायची - आणि जायचं! शेजारच्या बाईंना काहीतरी थाप मारली व तिच्या शेजारी बसायला सांगितलं. तिची कशीबशी समजूत घातली, आणि घराबाहेर पाऊल टाकलं. 'आईऽऽ लवकर ये' हे रडवेल्या सुरातले शब्द एकीकडे काळीज कापत होते - आणि दुसरीकडे पावलं घरापासून दूर जात होती. इतकं निष्ठुर कसं होता आलं? आजूबाजूच्या लोकांचीही भीती कशी वाटली नाही?

या - आणि इतर पुष्कळ प्रश्नांचं उत्तर एकच - मोहिनी! त्या मोहिनीत, त्या नशेत सगळा तोलच ढळला होता!

"मे आय कम इन सर?"

"येस, कम इन!"

केबिनमध्ये आणखी कोणीतरी आलं आहे, या विचारानं नीना भानावर आली. कोण आलं असेल? ती व्यक्ती फार वेळ बसणार नाही ना? आपल्याला काही सांगायचं आहे. त्या वेळी दुसरं कोणी तिथं नको आहे - आणि आपल्यापाशी वेळ फार थोडा आहे.

तिनं वर पाहिलं. तिशीमधली एक आकर्षक स्त्री समोर उभी होती.

"अरे! ये ये..." शर्मा उत्साहानं म्हणाले.

"ॲम आय इंटरप्टिंग?"

"नॉट ॲट ऑल! बस ना."

"आत्ता नाही बसत. आत्ता एवढच विचारायला आले आहे की... आर यू फ्री इन द इव्हिनिंग? कॅन वुई गो बॅक टुगेदर?"

"बाय ऑल मीन्स!"

नीना हे संभाषण शांतपणे ऐकत होती. पूर्वीही असे प्रसंग घडले होते. पण त्या वेळी हा शांतपणा नसायचा. मन उद्वेगलेलं, चिडलेलं असायचं.

...ही नशा कधी कमी झाली? शर्माचं वागणं केव्हापासून खटकू लागलं?

तसा काही काळ उलटून गेला होता. पण तरीही ते तपशील पुसट झाले नव्हते. फक्त त्या वेळी ते जसे रुतायचे तसे आता रुतत, लागत नसत एवढेच.

एकदा ती त्यांची वाट पाहत वरळी सी फेसवर थांबली होती. त्यांनीच सांगितलं होतं, "आज ऑफिसमध्ये येऊ नकोस. मला बरंच काम आहे. मी वाटेत तुला पिक-अप करीन. येता येता थोडं बोलू."

"किती वाजता?"

"सहा-साडेसहाला..."

साडेसात वाजले तरी ती तशीच थांबलेली. अंधार पडला होता. घरी काळजी करत असतील, वाट पाहत असतील असं पुन्हापुन्हा मनात येत होतं. काहीतरी थाप मारून घराबाहेर पडलो आहोत... गेल्यावर सांगायचं काय? सुधाकर छेडत नाही. आपण या सौजन्याचा गैरफायदा घेत आहोत का? घेत आहोतच. पण हे जाणवत असूनही उपाय उरलेला नाही. ज्या चक्रात आपण सापडलो आहोत ते चक्र आपल्याला फिरवतं आहे. पुढं खेचत आहे...

"चल!" शर्मांनी गाडीचं दार उघडत म्हटलं.

ती मुकाट्यानं आत बसली. वाटेत फारसं बोलली नाही.

"रागावलेली दिसतेस!.... बट आय कान्ट हेल्प इट! तुला या गोष्टींची सवय करावी लागेल!"

करावी लागेल? पण का? तुमचं असं कोणतं मिंधेपण मी पत्करलं आहे? तिला हे विचारावंसं वाटलं, पण तिनं ते शब्द आतल्या आत गिळले.

"हं! उशीर झाला. मुलं वाट पाहत असतील!"

अगदी राहवलं नाही म्हणून तिनं एवढंच म्हटलं.

"प्रेम करताना संसार विसरायचा असतो!"

हेही तिनं निमूटपणे ऐकून घेतलं. त्या वेळीही तिला प्रश्न विचारावासा वाटला होता, 'तुम्ही विसरता का?'

तिला दुसरा एक प्रसंग आठवला. त्या दिवशी शर्मांची बायको अचानकपणे ऑफिसमध्ये आली होती. तिची व नीनाची थोडी ओळख होती. आपल्याला ऑफिसात पाहून तिला काय वाटेल? पण शर्मांनी व्यवस्थित बहाणा केला. तिला कोणताही संशय येऊ नये या पद्धतीने सगळं सांगितलं. नीनाला हायसं वाटलं. पण ती मनानं हलकी होत असतानाच तिला जोराचा धक्का मिळाला.

"ओके देन. मिसेस गुप्ते. आम्ही निघतो. तुम्हाला जवळच्या एखाद्या बसस्टॉपवर सोडू का?"

त्यांनी किती चट्कन तिला तोडून टाकलं होतं! ती त्यांच्याबरोबर जाऊ शकली असती. मग ही टाळाटाळ कशासाठी?

तिनं जेव्हा पुढे दोन दिवसांनी विचारलं. तेव्हा ते म्हणाले, "मला ही काळजी घेतलीच पाहिजे. आय ॲम मॅरीड. हाऊ कॅन आय फरगेट इट- ॲन्ड हाऊ कॅन यू फरगेट इट?"

म्हणजे स्वत:बद्दलचं सगळं विसरायचं आणि यांच्याबद्दलचं सगळं मात्र लक्षात ठेवायचं!

हा पहिला धक्का. तेव्हापासून शर्मा किती सावध असतात हे तिच्या वारंवार लक्षात येऊ लागलं. आणखीही एक गोष्ट लक्षात आली. जेव्हा एखादा बिकट प्रसंग उभा राहतो, तेव्हा शर्मा अजिबात गडबडत नाहीत. सगळं व्यवस्थित निभावून नेतात याचा अर्थ... याचा अर्थ त्यांच्या हे अंगवळणी पडलं असलं पाहिजे!

म्हणजे हे त्यांचं एकमेव प्रेम नव्हे? "तू भेटलीस आणि मागचं सगळं विसरलो. नव्यानं जगू लागलो. आजवर जे मिळालं नव्हतं ते सगळं मला तुझ्याकडून मिळालं... आय लव्ह यू!" - नीनाला या प्रकाराची कितीतरी वाक्य आठवू लागली. ती खोटीच? बाकी हा प्रश्न तरी का पडावा? ती खोटी असल्याचा पुरावा त्यांच्या वर्तणुकीतून वारंवार मिळत नव्हता का? आपल्या लक्षात कसं आलं नाही? की लक्षात येऊनही नाकारत राहिलो? अहंकार आड आला? स्पर्धा चालू झाली? या स्पर्धेत आपण जिंकायचंच हा अट्टाहास वाढला? नेमकं झालं तरी काय?

त्या वेळी ती हे प्रश्न विचारण्याच्या मन:स्थितीत नव्हती. त्या चक्राच्या दात्यात दोन्ही बाजूंनी घट्ट पकडली गेली होती. इकडे तिकडे सरकायला वावच नव्हता. पण तिथंच रुतलेलं शरीर, मन बधिर मात्र झालं नव्हतं. उद्वेग वाटू लागला होता. आणि तो वाढतच होता. सुरुवातीचे काही दिवस ती गप्प बसली. पण नंतर तिनं सौम्यपणे आपली नापसंती दाखवली.

"तुमच्याकडे येणाऱ्या या सगळ्या स्त्रिया..."

"अशा किती पाहिल्यास?... त्यातली एक तर माझी स्टेनोच आहे. दुसरी माझ्याबरोबर एका प्रोजेक्टवर काम करत आहे... पण ते सगळं मी तुला स्पष्ट करून सांगायचं तरी का? या सगळ्या माझ्या मैत्रिणी आहेत. यू मस्ट ॲक्सेप्ट देम!"

त्यांनी हे इतकं ठासून सांगितल्यावर काय बोलायचं हे तिला कळेना. म्हणून तिनं या विषयावर काही बोलायचं नाही असं ठरवलं. आतल्या आत तडफड चालूच राहिली.

मैत्रिणी? म्हणजे नेमकं काय? तिला तिच्या सरळमार्गी आयुष्यात या नात्याची ओळख कधी झालीच नव्हती. 'मित्र', 'मैत्रीण' हे शब्द तिला अपरिचित नव्हते. स्त्रीला मित्र असू शकतात आणि पुरुषाला मैत्रिणी असू शकतात, हे ती आजूबाजूच्या जगात पाहत होती. अधूनमधून त्यासंबंधी वाचत होती. तिच्या जगात मात्र असलं

काही नव्हतं. पण तिला हे नातं समजू शकत नव्हतं ते केवळ या कारणासाठी नव्हे. तिला मुळापासूनच शंका होती. शर्मांच्या त्या केवळ 'मैत्रिणी' आहेत, हेच पटत नव्हतं. वाद होऊ लागले ते या मुद्द्यावरूनच.

"तुला एकदा सांगितलं ना? पुन्हापुन्हा काय विचारतेस?"

"मला कसतरीच वाटतं. परवा तुमची ती लीना माझी चेष्टा करत होती. तुमच्याबद्दलही बोलत होती..."

"असं? बघ ती कशी स्पोर्टिव्ह आहे! हाच ॲटिट्यूड पाहिजे..."

"मला नाही जमणार!"

"जमेल. हळू हळू जमेल. हे बघ. तुझं ते पझेसिव्ह वागणं सोडून दे. अखेर आपल्या या नात्याला तसं बंधन कोणतं आहे? आपण ते वागताना का घालून घ्यायचं?"

कधी शर्मा असे समजावत तर कधी ताड्कन सांगून टाकत, "आय ॲम नॉट आन्सरेबल टु यू!"

अंतर वाढत चाललं. असं असूनही संबंध चालूच ठेवला. का? एक तर आता मागं येणं कठीण होतं. आणि दुसरं म्हणजे शर्मांच्या एखाद्या क्षणीच्या फार मृदू वागण्यानंही मन फसत होतं. ते म्हणायचे, "तू उगाच त्रास करून घेतेस. तू वेगळी, त्या वेगळ्या. तुझ्या हे लक्षात कसं येत नाही? यू हॅव अ स्पेशल प्लेस इन माय लाइफ! एरवी इतके वाद होऊनही मी तुला बांधलेला का राहिलो असतो?" त्या क्षणी हे बोलणं, कसं कोण जाणे, खरं वाटायचं, आणि तुटलेले धागे पुन्हा जोडले जायचे.

पण जे मुळातच कच्चं असतं ते जोडणार तरी कितीदा? हे वेळेवर कळलं असतं तर... पण मनाच्या त्या भ्रमिष्ट, सैरभैर अवस्थेत ते कळावं तरी कसं? किंवा कळूनही स्वीकारावं तरी कसं? ते स्वीकारणं म्हणजे स्वत:ची चूक कबूल करणं. केवळ चूक नव्हे... गुन्हा... ज्याला कितीही कडक शिक्षा दिली तरी ती अपुरीच पडेल असा गुन्हा - अवघे सात-आठ महिने. पण त्या काळात घराकडे, मुलांकडे झालेलं दुर्लक्ष. ते काही आपलं नव्हेच - येथून पुढं आपलं जग वेगळं या सुप्त भावनेनं वागण्यात, जगण्यात झालेला बदल... बेबंदपणा. मध्यमवर्गीय आयुष्यानं रुजवलेल्या संस्कारांची, नीतिनियमांची मोडतोड. गुन्हा कबूल केला असता तर या जाणिवांनी मनात पेटलेल्या वणव्यात अखंडपणे होरपळत राहावं लागलं असतं. त्यापेक्षा मागं न गेलेलं बरं असं ठरवून नीना पुढं जात राहिली; स्वत:ला फसवत राहिली.

तिनं ठरवलं की या कुशंकांमुळे आपल्या नातेसंबंधात निर्माण झालेले सगळे ताण नाहीसे करून टाकायचे. तिनं शर्मांना तसं सांगितलं.

"दॅट्स गुड! तुझ्या निर्णयामुळे झालेला आनंद आपण कुठंतरी कॉफी पिऊन साजरा करू. नयना आत्ता येणारच आहे..."

'ही आणखी एक मैत्रीण!' नीनाच्या मनात आलं. पण ती उघडपणे काही बोलली नाही.

"आपण तिघं मिळून बाहेर जाऊ. तू तिच्याशी मैत्री कर... चांगली मुलगी आहे."

मग ते वळणच पडून गेलं. कधी ते दोघे आणि लीना... कधी नयना... त्यांच्याबद्दल वाटणारा सूक्ष्म मत्सर. कधी एखाद्या शब्दात, कृतीत नकळत व्यक्त होत असे. कधी शर्मा केवळ आपलेच आहेत, आपल्याला त्यांच्या आयुष्यात प्राधान्य आहे, असं भासवण्याची धडपड होत असे... सगळंच केविलवाणं! त्या वेळी मनात यायचं, आपल्याला जसा त्रास होतो तसा या इतर बायकांनाही होत असेल का? वरकरणी तरी तसं दिसत नाही. का त्रास होत नाही? कदाचित त्यांची जीवनसरणी वेगळी आहे. कदाचित त्यांनी स्वत:ला कुठंही फार खोलवर गुंतवलेलंच नाही. कदाचित त्यांच्या वैयक्तिक आयुष्यात वैफल्य आहे. ते विसरण्यासाठी त्यांनी मांडलेला हा खेळ आहे. मी त्यांच्यातून सगळ्याच बाबतीत किती वेगळी! तरीही कशी या चक्रात सापडले? हे चक्र सगळं बळ एकवटून मध्येच थांबवता नाही का येणार?

... आंदोलनं चालू होती. कधी दूर जाणं तर कधी त्याची भरपाई करण्यासाठी आणखी जवळ जाणं. एखादा स्फोट... पुन्हा एखादा समेट.

सगळं स्वीकारल्यानंतरही अनेकदा तो अप्रिय विषय निघालाच. कधी तो तिथल्या तिथं संपला, कधी त्यावरून भांडण पेटलं.

एकदा शर्मा चिडून म्हणाले, "पुन्हापुन्हा तेच काय? तुला फक्त मी हवा आहे, एक खास नातं हवं आहे, ते शक्य नाही. तुला माझ्या सगळ्या गोष्टींसकट मला स्वीकारता आलं पाहिजे. तुम्ही महाराष्ट्रीय स्त्रिया फार उदार, क्षमाशील वगैरे असता, असं मी ऐकलं होतं. ते खरं दिसत नाही! उलट, तुम्ही फार पझेसिव्ह असता असं माझं मत होत चाललं आहे! त्यामुळेच तू एक गोष्ट डोक्यात घेऊन बसली आहेस. कबूल करतेस - आणि पुन्हा मागं हटतेस! अगदी खरं सांगू? मला आता याचा कंटाळा आला आहे. तुला अखेरचं सांगतो, मी हा असा आहे. तुला मान्य असलं तर ठीकच आहे. अदरवाइज, लेट अस पार्ट! नुसती भांडणंच करायची असतील तर भेटायचं तरी कशाला?"

ती मनातून हादरली, पण मनाच्या त्या विकल अवस्थेत एकदम स्फोट झाला. "हे पहा, जे काही बोलायचं असेल ते मला बोला. सगळ्या महाराष्ट्रीय स्त्रियांचा कशाला उद्धार करता? तुम्हाला तो अधिकार नाही! मीही फक्त माझ्यापुरतंच

बोलते. मी क्षमाशील आहे की नाही हे मला माहीत नाही, पण दुबळी नक्कीच आहे. म्हणून तर आपलं हे नातं चालू राहिलं. ते तोडून टाकण्याचं धैर्यच नाही ना माझ्यात!''

"परमेश्वर कधीतरी तुला ते धैर्य देवो, अशी प्रार्थना करण्याखेरीज मी दुसरं काय करू?''

त्यांचा तो उपहास, कठोरपणा पाहून नीना पुन्हा हादरली. अजीजीनं म्हणाली, "असा गैरसमज करून घेऊ नका हो. रागाच्या भरात बोलले मी. मी तुमच्यापासून दूर जाणं शक्य तरी आहे का? माझा जीव गुंतला आहे तुमच्यात!''

त्यांचा हात हातात धरून ती स्फुंदू लागली. त्यांनी तिला जवळ घेतलं.

त्या दिवशी तात्पुरतं सगळं मिटलं खरं. पण तेव्हापासून उलघाल वाढली. या सगळ्याचा शेवट नेमका कुठं आहे, असा प्रश्न पुन्हापुन्हा पडू लागला. आणि शेवट असेलच तर तो लवकर का करायचा नाही, असंही पुन्हापुन्हा मनात येऊ लागलं. शेवट लवकर करायचा असेल तर भेटणं कमी केलं पाहिजे... हळू हळू सगळं तोडलं पाहिजे. पण तोडता येईल का? कोण जाणे! पण प्रयत्न नक्कीच केला पाहिजे...

एकदा ती शर्मांच्या ऑफिसच्या बाजूला चालली होती. पावलं नकळत ऑफिसकडे वळली. पण दाराशीच तिला लीना भेटली.

"हॅलो...''

"हॅलो...''

"वर चालली आहेस?''

"नाही. दुसऱ्या एका कामासाठी आले होते. परत लवकर गेलं पाहिजे.'' तिनं खोटंच सांगितलं.

"ओके.'' असं अगदी सहजपणे म्हणून लीना वर गेली.

मत्सर उफाळून वर आला, आपणही विचार बदलला असं सांगून, पाठोपाठ वर जावं का?

त्या आवेगात ती एक-दोन पायऱ्या चढलीसुद्धा, पण दुसऱ्याच क्षणी मन घट्ट करून मागं वळली. घरी परतताना चित्त थाऱ्यावर नव्हतं.

पण सुरुवातीला जे अवघड वाटलं ते नंतर थोड्याफार प्रमाणात का होईना, साधू लागलं. भेटीगाठी विरळ झाल्या. तिला याचा त्रास होऊ लागला. पण शर्मांना मात्र काही वाटल्याचं दिसलं नाही, किंवा वाटलं असलं तरी काही लक्षात न आल्यासारखं ते वागत होते; आतून खुशीत असल्यासारखे वाटत होते. त्यांना जणू हेच हवं होतं. अधूनमधून भेटणं. फार न गुंतता नातेसंबंध चालू ठेवणं...

शर्मांना हेच हवं आहे यासंबंधी नीनाची खात्री होत होती. खात्री होत नव्हती ती

स्वत:बद्दल; स्वत:ला काय हवं आहे हेच कळत नव्हतं. ते कळत नसतानाच भेटीगाठी चालू राहिल्या होत्या.

हे सगळं अचानक संपलं! सुधाकरची पुण्याला बदली झाली. त्याला बढती मिळाली होती. यापुढे घरी फोन असणार होता- शिवाय ऑफिसमध्ये यायला-जायला गाडी. जागेचाही प्रश्न नव्हता. पूर्वी त्याच्या जागेवर असणारे दांडेकर जी जागा वापरत होते ती कंपनीचीच होती. ती सुधाकरला आपोआप मिळणार होती. त्यामुळे नकार देण्याचं काही कारणच नव्हतं. सुधाकर आनंदात होता.

''शेवटी मला हवं होतं ते मिळालं! आता लवकर जॉईन व्हावं लागेल. थोडी धावपळ होईल खरी. पण इलाजच नाही. आता तू आवराआवर करायला लाग. मीही तुला मदत करीनच.''

त्याच्या उत्साहाला ती पुरेसा प्रतिसाद देऊ शकत नव्हती.

जाण्यापूर्वी एकदा शर्मांना भेटायचं तिच्या मनात होतं. तिनं बाहेरून फोन केला. बदलीबद्दल सांगितलं. त्यांची प्रतिक्रिया थंड होती.

''चांगलं झालं. पुण्याची हवाही चांगली असते. तिथं अधिक निवांतपणाही मिळतो!''

''तुम्हाला इथंही आता निवांतपणा मिळेल. कारण मी पुण्याला जाणार!'' तिनं खोचकपणे म्हटलं.

''पुणं दूर थोडंच आहे? आपण भेटू ना अधूनमधून. मी कामासाठी पुष्कळ वेळा पुण्याला येतो. आय विल कीप इन टच.'' तिच्या खोचकपणाकडे लक्ष न देता ते बोलत होते.

एरवी उत्तराला उत्तर देणारे शर्मा इतके शांत कसे? कारण उघड होतं त्यांना आतून निश्चितच सुटल्यासारखं वाटत असावं...

नीनाला एकदा वाटलं, हे त्यांना उघडपणे बोलून दाखवावं. पण त्यात काय अर्थ होता? ती गप्प बसली. 'तुम्हाला एकदा जाण्यापूर्वी भेटायचं आहे. तुम्ही कधी मोकळे असाल?' असं विचारण्यासाठी तिनं खरं म्हणजे फोन केला होता. तिनं तसं विचारलं नाही. कारण त्या भेटीतही काही अर्थ असणार नाही हे तिला कळून चुकलं होतं.

फोन खाली ठेवताना मात्र तिचे डोळे भरून आले होते.

नव्या गावाला, नव्या जागेला रुळण्यात काही दिवस गेले. मुंबईहून निघण्यापूर्वी वाटलं होतं, तेथे फार अवघड जाणार आहे. पण तसं काही झालं नाही. चट्कन सवय झाली. भोवती नवं वर्तुळ निर्माण झालं. ताजंतवानं आयुष्य सामोरं आलं.

या आयुष्याला जुने संदर्भ होते का? की ते अजिबात पुसून गेले होते? पुसत चालले होते हे नक्कीच. जुनं आयुष्य दूर गेल्यामुळे, डोळ्यांसमोरून अजिबात नाहीसं झाल्यामुळे थोडं हरवल्यासारखं, पण थोडं मोकळंही वाटू लागलं होतं. हळूहळू हा मोकळेपणा वाढत होता. मध्यंतरीचं वादळ ओसरू लागलं होतं; आणि मध्यंतरी उन्मळलेलं झाड पुन्हा जुन्या मातीत रुजू लागलं होतं. त्या रुजण्यातला आनंद घेताना मध्येच एखादा चुकार क्षण येई. अपराधाची भावना मनाला स्पर्श करून जाई. पण नीना आता त्या अपराधाबद्दलची भरपाई स्वत:कडून करू लागली होती, या भरपाईतून समाधान लाभलं होतं.

पण काही गुंता उरला होताच. शर्मांशी तिनं संपर्क ठेवला नव्हता. पण तेच एकदा तिच्या घरी आले. दुपारीच.

"तुझ्या शेजाऱ्यांकडून पत्ता घेतला. तू कळवशील अशी अपेक्षा होती. कदाचित गडबडीत असशील. हरकत नाही!"

"मी तुम्हाला एकदोनदा फोन करण्याचा प्रयत्न केला होता. लागलाच नाही." तिला आपण खोटं का बोलत आहोत तेच कळत नव्हतं.

"अरे हो! आता तुझ्या घरीही फोन आहे नाही का? नंबर दे. मधूनमधून फोनवर तरी भेटत जाऊ."

असंच आखणी काही बोलणं. सगळं पूर्ववत आहे असं गृहीत धरल्यासारखं. इतकं की जाताना तिला जवळ घेतानाही शर्मांनी संकोच केला नाही!

तिला प्रश्न पडला पुन्हा, आपण प्रतिकार का केला नाही? का नाही सरळ सांगून टाकलं?

पुढं आणखी एकदोनदा असंच झालं. शर्मांचा फोन आला. फोनवर "आय मिस यू... मुंबईला ये ना एकदा. किती दिवसांत भेटलोच नाही. भेटावंसं वाटतं." वगैरे!

ती दुसऱ्या टोकाकडून 'हं, हं' म्हणत होती.

त्यांच्या ते लक्षात आलं असावं. "जवळपास कोणीतरी दिसतं आहे... हे फोनवर बोलणं खरं नव्हे. भेट. येच." ते तिच्या अबोलपणाचा त्यांना अनुकूल असा अर्थ लावत म्हणाले.

तिचा मनातून आक्रोश चालू होता, हे थांबवलं पाहिजे! हे थांबवलं पाहिजे!

-आणि त्या दिवशी कुठून धीर आला कोण जाणे. तिनं सुधाकरबरोबर मुंबईला जायचं ठरवलं. तो संध्याकाळीच परतणार होता.

"तुझी घाई होईल. पुढे कधी तरी अधिक सवड घेऊन जाऊ ना." तो म्हणाला.

"पुढचं पुढे! या खेपेलाही येतेच. सहज."

"चल तुझी इतकी इच्छा असली तर! पण मी कामात असेन. मधल्या वेळात तू काय करशील?"

"ते माझं मी बघेन!"

"ठीक. दुपारी साडेचारच्या सुमारास आपण व्ही.टी.ला भेटू."

- दीड वाजून गेला होता. अजून दोन-तीन तास होते. पुष्कळ झाले! फार काही बोलायचं नव्हतंच. फक्त वस्तुस्थिती सांगायची होती. ती अनोळखी स्त्री निघून गेल्यानंतर नीनानं बोलायला सुरुवात केली.

"मला फक्त अर्धा तास हवा आहे. तुमच्याकडे एकसारखं कोणी ना कोणी येत राहणार. मला अधिक वेळ घ्यायचा नाहीये..."

"पुन्हा डिस्टर्ब झालीस? अगं, ती..."

"मुळीच नाही! डिस्टर्ब झाले नाही. म्हणूनच ती कोण होती याचं स्पष्टीकरणही मला नको आहे."

"म्हणजे?"

"म्हणजे असं की... कसं सांगू? आय ॲम नॉट इन्व्हॉल्व्हड इन यू एनी मोअर. ते सगळं खरं म्हणजे केव्हाच संपलं आहे."

शर्मा ऐकत होते.

"आकर्षण वाटलं. कदाचित त्याला प्रेमही म्हणता येईल. जे काही असेल ते अगदी खरं होतं. पण सुरुवातीचे काही दिवस उलटल्यानंतरच माझ्या लक्षात येऊ लागलं की, आपली जगं वेगळी आहेत. तुमच्या जगात ते सहजपणे करता येतं, ते माझ्या जगात करणं अवघड असतं. संस्कारच वेगळे असतात. मुळात हे घडलंच कसं, याचंच मला आता आश्चर्य वाटतं... कदाचित थोडी थरारी हवी होती... कदाचित धाडसाची सुप्त इच्छा उफाळून वर आली होती... कोण जाणे! त्याचं नक्की कारण सापडत नाही. एवढं खरं की जे घडलं ते मला झेपणारं नव्हतं. फार परवड झाली. पण खरं सांगू? परवड झाली हेच बरं झालं. तुम्ही इतकं दुखावलं नसतं, परवड झाली नसती तर यातून मोकळं होणंही मला कठीण गेलं असतं. त्या भोवऱ्यात तशीच गरगरत राहिले असते... हे सगळं तुम्हाला प्रामाणिकपणे सांगण्याची इच्छा होती, म्हणून आले. तुम्ही खेळ खेळलात. तुमचा काहीच दोष नाही. पण मी तरी दुसरं काय केलं? खेळात इच्छा नसतानाही साथ देत राहिले - म्हणजे मीही एका अर्थानं खेळच खेळले- तुमच्याविषयी मला जे काही वाटत होतं, ते कोणत्याही कारणामुळे का होईना, एकदा पुसून गेल्यानंतर ते मी लगेच सांगायला पाहिजे होतं. मी ते का पुढे ढकलत राहिले कोण जाणे! काही असो. आज मी हा खेळ संपवायला आले आहे. तुम्हाला एकदा हे सांगून टाकून मला स्वच्छ, मोकळं व्हायचं आहे. खरं बोलते आहे रागावू नका."

शर्मांना काय बोलावे हे सुचत नव्हतं. खरं म्हणजे काही बोलण्याजोगं नव्हतंच. तेवढ्यात शिपाई कामाचे कागद घेऊन आत आला. त्याच्या पाठोपाठ आणखीही

कोणीतरी. एका परीनं हे बरंच झालं, असं दोघांनाही वाटलं.

"मी एवढं काम संपवतो. बसा, कॉफी मागवतो." ते औपचारिकपणे म्हणाले.

"नको. मला निघायला हवं आता. गुप्ते वाट बघत असतील."

"ओके, गुप्त्यांना माझे नमस्कार सांगा."

ती खाली रस्त्यावर उभी होती. तिच्या मनात स्वत:चेच शब्द घुमत होते, 'गुप्ते वाट बघत असतील...'

त्या क्षणीच तिच्या लक्षात आलं की हा खेळ अजून संपलेला नाही! सुधाकरला कल्पना असो वा नसो, त्यालाही हे सांगितलं पाहिजे. आजच्या परतीच्या प्रवासातच.

आणि तिला का कोण जाणे, आपण हे सांगू शकू असा विश्वास वाटत होता. तो विश्वास स्वत:बद्दलही होता- आणि सुधाकरबद्दलही होता.

डेक्कन क्वीनमधील त्या प्रवासाची नीना वाट पाहत होती.

स्पंदन, दिवाळी ८५

दुभंग

मुसळधार पाऊस होता. सखल भागातील रस्ते पाण्याखाली. रेल्वेच्या रुळांवर पाणी साचलेले. त्यामुळे बसेस व लोकल्सची वाहतूक विस्कळीत. मुंबई शहराला पुरात सापडलेल्या एखाद्या खेड्याची कळा.

बुधवारी पावसाचा जोर थोडा कमी झाला. केळकरांना बरे वाटले. या पावसात सुधीरला आणण्यासाठी विमानतळावर कसे जायचे, ही चिंता त्यांना पडली होती. आता चिंता कमी झाली. महिनाभर घराबाहेर असलेला सुधीर उद्या परतणार या कल्पनेने उत्साह वाढला. त्या उत्साहातच त्यांनी वैद्यांना फोन केला. त्यांचा संजयही त्याच विमानाने येणार होता. सिंगापूरला क्रिकेटच्या मॅचसाठी दोघे बरोबरच गेले. मॅच संपल्यावर थोडे आजूबाजूला फिरून परतायचे हा बेत दोघांनी मिळून केला होता. दोन्ही कुटुंबे वाट पाहत होती.

"हॅलो, मी केळकर. उद्या जायचं ना एअरपोर्टवर?"

"अर्थात."

"किती वाजता निघू या?"

"लॅन्डिंग पहाटे साडेपाचला आहे. आपण पाचपर्यंत पोहोचू. फार आधी जाऊन तरी काय करायचं? निघण्यापूर्वी एकदा फ्लाइट वेळेवर आहे की नाही याची खात्री करून घेऊ..."

"ठीक! मी बरोबर चारला हॉर्न वाजवतो. तुम्ही एकटेच येणार, की वृंदाबाई येताहेत?"

"एकटाच! तिला इथं मुलाच्या स्वागताची जय्यत तयारी करायची आहे!

मुलांना मीच नको म्हटलं. तिथं उगाच गर्दी नको.''

''आय ॲग्री. मीही एकटाच येतो आहे. दुपारी गेट-टुगेदरच्या वेळी सगळे एकत्र भेटणारच आहोत.''

''राइट!''

''होल्ड ऑन... हिला वृंदाबाईंशी बोलायचं आहे.''

''नेहमीचे राउंडस् सुरू झाले! त्यानंतर पिंकीला आदिताशी बोलायचं असणार!''

केळकर मोठ्याने हसले व त्यांनी फोन लीलाबाईंच्या हाती दिला. ''झाली का तुमची चेष्ट सुरू?'' असे म्हणत लीलाबाईंनी तो ताब्यात घेतला.

गेली काही वर्षे एकमेकांशी घरोब्याचे संबंध असलेली ही दोन कुटुंबे होती. वास्तव्य एकाच कॉलनीत. नेहमी एकमेकांकडे जाणं-येणं. अधूनमधून एकत्र जेवणं. एकत्र प्रवास करणं. मुलांमुळे ही मैत्री अधिकच वाढली. एखादा दिवस भेटीशिवाय गेला तरी चुकल्यासारखे वाटे.

सुधीर-संजयला निरोप देण्यासाठी सगळे गेले होते. ते गेल्यानंतर त्यांच्या आठवणी हा गप्पांचा आणखी एक विषय झाला. कधी दोघे वेगवेगळी पत्रे पाठवत, तर कधी मिळून एकत्र पत्र लिहीत. ही पत्रे नेहमीच एकत्र वाचली जायची.

अगदी सहजपणे, संथपणे निर्माण झालेली ही जवळीक होती.

गुरुवारी पहाटे पाऊस होताच. त्या पावसात दादरपासून सहारपर्यंत पोहोचताना दमछाक झाली. सुदैवानं गाडी वाटेत कुठे बंद पडली नाही. विमानही वेळेवर येणार अशी माहिती होती. केळकर व वैद्य बाहेर थांबले होते. बाहेर झुंबड होती.

विमान उतरत असल्याची घोषणा झाली.

''मुलांना बाहेर यायला निदान अर्धा तास तरी लागेल!'' केळकर म्हणाले.

''सहज! अर्थात कस्टम्समध्ये अडवणूक व्हावी असं दोघांनीही काही आणलेलं नसणार. त्यामुळे कदाचित लवकरही सुटका होईल!''

''होप सो!''

पाऊस पडतच होता.

सिंगापूरहून मद्रासमार्गे मुंबईला येणारं बोइंग. एकूण पंचाण्णव प्रवासी. लॅन्डिंगची वेळ साडेपाच. त्यामुळे पाच वाजल्यापासून सगळे तयारीत. कॉकपिटमधून येणाऱ्या वेगवेगळ्या सूचनांनुसार प्रवासी वागत होते. बाहेर कुट्ट अंधार. शिवाय पावसामुळे वातावरण धूसर. दिवे दिसत नव्हते. सर्वांच्या मनात भीती. तेवढ्यात ती भीती वाढवणारी घोषणा झाली. ''काही अडचणीमुळे विमान उतरू शकत नाही.'' घबराट, कुजबुज. एकमेकांना धीर देणे. तेवढ्यात दुसरी घोषणा, ''विमान उतरत

आहे.'' भीती विरून सुटकेची भावना.

कन्ट्रोल टॉवरमधून निरीक्षक अधिकारी पाहत होते. विमान उतरत असल्याचे त्यांनी पडद्यावर पाहिले. वैमानिकाला उतरण्याच्या क्षेत्रासंबंधी एकाने सूचना दिली. दुसऱ्या अधिकाऱ्याला मात्र संशय आला. जोराच्या पावसामुळे काही दिसत नव्हते. नेमका काय घोटाळा आहे हे उमगत नव्हते. पण आतून धोका जाणवला आणि त्यानं फायरब्रिगेडला सांकेतिक भाषेत भराभर सूचना द्यायला सुरवात केली. यंत्र धावपट्टीकडे निघालेही.

... विमानाने धावपट्टीला स्पर्श केला आणि काय झाले कोण जाणे. विमान तीन वेळा हवेत उंच उसळले. तिसऱ्यांदा खाली आपटल्यानंतर ते खूप दूर फरफटत जाऊन भिंतीवर आदळले. विमानाचे दोन तुकडे झाले होते आणि ते दूरवर फेकले गेले होते.

प्रवाशांना काय घडते आहे हे कळलेच नाही. त्यांच्या किंकाळ्या ऐकू येत होत्या. विमानतळावरचे सुरक्षा कर्मचारी व फायरब्रिगेडचे लोक अडकून पडलेल्या प्रवाशांना बाहेर काढण्याच्या प्रयत्नात होते. अंधारामुळे व पावसामुळे त्यांच्या कामाला वेग नव्हता.

विमानाचे चिखलात गेलेले अवशेष सुटे करण्यात फार वेळ जात होता. एक मोठा भाग चिखलात नुसता रुतून बसला होता. इमर्जन्सी एक्झिट उघडले होते आणि वाचलेले प्रवासी बाहेर पडण्याची पराकाष्ठा करत होते...

''साडेसहा वाजून गेले. अजून कोणीच कसे बाहेर येताना दिसत नाही?'' वैद्यांच्या आवाजात चिंता होती.

बाहेर उभे असलेले लोक एकमेकांना हाच प्रश्न विचारत होते. काही जण चौकशीच्या कक्षाकडे धाव घेऊ लागले. तेथे काही बातमी लागेना. उडवाउडवीची उत्तरे मिळू लागली.

''हा काय प्रकार आहे? आपण या लोकांना धडा शिकवला पाहिजे! साधी माहिती द्यायला तयार नाहीत? आमचा मानसिक छळ किती काळ करणार आहेत ही मंडळी?''

वातावरणात राग धुमसू लागला. कोणीतरी टेलिफोनकडे धाव घेतली. टेलिफोन नादुरुस्त.

''याचा अर्थ धरून कोणी फोन केला तर त्यांना काहीच कळणार नाही!''

''बरेच लोक फोन करण्याच्या प्रयत्नात असणारच. कारण आता तास उलटून गेला...''

''काय झाले आहे कोण जाणे!'' केळकर म्हणाले. चिंता, भीती, राग... आणि

शेवटी मनाला व्यापून राहिलेली असहायता.

तेवढ्यात बातमी आली : विमान उतरताक्षणीच आपटले. क्रॅश लॅन्डिंग होते. हळूहळू जसे समजतील तसे बाकीचे तपशील देण्यात येतील. प्लीज बेअर विथ अस.''

''माय गॉड!'' वैद्य उद्गारले. काय करावे हे न समजून त्यांनी केळकरांचा हात घट्ट पकडला.

ते एकमेकांशी बोलत नव्हते. फक्त कोसळणाऱ्या पावसाकडे शून्यपणे पाहत होते.

विमानात अडकून पडलेल्या प्रवाशांना बाहेर काढण्याचे काम जोरात सुरू होते. काही मृत देह. काही जखमी. काही पूर्णपणे वाचलेले. पंचाण्णव प्रवाशांपैकी फक्त दोन प्रवाशांचा पत्ता लागत नव्हता. जखमी प्रवाशांना वेगवेगळ्या रुग्णालयात पोहोचवण्याच्या दृष्टीने हालचाली सुरू होत्या. जे सुरक्षित होते त्यांची व्यवस्था विमानतळाजवळील हॉटेलात केली जात होती...

बाहेर आणखी काही माहिती दिली गेली.

''विमानाचे दोन तुकडे झाले आहेत. विमानाच्या टाक्यांनी पेट घेतलेला नाही. त्यामुळे स्फोट टळला आहे. प्राणहानी कमी झाली आहे. निश्चित आकडा लवकरच कळेल.''

त्याखेरीज प्रश्नांचा मारा करून काढलेली आणखी थोडी माहिती.

''अपघात कसा झाला? वैमानिकाच्या चुकीमुळे?''

''आणखी एक विमान याच सुमारास घिरट्या घालत होतं. ते सुखरूप उतरलं?''

''की ते दुसऱ्या ठिकाणी वळवलं?''

उत्तर एकच : ''वैमानिकाची चूक नाही. या सुमारास दुसरं कोणतंही लॅन्डिंग नव्हतं.''

''मग अपघात झाला कसा?'' पुन्हा तोच प्रश्न.

उत्तर नाही.

केळकर शांतपणे ऐकत होते. शेवटी त्यांना असह्य झाले. ''अपघात कसा झाला, याच्याशी आपल्याला काय कर्तव्य आहे. प्रश्न, किती प्रवासी सुखरूप आहेत हा आहे! व्हेअर इज द सर्व्हायव्हर्स लिस्ट? ते विचारा! डोन्ट आस्क इर्‌रेलेव्हन्ट क्वेश्चन्स!'' ते धारदार स्वरात म्हणाले.

''तुम्ही शांत रहा. मी सगळी माहिती काढतो.'' वैद्यांनी त्यांना सावरले.

केळकर डोळे मिटून स्वस्थ बसले.

''कॉफी घेणार का थोडी?''

''नको... वैद्य, प्राण अडकल्यासारखं वाटतं आहे हो!''

"आय अन्डरस्टॅन्ड, आपल्या दोघांचा प्राण सध्या एकच आहे!"

"खरं आहे!"

त्यांचे हे संभाषण चालू असतानाच आजूबाजूला खळखळ माजली.

"मंत्रीमहाशय!"

"नुकसान भरपाईसंबंधीची काहीतरी घोषणा असणार!"

'हू इज इंटरेस्टेड? आम्हाला एकदा आमची माणसं दिसू द्यात!"

"प्रेसचं कोणी कसं नाही? त्यांच्याकडूनच खरी हकिगत कळेल!"

"त्यांना पत्ता लागू दिला तर! अजूनही उडवाउडवी चालूच आहे."

"हाऊ कॅन पीपल बी सो कॅलस?"

या संतापाला काही अर्थ नव्हता. हा संताप हे भीतीचेच दुसरे रूप होते. कधीतरी तो उसळी घ्यायचा...

आणि पुन्हा जीवघेणी शांतता पसरायची.

केळकर व वैद्य एकमेकांशेजारी बसून होते. पावसाचा जोर किंचित कमी झाला होता.

जखमी प्रवाशांना वेगवेगळ्या रुग्णालयांतून दाखल करण्यात आले. काहींच्या जखमा किरकोळ होत्या. प्राथमिक उपचार करून त्यांना घरी जाण्याची परवानगी देण्यात आली.

सुजित घोष सुदैवी होता.

विमानाने उसळी घेतली त्या क्षणीच तो बेशुद्ध झाला. जाग आली तेव्हा आपण रुग्णालयात असल्याचे त्याला आढळले. सुरवातीला काही आठवेना... नंतर अस्पष्टसे आठवू लागले. अंधार... पाऊस... विमान उतरताना झालेला प्रचंड मोठा आवाज... आपण मधल्या भागात होतो... इतरांचे काय झाले?

सुजित ताड्कन उठला.

"कॅन आय गो होम?" त्याने नर्सला विचारले.

"काहीच हरकत नाही. तुमच्या अंगाला ओरखडासुद्धा नाही. धक्का बसल्यामुळे शुद्ध गेली इतकंच."

"इथं आणखी किती जण आहेत? आय वुड लाइक टू मीट देम!"

"एकच. धिस इज अ प्रायव्हेट हॉस्पिटल. बाकीचे मोठ्या हॉस्पिटलमध्ये असतील."

"इथं आहे त्याचं नाव?"

"ठाऊक नाही!"

सुजितने बाहेर पडून टॅक्सी पकडली व तो थेट विमानतळावर आला. टॅक्सीत बसल्यानंतर त्याला आणखी काही गोष्टी आठवू लागल्या होत्या...

त्याने घड्याळात पाहिले. दहा वाजून गेले होते.

विमानतळावर आणखी तपशील सांगितले जात होते. 'पंचाण्णव प्रवाशांपैकी एकोणीस ठार. सत्तावीस जखमी. बहुतेकांना झालेल्या जखमा किरकोळ आहेत. फक्त तिघांची प्रकृती चिंताजनक आहे. सुरक्षित प्रवाशांपैकी मुंबईचे प्रवासी आपापल्या घरी जात आहेत. इतर प्रवाशांची व्यवस्था एअरपोर्ट हॉटेलमध्ये केली आहे. दोन प्रवाशांचा मात्र पत्ता लागत नाही.'

ही माहिती ऐकणाऱ्यांची काउंटरजवळ खेचाखेच चालू होती. त्या झुंबडीत केळकर व वैद्य होते. प्रत्येकाला आपल्या संबंधिताची नावे पाहण्याची उत्कंठा. नावे वाचली जात होती...

सुखरूप घरी गेलेले प्रवासी...

या यादीत सुधीर-संजय कसे असतील? ते आधी इथे आले असते. आपण विमानतळावर येणार हे त्यांना ठाऊक आहे. दोन दिवसांपूर्वीच फोनवर तसे बोलणे झाले होते. विमानाचा एक तुकडा सांताक्रुझ विमानतळाच्या परिसरात जाऊन पडला म्हणे. तेथे दलदल, चिखल असणार. पण त्यातून वाट काढत ते दोघे आधी इथेच आले असते. घरी जाणे भाग पडले असले तरी घरून फोन आला असता... पण फोनवर कोणी अवलंबून राहिले नसतेच. सगळे आधी इथे धावले असते...

केळकर-वैद्यांच्या मनात एकच विचार : 'सुधीर-संजय घरी गेलेले नाहीत!'

मग?

एअरपोर्ट हॉटेलमध्ये चौकशी करावी? पण त्या अनोळखी प्रवाशांना सुधीर-संजय कसे ठाऊक असतील?

''तरीही मी चौकशी करून येतो. तुम्ही इथंच थांबा. वेगवेगळ्या हॉस्पिटलमधून बातम्या येत आहेत. पाच-दहा मिनिटांत सगळं कळेल!'' केळकर म्हणाले. त्यांनी आता सगळे धैर्य एकवटले होते.

''नको! तुम्ही आता कुठे जाऊ नका. दोघं एकत्रच असू. मला एक क्षणही एकटं राहवणार नाही!''

''ठीक! पण असे खचू नका हो, वैद्य...''

''कासावीस झालो आहे. घरची मंडळीही काळजी करत असतील. इथला फोन बंद आहे. दुसरीकडून ट्राय करू? वृंदाला कळवतो. ती तुमच्या घरी कळवील!''

''नको! - आता जे काही करायचं ते दोघांनी मिळून. तुम्ही म्हणता ते खरं आहे. या परिस्थितीत एकटं राहणं अशक्य आहे!... अरे, आदिता आलेली दिसते आहे. आदिता...''

''दुसरी एक यादी आली आहे!''

पुन्हा झुंबड. वाचली जाणारी नावे ऐकून काहींच्या चेहऱ्यावर आनंद. काहींच्या मनावर वाढता ताण.

सुधीर-संजय ही नावे अजून वाचली गेली नव्हती.

''ही के.ई.एम.ची यादी होती!''

''सायन हॉस्पिटलची यादी अजून यायची आहे...''

आता गर्दी थोडी विरळ झाली होती. काही माणसं सुटकेचा नि:श्वास टाकून घरी किंवा हॉस्पिटलात गेली होती. फक्त आठ-दहा माणसे शिल्लक होती. काउंटरच्या अवतीभोवती भयाण वाटत होते.

ताण असह्य होऊन वैद्यांनी सिगारेट पेटवली. केळकरांपुढे पाकीट करत यांनी म्हटले, ''घ्या.''

सुजित घोष एअरपोर्ट हॉटेलकडे पोहोचला. तेथे गर्दी होती. त्याने चौकशी केली. सुखरूप असलेल्या प्रवाशांना भेटायची अनेकांची इच्छा होती. पण कोणालाच आत सोडत नव्हते. त्या गर्दीत काही पत्रकारही होते. ते संतापले होते.

सुजितने त्यांना स्वत:बद्दल सांगितले. लगेच त्यांनी त्याच्या भोवती कोंडाळे केले.

''नेमकं काय झालं?''

''कळायला मार्ग नाही. क्रॅश लॅन्डिंग होतं एवढं खरं.''

''सूचना दिली गेली होती?''

''या विमानाबद्दल प्रवाशांच्या काही तक्रारी होत्या असं समजलं. तुमचं काय मत आहे?''

''तुमची व्यवस्था नीट झाली?''

सुजित त्रोटक उत्तरे देत होता. त्यांची परस्परांत चाललेली चर्चा त्याच्या कानावर पडत होती.

''सगळा अनागोंदी कारभार आहे. प्रेतं अजून इथल्याच बंबखान्यात पडून होती. नुकतीच कॉरोनरच्या ताब्यात दिली गेली.''

''अजून सगळ्या प्रेतांची ओळख पटलेली नव्हती.''

''एक एअर-होस्टेस ठार झाली म्हणे.''

''हा विमानतळ उतरण्याच्या दृष्टीनं असुरक्षित आहे. पायलट्सच्या पूर्वीपासूनच तक्रारी होत्या.''

''तुम्हाला आठवतं का, गेल्या वर्षी एक बोइंग असंच कोसळलं!''

"भोवतीची झोपडपट्टी व दलदल यासंबंधीही काहीतरी केले पाहिजे."

"सामानाचं काय केलं?"

...हे ऐकता ऐकता सुजितला आपला विमान प्रवास स्पष्ट आठवू लागला... आपण मधल्या भागात होतो म्हणून वाचलो. पहिल्या वर्गाने कोणीतरी व्ही.आय.पी. प्रवास करत होता. त्याचे काय झाले? आपल्या मागेच बसलेला तो सात वर्षांचा छोटा मुलगा... तो सुखरूप असेल की नाही? त्याच विमानात एक क्रिकेट टीम होती. त्यातले काही मागे बसले होते. सगळी विशीतली मुले. फार उत्साहात होती. पट्टे सोडायला सांगितल्यानंतर एकमेकांकडे जाऊन गप्पा मारत होती.

यातले कोण गेले, कोण राहिले?

त्यांची वाट पाहणारी काही मंडळी अजून बाहेरच थांबली असतील. तेथे जाऊन त्यांची विचारपूस केली पाहिजे. त्यांना जमेल तशी माहिती दिली पाहिजे.

सुजितचे मस्तक पुन्हा फिरू लागले होते.

आता काउंटरजवळ फक्त सहा माणसे. एकच यादी राहिली होती. त्या यादीची प्रतीक्षा.

"या याद्या कितपत विश्वसनीय असतील? आपण स्वत: जाऊन सगळ्या हॉस्पिटल्स पाहून आलो तर?"

"आपण कुठे कुठे जाणार? आता थोडा धीर धरू या. आदिती मघाशीच घरी गेली. एव्हाना ती पोहोचली असेल. त्यामुळे घरीही सगळं कळलं आहे. अर्ध्या तासात आपण निघू शकू असं वाटतं!"

केळकर आणि वैद्य एकमेकांशी आणखी काही बोलू शकत नव्हते. दोघांच्याही मनात काहूर. आशा हळहळू क्षीण होत चाललेली. पण अजून एक यादी यायची आहे. त्यात दोघांची नावे असतील! ईश्वरापाशी तेवढीच प्रार्थना आहे. उमदी मुले आहेत. आता कुठे त्यांच्या आयुष्याला सुरुवात झाली आहे. दोघे मिळून काही काही बेत करताहेत. आणि आपण त्यांच्या पूर्तीची स्वप्ने पाहतो आहोत. ती स्वप्ने उद्ध्वस्त झाली असतील? सत्य काय आहे? सुधीर-संजय या जगात आहेत की नाहीत? ठार झालेल्यांच्या यादीत त्यांची नावे नाहीत. म्हणजे आशेला अजून जागा आहे. पण ती यादी अजून पूर्ण नाही. ओळखण्याचे काम अजून चालू आहे. सुधीर-संजय कुठल्या यादीत असतील? या की त्या?

डोळ्यांसमोर दोघांचे चेहरे आलटून पालटून येत होते. कधी दोघांचा मिळून एकच मोठा चेहरा डोळ्यांसमोर आकारत होता.

इतक्यात ती यादी आली. अधिकारी नावे वाचू लागला. फक्त चार नावे ती

ऐकल्याबरोबर चार माणसे काउंटरजवळून दूर गेली. टॅक्सीत चढणारे त्यांचे आनंदाने उजळलेले चेहरे केळकर-वैद्यांना दिसले.

त्यांनी एकमेकांकडे हताशपणे पाहिले. पाणी डोळ्यांच्या कडांपाशी येऊन थांबले होते. हुंदका फुटत होता. वाटत होते, मिठी मारून एकमेकांच्या दु:खाला मोकळी वाट करून द्यावी. आणि त्यानंतर घट्ट मनाने पुढील कामांना लागावे. घरी गेले पाहिजे. नंतर कॉरोनर कोर्टात-

त्या भीषण कल्पनेने दोघांच्याही अंगावर काटा आला.

"आर यू शुअर धिस वॉज द लास्ट लिस्ट?" हताशपणे केलेला शेवटचा प्रश्न.

"येस." अधिकाऱ्याचे कोरडे उत्तर.

पुढच्या क्षणी नेमके काय करायचे? ठरवता येईना. सगळे जग भोवती भ्रमत आहे, असा भास झाला.

सुजितला ते दोघे दिसले. त्याने काउंटरजवळ चौकशी केली. काय घडले असावे याची त्याला कल्पना आली. तो दोघांच्या मागे धावला.

"एक्स्क्यूज मी."

दोघांनी वळून पाहिले.

"मी सुजित घोष. मीही त्या विमानात होतो. वाचलो. इथं एकटाच आहे. म्हणून ठरवलं की, आधी विमानतळावर यायचं. भेटायचं. तरी उशीर झालाच. तुमचं कोणी..." सुजित भराभर बोलत होता. पण तो येथे अडखळला.

"इट्स ऑल ओव्हर नाऊ!" दोघांच्या तोंडून एकच उद्गार.

"आय ॲम सॉरी..."

"तुम्ही इथं कसे पोहोचलात?"

"मला काही झालं नव्हतं. त्यामुळे मी हॉस्पिटलमधून लगेच डिस्चार्ज घेतला आणि..."

"हॉस्पिटलमधून? कोणत्या?" दोघांचा अधीर प्रश्न.

"नक्की ठाऊक नाही. पण माहीमजवळचं एक प्रायव्हेट हॉस्पिटल होतं."

दोघांच्याही लक्षात आले की, वेगवेगळ्या याद्यांमध्ये या हॉस्पिटलची यादी नव्हती.

"तिथं आणखी कोण कोण आहे? तुम्हाला काही कल्पना आहे? आपण तडक तेथे जाऊ."

"मी चौकशी केली..."

“मग?”

“आणखी एक कोणीतरी आहे...” सुजित दोघांकडे पाहत, अवघडून सांगत होता.

प्रश्न थांबले. विचित्र शांतता. कधीही संपणारच नाही अशी शांतता. जग दुभंगून टाकणारी शांतता. आणि त्या शांततेतच सुरू झालेला नि:शब्द कोलाहल. कानांच्या पडद्यांवर आदळणारे एकच वाक्य : ‘आणखी एक कोणीतरी आहे.’

त्या शब्दांचे शेकडो प्रतिध्वनी. आणखी एक कोणीतरी... एक कोणीतरी... एक-एक-एक-

केळकरांच्या डोळ्यांसमोर सुधीरचा चेहरा होता.

वैद्यांच्या डोळ्यांसमोर संजयचा चेहरा होता.

दोघे एकमेकांकडे पाहत नव्हते. क्षणभर आपापल्या आशेत गुंतले होते.

तो क्षण लांबत होता.

पाऊस पडत होता, की थांबला होता, कोण जाणे!

महाराष्ट्र टाइम्स, दिवाळी ८५

फुलं

माधव बर्वे हे एक हुशार, कर्तबगार गृहस्थ आहेत. त्यांचे आजपर्यंतचे आयुष्य सरळ गेले असेच म्हटले पाहिजे. शिक्षण व्यवस्थित पार पडले. त्यानंतर त्यांनी एक-दोन मामुली नोकऱ्या केल्या. त्या नोकऱ्यांत त्यांचा जीव रमला नाही; पण त्यांनी तक्रार केली नाही. कुटुंबाकरता मिळेल ती नोकरी केलीच पाहिजे, आणि मनाजोगती नोकरी सहजासहजी मिळणे शक्य नसते, या दोन्ही गोष्टी त्यांना ठाऊक होत्या. त्यांचा हा समंजसपणा त्यांना आयुष्यात फार उपयोगी पडला. पहिली दोन-तीन वर्षे ताणाची गेली. पण तो अनुभव गाठीशी होता म्हणूनच त्यांचा जाधव उद्योगसमूहात सहज प्रवेश होऊ शकला. तेथे चालू असलेल्या एका महत्त्वाच्या प्रकल्पाचे प्रमुख म्हणूनच त्यांची नेमणूक झाली. हा फार मोठा मान होता असे म्हणता येणार नाही. कारण त्या समूहात अनेक प्रकल्प चालू असत. समूहाच्या शाखा सर्व प्रमुख शहरांत होत्या; आणि प्रत्येक शाखेच्या ऑफिसात काही कर्तबगार माणसे होती. बर्वे त्यांच्यातले एक झाल. शिवाय वयामुळे कनिष्ठही. पण श्रेष्ठ-कनिष्ठतेच्या खोट्या कल्पनांच्या ते कधीच आहारी गेले नाहीत. पगार भरघोस नव्हता, पण कुटुंकाला सुखाने जगता येण्याजोगा होता. नोकरी करणारी पत्नी. दोनच मुले. इतर कौटुंबिक जबाबदाऱ्या नाहीत. इतरांसाठी काही केलेच तर स्वेच्छेने. अशा परिस्थितीत मिळणारा पगार भरपूर वाटत होता. त्या पगारात त्यांनी आपले आयुष्य व्यवस्थित बसवले होते. स्वतःचा ब्लॉक, घरात आवश्यक त्या सर्व सुखसोयी; मधूनमधून सहकुटुंब एखादा नाटक-सिनेमा; सहपरिवार एखादा जवळचा प्रवास. कुटुंबीयांशी, मित्रमंडळींशी चांगले

संबंध होते. त्यामुळे आठवड्यातली एखादी संध्याकाळ त्यांच्या सहवासात मजेत निघून जाई. त्यांचे वर्तुळ फार मोठे नव्हते. त्यांनी ते मुद्दामच लहान ठेवले होते- आणि गेल्या काही वर्षांत ते अधिकाधिक लहान होत गेले होते. ते म्हणत, "आयुष्यात माणसांचा गुंता नकोच. मोजकी, कायमची आपली राहणारी माणसं हवीत. आपण ती पारखून घ्यायला हवीत. आयुष्यात भलती माणसं शिरू दिली तर आयुष्य विनाकारण वेडंवाकडं होतं. भलत्या माणसांच्या सहवासात वेळ घालवण्यापेक्षा कामात वेळ घालवावा. कामाशी आपलं जे नातं असतं, ते चिरस्थानी असतं. तेथे दगाफटका होण्याचा संभव नसतो." आपण फार मोठे काम करत आहोत, असा बर्व्यांचा दाव नव्हता. पण ते सातत्याने, मनापासून काम करत आले होते हे इतरांना ठाऊक होते. या इतरांत काही त्यांचे चाहते, हितचिंतक होते.

हे सगळे तपशील वाचून तुम्हाला वाटेल की ही एका सुखी, यशस्वी माणसाची आयुष्यरेखा आहे. पण ते पूर्णपणे खरे नाही. कारण बर्व्यांना अधूनमधून चढ-उतार पाहावे लागले आहेत, धक्के बसले आहेत, अपयशाचा एखादा प्रसंगही आला आहे. गेल्या वर्षी त्यांना खरे म्हणजे बढती मिळवायला हवी होती. पण त्याच्या बरोबर काम करणाऱ्या सुर्व्यांनी इतके वशिले लावले की अखेर ती बढतीची जागा बर्व्यांच्या हातून गेली! तेथील एका उच्चपदावर काम करणाऱ्या अधिकाऱ्याशी बर्व्यांच्या एका ज्येष्ठ मित्राचे जवळचे संबंध आहेत. त्या मित्राने नुसता शब्द टाकला असता तरी... पण त्या मित्राने काही केले नाही. इतकेच काय, ती जागा बर्व्यांना मिळाली नाही याबद्दल साधी हळहळही बोलून दाखवली नाही, हा एकमेव प्रसंग नव्हे. असे आणखीही काही. त्यामुळे बर्वे भ्रमात नाहीत. आपण कितीही अलिप्त असलो तरी चहूबाजूला जे घडत असते ते आपल्यावर येऊन आदळल्याखेरीज राहत नाही हे त्यांना ठाऊक आहे. अलीकडे ही जाणीव वाढत चालली आहे. त्यामुळे बर्वे मनातून उदास आहेत. अधिक अलिप्त व्हावे की जे घडते ते सहजपणे स्वीकारावे हे त्यांना समजत नाही.

- अशा बर्व्यांची ही गोष्ट आहे.

तात्पर्य? - बर्वे काढतील ते!

वर्षे नेहमीप्रमाणे सकाळी सहाच्या सुमारास उठले होते. चहा घेऊन वर्तमानपत्राची वाट पाहत होते.

"आज नेहमीच्या वेळीच निघणार ना?" शालिनीने विचारले.

"जरा लवकर. एक मीटिंग आहे. तुला सांगायला विसरलोच. पण पेपर कसा

आला नाही अजून? एकदा नजर फिरवली असती अन् आटपायला सुरुवात केली असती!''

''असतं काय अलीकडे त्या पेपरात? निम्म्या बातम्या दहशतवाद्यांसंबंधीच्या... खून, अपघात, दंगली...''

''पण हे ज्या अर्थी आपल्याच जगात घडतं, त्या अर्थी ते आपल्याला ठाऊक असलंच पाहिजे!''

''कशासाठी? माणसं किती हिंस्र बनत चालली आहेत, हे रोज कशाला जाणून घ्यायला हवं?''

''तू जेव्हा तेव्हा वाद घालतेस! मला आणखी अर्धा कप चहा दे बरं!''

शालिनी चहा आणण्यासाठी स्वयंपाकघरात वळली तोच फोन वाजला. इतक्या सकाळी फोन कोणी केला असेल? आश्चर्य करत, जरा काळजी करत बर्व्यांनी फोन घेतला.

''हॅलो...''

''हॅलो... मी पुराणिक बोलतोय.''

''बोला साहेब!'' बर्व्यांना वाटले, आजच्या मीटिंगसंबंधी त्यांना काही सांगायचे असेल.

''अभिनंदन!''

''कशाबद्दल?'' चकित होऊन बर्व्यांनी विचारले.

''पंधरा जणांना आपल्या ग्रूपनं बक्षिसं जाहीर केली आहेत. त्या पंधरांमध्ये तुमचं नाव आहे. काल मी एम.डी.कडे बसलो होतो. ते सर्क्युलर त्यांच्या सहीसाठी आलं होतं. त्यांनी मला दाखवलं. काल रात्रीच तुम्हाला कळवणार होतो. पण मी रात्री फार उशिरा घरी आलो. आज तुम्हाला पत्र मिळेलच बहुतेक. मुंबईचे तुम्ही तिघं आहात. दिल्लीचे दोन, बंगलोरचा एक...''

''थँक यू. पण मला हे सांगा, ही कसली बक्षिसं? कशाबद्दल?''

''ग्रूपची नवी योजना आहे. टॅलन्टेड लोकांना उत्तेजन द्यायचं. बक्षीस चांगलं भरघोस आहे, दहा हजार! पुढच्या महिन्यात एक समारंभ करून ती बक्षिसं देणार असं एम.डी. म्हणत होते...''

''बट व्हाय डिड दे सिलेक्ट मी?''

''तुमचा नवा प्रोजेक्ट! ग्रूपचा त्यामुळे खूप फायदा होणार आहे!''

''आय रिअली डोन्ट नो...''

''मी सांगतो ना! यू रिअली डिझर्व्ह धिस अवॉर्ड! तेव्हा पुन्हा एकदा अभिनंदन! ऑफिसात भेटूच!''

बर्वे विस्मित झाले होते. हे सगळे अगदी अनपेक्षित होते. शालिनी बोलणे

ऐकत बाजूलाच उभी होती. तिला थोडा अंदाज आला होता. बर्व्यांनी नेमके स्वरूप सांगितल्यावर तिला आनंद झाला.

"आपण सेलिब्रेट करू. मी ऑफिसातून येताना मिठाई आणते."

"त्यात सेलिब्रेट करण्याजोगं काही आहे, असं मला वाटत नाही. तुझी इच्छा असेल तर करू, पण घरापुरतंच, इतर कोणाला उगाच सांगत बसू नकोस!"

"इतकी मूर्ख नाही मी! एखादी चांगली बातमी सांगायची म्हणजे लोकांचा मत्सर ओढवून घ्यायचा. नकोच ते. फक्त आपल्या माणसांना सांगू. बाकीच्यांना कळेल तेव्हा कळेल. पेपरात येईलच की."

"छे!"

"छे काय? तुमचा ग्रूप पक्का जाहिरातबाज आहे. तो गुपचूप काही करायचा नाही!"

तेवढ्यात वर्तमानपत्र आले. सुखावलेल्या बर्व्यांनी ते उघडून वाचायला सुरुवात केली. आजच्या पेपरात विध्वंसक बातम्या जवळजवळ नव्हत्या. 'आजचा दिवस एकूण बरा दिसतो आहे!' बर्वे मनाशी म्हणाले. ऐवढेच. ते खरोखरीच फार उत्तेजित झाले नव्हते. 'एक तात्पुरते सुख देणारी घटना' यापलीकडे त्यांनी या बातमीला महत्त्व दिले नव्हते. याबद्दल इतरांची प्रतिक्रिया काय होईल, हा एक पुसटसा विचारही त्यांच्या मनात होता. त्या उलटसुलट असणार हे न कळण्याइतके ते भाबडे नव्हते. म्हणूनच थोड्या तटस्थ वृत्तीनेच ते ऑफिसात गेले.

ऑफिसात दोन - तीन तास मीटिंगमध्येच गेले. तेथे एक-दोन व्यक्तींनी नुसते अभिनंदन केले. त्यांचा व बर्व्यांचा फारसा परिचय नव्हता. दिल्ली-बंगलोर-कलकत्ता वगैरे ठिकाणी त्यांना क्वचित कामाच्या निमित्ताने जावे लागे. त्या वेळी एकमेकांची नावे ठाऊक झाली होती, इतकेच. ते मीटिंग संपवून बाहेर आले तेव्हा हळूहळू बातमी पसरू लागली होती. त्यातून एक संमिश्र प्रतिक्रिया आकारू लागली होती.

"या बर्वे! अभिनंदन!"

"ही कसली योजना? निवड कोणी केली?"

"हा आपल्या ग्रूपचा नवा स्टंट दिसतो आहे!"

"फक्त पंधरा जण? आणखीही तिघाचौघांना अवॉर्ड मिळायला हवं होतं!"

"त्याची चर्चा कशाला? ज्यांना मिळालं त्यांची निवड योग्य आहे की नाही एवढंच पहा!"

"बर्व्यांबद्दल काही प्रश्नच नाही. त्यांनी फार चांगलं काम केलं आहे. विशेषतः चौधरींबरोबरचा हा त्यांचा नवा प्रोजेक्ट..."

बर्व्यांना चेहरे न्याहाळून हे पडसाद टिपता येत होते. तटस्थ राहण्याचा त्यांचा निर्णय अधिकाधिक पक्का होत होता.

घरी मात्र आनंद होता. आप्तस्वकीयांचे फोन, भेटी... पुष्पगुच्छ, एखादे जेवण. तो आठवडा त्या आनंदात गेला.

हळूहळू ही बातमी मागे पडली. पुन्हा एकदा आयुष्य स्थिरस्थावर झाले. दिवस पुढे सरकत राहिले. बर्वे विसरूनही गेले. कारण ते त्या आनंदात फार गुंतले नव्हतेच.

इतरांच्या लेखी मात्र हा प्रसंग संपला नव्हता.

एका सकाळी मेहता घरी आले तेव्हा बर्व्यांना ही जाणीव झाली.

मेहता अधूनमधून घरी येत. त्यामुळे त्यांना पाहून आश्चर्य वाटले नाही. कधीतरी अचानक डोकवायचे आणि काही वेळ गप्पा मारून जायचे, हा त्यांचा शिरस्ता होता. गप्पांमध्ये विविध विषय. ऑफिस हा त्यांत प्रमुख. बर्वे इतरांपाशी तो विषय टाळायचे. पण मेहतांना मात्र बोलू द्यायचे. कारण त्यांच्यात व मेहतांमध्ये एक विश्वासाचे नाते होते. मेहतांकडे भरपूर स्टॉक असायचा. ते त्या त्या व्यक्तीची थोडी नक्कल करत एखादा प्रसंग सांगायचे. त्यामुळे करमणूकही व्हायची.

त्या दिवशी चहा झाल्यानंतर मेहतांनी विषय काढला. सुरुवातीला हा विषय आपल्या बक्षिसाशी संबंधित आहे हे बर्व्यांच्या लक्षातही आले नाही.

"परवा दासगुप्तांकडे पार्टीला गेलो होतो..."

"काही विशेष?"

"विशेष कसलं? मधूनच येते त्यांना लहर!"

"ऑफिसातली पुष्कळ मंडळी असतील..."

"होती ना. काही बाहेरची होती. त्याचं काय आहे, त्यांचं घर मोठं आहे... त्यामुळे संख्येवर मर्यादा घालण्याची काही गरजच नसते हो!"

"ड्रिंक्स वगैरे..."

"हे सगळं अगदी साग्रसंगीत! दासगुप्ता इज अ व्हेरी गुड होस्ट!"

" हे मला कसं ठाऊक असणार? आमची वर्णी लागलेली नाही अजून तिथं!"

हे आपले उगीचच. बर्व्यांना पार्टी हा प्रकार आवडत नसे. ते तो अगदीच टाळायचे असे नाही. अधूनमधून त्यांनाही आमंत्रणे असत. त्यांतली काही म्हटले तर अनौपचारिक, म्हटले तर औपचारिक. टाळणे कठीण व्हायचे. काही ठिकाणी अनौपचारिक वातावरण असायचे. काही ठिकाणी मात्र औपचारिक, कृत्रिम वातावरणात जीव घुसमटायचा! साग्रसंगीत पार्टी असेल तर अधिकच गोंधळ! पहिल्या तासानंतर निम्मी माणसे 'उंच' जायची. मग होणाऱ्या गप्पांमध्ये फारसा तोल नसायचा. गॉसिपला ऊत यायचा.

"लागेल, लागेल! आता बक्षिसाचे मानकरी झालात ना तुम्ही! या ना त्या

निमित्तानं दासगुप्ता तुम्हाला नक्की बोलावणार!''

"वाट बघतो!'' बर्वे हसत म्हणाले.

"अरे हो ते सांगायला विसरलोच. सहज आपलं. मजा म्हणून. त्याला महत्त्व द्यायचं नाही...''

"काय?''

"त्या पार्टीला पुष्कळ मंडळी होती. त्यांतला एक तुमच्या बक्षिसाबद्दल असा संतापून बोलत होता म्हणता!''

"जाऊ द्या हो...''

"ऐका तरी! तो मुळी आपले सेक्रेटरी... काय बरं त्यांचं नाव... सोडा!... तर त्यांनाच विचारू लागला, ही निवड तुम्ही कोणत्या तत्त्वांवर केलीत? हा बर्वे काल आलेला! अजून त्याला दहा वर्षंसुद्धा पूर्ण झालेली नाहीत. तुम्ही आमच्यासारख्या सीनिअर माणसांना डावलता? अरे, आम्ही तिथं इतकी वर्षं काय हजामती केल्या? त्याचं आपलं एकसारखं हेच चालू होतं! त्याचा तुमच्यावर राग नव्हता हं. त्याचा राग सीनियर माणसांना डावललं हा!''

"आय सी!''

"शेवटी सेक्रेटरी महाशयही विटले. तेच तेच किती वेळा ऐकून घेणार हो? शेवटी वैतागून ते म्हणाले, हे सगळं तुम्ही मला का सांगता? उद्या चेअरमन मुंबईत येणार आहेत. तुम्ही त्यांना का जाब विचारत नाही? अन्याय झाला असं तुम्हाला वाटत असेल, तर तुम्ही त्याविरुद्ध लढलं पाहिजे!''

"मग?''

"मग काय? हे महाशय गप्प! नुसते गप्पच नव्हेत, तर गडबडलेले. निवडीत मोठ्या माणसांचा हात आहे हे सेक्रेटरींनी नुसतं सुचवलं मात्र, लगेच यांची क्षमायाचना सुरू... मग दर पाच मिनिटांनी क्षमा! पेय पोटात गेलं की, माणूस उदार होतोच म्हणा!''

बर्वे हसले, पण आतून ते थोडे अस्वस्थ झाले होते. कोण असेल ही व्यक्ती?

"चला, निघतो मी. तुम्ही सेक्रेटरींना काही विचारू नका बरं. तेवढं महत्त्वच देऊ नका.''

"छ हो. माझा कुठे त्यांच्याशी फारसा संबंध येतो? आणि आला तरी...''

"ही खात्री आहे मला. सहज सांगितलं. पण त्या महाशयांचा संताप बघण्याजोगा होता हं. वा! मजा आली!''

"आता माझं कुतूहल जागं झालं आहे. नाव सांगा ना - तुमची हरकत नसेल तर!''

"तेवढं विचारू नका!''

बर्व्यांना वाटले, उगाचच आपण नाव विचारले. मेहता सांगणार नाहीत. आणि आपल्याला तरी नावाशी काय कर्तव्य आहे? उगाच वाढवायचे कशाला?

त्यांनी मेहतांना हे बोलून दाखवले.

"दॅट्स राइट! मी तेच म्हणतो. विसरून जा हो. गंमत म्हणून तुम्हाला सांगितलं."

मेहता निघून गेले. पण मनातून तो विषय काढून टाकणे बर्व्यांना प्रयत्न करूनही जमले नाही. कोण असेल? मेहतांनी नाव सांगितले नाही, त्या अर्थी त्यांच्या वर्तुळातला असला पाहिजे. परका कोणी असता तर त्यांनी नाव लपवले नसते. कदाचित तो आपल्याही चांगला ओळखीचा असला पाहिजे. संबंध बिघडू नयेत म्हणून मेहतांनी... त्यांच्या वर्तुळातला, आपल्याशी चांगले संबंध असलेला. सीनिअर... पण कोण? शोधून काढणे तसे सोपे नव्हते. आपल्या ऑफिसचा एवढा मोठा पसारा. सगळ्या सहकाऱ्यांची धड नावेही ठाऊक नसतात. शिवाय बदल्या होत असतात. हा कोणी बदलून आलेलाही असेल...

ऑफिसातही मनात तोच विचार. काही पत्ता लागत नव्हता. पण अचानक डोक्यात प्रकाश पडला. हे पै असणार! ते मेहतांचे मित्र आहेत. आपल्याशीही त्यांचे चांगले संबंध आहेत. पण ते वरपांगीच. आतून त्यांना आपल्याबद्दल मत्सर वाटतो. उगाचच. वास्तविक आपली क्षेत्रे वेगही; वयोगट वेगळे. त्यांच्याशी स्पर्धा करण्याचा कुठे प्रश्नच येत नाही. तरीही ते खोचकपणे बोलत असतात. एक-दोन कटू अनुभवही आले आहेत.

पैच ते! शंकाच नको. ते दासगुप्तांच्या वर्तुळातले आहेत. त्या पार्टीला ते नक्कीच हजर असणार. पैचे मित्र कुलकर्णी. पण दोन मित्रांत फरक आहे. कुलकर्णींचे मन उदार आहे. आपल्याविषयी त्यांना कौतुक आहे. ते तेथे नव्हते का? त्यांनी पैंना रोखले नाही का? जाऊ दे. फार विचार करण्यात अर्थ नाही.

स्वत:पाशी त्या नावाचा उलगडा केल्यानंतर बर्व्यांना शांत वाटले. शालिनी म्हणाली, "एखाद्या डिटेक्टिव्हप्रमाणे दुवे जुळवलेत तुम्ही!"

"खरं आहे तुझं. इतकंच, ते दुवे घेऊन डिटेक्टिव्ह पुढे सरकतो; मी मात्र इथंच थांबणार आहे!"

"तेच योग्य!"

बर्व्यांनी तो कप्पा बंद करून टाकला. कोणाकडेही या प्रसंगाचा उच्चार केला नाही.

आणखी काही दिवसांनंतर दुसरा प्रसंग घडला. स्थळ : एम.डीं.चे घर. संध्याकाळची वेळ. काम संपल्यावर एम.डी. म्हणाले, "थांबा थोडा वेळ. चहा

घेऊन जा. नाहीतरी मी तुमचा शनिवार फुकट घालवलाच आहे... काही इलाजच नव्हता. चेअरमनला ही सगळी माहिती तातडीनं हवी होती... बाय द वे, तेही कदाचित येतील. अनायासे त्यांची भेट होईल. ते लगेच संध्याकाळच्या निमित्तानं परत चालले आहेत.''

एम.डीं.ची सूचना - म्हणजे ती आज्ञाच मानायची! सगळे थांबले. गप्पांना तसा ओघ नव्हता. तुटक संभाषण चालले होते. तेवढ्यात चेअरमन आले. मग ओळखीपाळखी वगैरे. ते काही जणांना ओळखत होतेच.

''हे बर्वे, तुम्ही ओळखताच.''

''ऑफकोर्स!''

बर्व्यांना वाटले, एम.डी. कदाचित बक्षिसाचा उल्लेख करतील. त्यांना ते नको होते. पण सुदैवाने तो विषय निघाला नाही. चहा आला. बर्वे शेजारच्या सहकाऱ्याशी काहीतरी बोलत चहा घेऊ लागले. चेअरमन व एम.डी. पलीकडेच बसले होते. त्यांच्या संभाषणातला एखादा शब्द कानावर पडत होता.

''कुलकर्णी काय म्हणतात? दिल्लीला त्यांना जागा मिळाली?'' एम.डी. विचारत होते.

''आय थिंक सो. सफ्तरजंग इन्क्लेव्हमध्ये कुठेतरी आहे... नाइस मॅन!''

''प्रश्नच नाही. पण त्यांची एक गंमत सांगतो तुम्हाला, साहेब- सहज!''

''सांगा...''

''आपण ती अवॉर्ड्स दिली नाही ना?''

''हो... त्याचं काय?''

अवॉर्ड हा शब्द ऐकताच बर्व्यांनी कान टवकारले. लक्ष नाही असे भासवत ते एकाग्रतेने ऐकू लागले.

''त्याबद्दल कुलकर्णी रागावले आहेत. काही दिवसांपूर्वी दासगुप्तांकडे पार्टी होती. त्या वेळी कुलकर्णी तक्रार करत होते. आपल्या सुधीरनं मला सांगितलं. मी गेलो नव्हतो. सुधीरनं त्यांना सल्ला दिला, चेअरमनला जाब विचारा!''

''विचारू देत ना. मग पहा!''

''सुधीर परवा दिल्लीला येतो आहे. त्याच्या बरोबर आजच्या स्कीमचा ड्राफ्ट पाठवतो.''

''ओके.''

दुसराच विषय चालू झाला. बर्व्यांनी स्वत:ला सावरत शेजारच्या सहकाऱ्याशी चालू असलेल्या संभाषणाचे सूत्र पकडले.

पण ते आतून सुन्न झाले होते. कुलकर्णी? म्हणजे आपला तर्क साफ चुकला तर!

कुलकर्णी? अजूनही विश्वास बसत नव्हता.

येथे आल्यापासून त्यांचे कुलकर्ण्यांशी चांगले जमले होते. एक ज्येष्ठ सहकारी म्हणून त्यांच्याविषयी आदर होता, व त्यांच्या गुणांबद्दल, संभाषण चातुर्याबद्दल कौतुकही होते. ऑफिसमध्ये थोडा वेळ असला तरी बर्वे कुलकर्ण्यांच्या केबिनमध्ये जात. कुलकर्ण्यांनाही ते मनापसून आवडत असे. आठ-पंधरा दिवस जाता आले नाही तर लगेच कुलकर्ण्यांचा निरोप येई : "आला नाहीत बरेच दिवस? आज या. चहा मागवून ठेवतो." पै कुलकर्ण्यांच्या खोलीतच भेटायचे. त्यांना तेथे पाहिले की बर्व्यांना प्रत्येक वेळी प्रश्न पडायचा, 'यांची व कुलकर्ण्यांची मैत्री कशी? दोघांचे स्वभाव किती वेगवेगळे. पैंना कोणाचंही यश सहन होत नाही. कुलकर्ण्यांवर तरी त्यांचं प्रेम आहे का? मेहता व कुलकर्णी यांची मैत्री समजू शकते. कारण दोघांच्या ठिकाणी मनाचं औदार्य आहे. स्नेह देण्याची शक्ती आहे....' पण असे विचार मनात येऊ लागले की बर्वे स्वत:लाच रोखत. आपल्याला काय करायचं आहे? आपला संबंध कुलकर्ण्यांशी. नातेसंबंधाबद्दल फार विश्लेषण न करणंच बरं. ते ज्याचे त्याचे असतात. त्रयस्थांना ते कळतात असं नाही!... कुलकर्ण्यांच्या खोलीत साग्रसंगीत चहा व्हायचा. इकडच्या तिकडच्या गप्पा रंगायच्या. काही वेळा बर्व्यांनी कुलकर्ण्यांना सल्ला विचारला होता, एखाद्या वेळी वैयक्तिक प्रश्नांबद्दलही बोलणे झाले होते. कुलकर्ण्यांनी नेहमीच योग्य मार्गदर्शन केले होते. त्यामुळेच कुलकर्ण्यांचा आधार वाटायचा.

तो आधारच आज डळमळला! म्हणजे इतके दिवस कुलकर्णी आपला मनातून द्वेष करत होते का? त्यांनाही नकळत ही द्वेषाची अळी त्यांच्या मनात वळवळत होती का? आपण काही चुकीचे तर ऐकले नाही? पण ते कसे शक्य आहे? एम.डी. सहज बोलत होते. आपले मन कलुषित करण्यासाठी त्यांनी काही सांगितले असते तर गोष्ट वेगळी होती. त्यांचे बोलणे आपल्याला उद्देशून नव्हतेच. आपण ते ऐकले असेल याची त्यांना कल्पनाही नसेल. मेहतांनीही नाव सांगितले नाही. या सगळ्याचा अर्थ हाच की त्या नावाविषयी शंका घेण्याला काही जागा नाही!

आश्चर्य म्हणजे हा विचार करत असताना बर्वे हळूहळू सावरत होते. पहिल्या क्षणी ती गोष्ट मोठी वाटली, तेवढी नंतर वाटेना. बोलले असतील रागाच्या भरात! तो राग व्यक्तिश: आपल्याबद्दलचा असे समजायचे नाही. ज्येष्ठतेबद्दलच्या अहंकारातूनही तो राग निपजलेला असणे शक्य आहे. या प्रसंगाचा सुटेपणाने विचार करणेही चुकीचे आहे. कुलकर्ण्यांचे आजपर्यंतचे प्रेम विसरून फक्त या रागाचीच दखल घेऊन कसे चालेल? एकदा ही पद्धत स्वीकारली की आयुष्यातून किती माणसे बाद करावी लागतील कोण जाणे!

बर्व्यांना तसे करायचे नव्हते. अगदी मोजकीच माणसे खऱ्या अर्थाने आपली असतात, आणि त्यांना सांभाळले पाहिजे... एखादी गोष्ट मनाला लागली तरी तिच्याकडे दुर्लक्ष केले पाहिजे.

- बर्वे हे सगळे शालिनीला सांगत होते.

"मलाही पटतं तुमचं म्हणणं!"

"तेव्हा आता हे विसरून जाऊ. थोडा वेळ लागेल, पण सुदैवानं कुलकर्ण्यांची बदली दिल्लीला झाली असल्यामुळे तेवढा वेळ आहे. आता ते लगेच भेटण्याचा संभवच नाही!"

"बदली झाली? केव्हा?"

"अलीकडेच!"

"तुम्हाला हे बक्षीस मिळालं तेव्हा ते इथंच होते ना?"

"असणारच!"

"त्याबद्दल तुमच्याशी काही बोलणं?"

"कशाला हे प्रश्न विचारतेस? विसरायचं ठरवलं आहे ना?"

"राहिलं!"

रविवार छान गेला. इतक्या लवकर हा प्रसंग आपल्या मनातून निचरून जाईल असे बर्व्यांना वाटले नव्हते. खूप हलके वाटत होते. मनात उत्साह संचारत होता. त्या उत्साहाने कामाकडे वळण्यासाठी ते उत्सुक होते. नव्या कल्पना सुचत होत्या. "मिश्रा आला की त्याच्याशी बोलून रूपरेषा पक्की केली पाहिजे!" बर्वे शालिनीला म्हणत होते.

"खरंच, मिश्रा आहेत कुठं?"

"तो दोन महिन्यांच्या रजेवर गेला आहे."

"म्हणजे त्याला या बक्षीस-प्रकरणाची काही माहिती नसणार!"

"नाही. त्यापूर्वीच तो गेला. खरं म्हणजे मी त्याची वाट पाहतो आहे. त्याची या प्रोजेक्टमध्ये फार मदत झाली होती. त्यानं व मी मिळून सगळं केलं... त्याला पत्र टाकणार होतो. पण अशा आडगावी राहतो बेटा की पत्र पोहोचणंही कठीण! शिवाय आसपास फिरणार होता, सगळ्या नातेवाइकांना भेटून येणार म्हणत होता... म्हणजे त्याचं बूड एका जागी नसणारच!"

"येईल ना आता? दोन महिने होत आले..."

"येईल एवढ्यात. आपण त्याला एक छान जेवण देऊ!"

"अवश्य!"

मिश्रा हा बर्व्यांचा तरुण सहकारी. बर्व्यांचा त्याच्यावर फार विश्वास होता. ते त्याला मित्राप्रमाणे वागवत.

कुलकर्णी-प्रकरण विसरून आता बर्वे मिश्राची वाट पाहू लागले.

सोमवारी ऑफिसात गेल्यावर मिश्राने रजा आणखी वाढवून घेतल्याचे त्यांना कळले. आणखी एक बातमी कळली : आणखी पंधरा-वीस दिवसांनी दिल्लीला मीटिंग आहे. कदाचित जावे लागेल. म्हणजे कुलकर्णी भेटणार. ठीक! टाळायचे नाही. स्वच्छ मनाने भेटायचे.

काही दिवसांनी कुलकर्ण्यांकडून निरोप आला : 'बर्वे दिल्लीला येणार आहेत असं कळलं. त्यांना भेटायला सांगा. फार दिवस गप्पा झालेल्या नाहीत. थोडी सवड ठेवून या म्हणावं.'

हा निरोप ऐकून बर्व्यांना बरे वाटले. कुलकर्ण्यांना भेटायचेच असा त्यांनी निश्चय केला.

मीटिंगची तारीख ठरली. सकाळच्या विमानाने निघून थेट मीटिंगला जाण्याचा बर्व्यांचा बेत होता. संध्याकाळी मात्र ते राहणार होते - थोडी सवड असावी म्हणून.

मीटिंग चारपर्यंत चालली. कुलकर्णी त्या मीटिंगला आले होतेच. कॉन्फरन्स रूममधून निघता निघता त्यांनी बर्व्यांना विचारले, "वर येता ना?"

"येतो पंधरा-वीस मिनिटांत. एक-दोन कामं संपवायची आहेत."

"या. मी आहेच."

बर्वे वर कुलकर्ण्यांच्या केबिनमध्ये गेले तेव्हा कुलकर्णी त्यांची वाटच पाहत होते. सगळी कामे संपवून ते बसले होते.

"या. कॉफी मागवू ना?"

"नको... आज मीटिंगमध्ये खूप चहा झाला!"

"कोल्ड्रिंक्स?"

"काहीच नको. फक्त थोडा वेळ गप्पा मारू. तुमची बदली झाल्यापासून आपली भेटच नाही. कसं काय वाटतंय दिल्लीला?"

"ठीक आहे! तुमचं कसं काय चाललं आहे?"

"छान!"

"मिश्रा काय म्हणतो आहे?"

"तो गेले दोन-अडीच महिने रजेवर आहे!"

"आय सी!"

संभाषणात फारसी गती नव्हती. असे का व्हावे? खरे तर कित्येक दिवसांनी भेट होते आहे.... कुलकर्णी थोडे अस्वस्थ दिसताहेत....

"अहो, मिश्रावरून आठवण झाली... त्या अवार्ड्सच्या कमिटीवर कोण कोण होते?"

"मला कशी कल्पना असणार?"

बर्व्यांना वाटलं, हा विषय निघायला नको होता. पण कुलकर्ण्यांनी तो मुद्दाम काढलेला दिसतो आहे. हरकत नाही. आपण मनाचा तोल ढळू न देता नेमकी उत्तरे द्यायची...

"तुम्ही जेव्हा एखादी नवी स्कीम सुरू करता, तेव्हा सीनिऑरिटी वगैरे काही पाहाल की नाही? आमची हयात इथं नोकरी करण्यात गेली. आम्हाला तुम्ही जमेसच धरणार नाही? मी नाही... पै नाही... दासगुप्ता नाहीत! हा काय प्रकार आहे?"

"मी कसे सांगू?" बर्वे अवघडले होते.

"तुम्हांला बक्षीस मिळालं... चांगली गोष्ट झाली. पण खरं सांगा, ज्या प्रोजेक्टबद्दल तुम्हाला हे बक्षीस दिलं गेलं त्यात काय नवं होतं? सध्याचा तुमचा प्रोजेक्ट अधिक चांगला आहे. त्याला बक्षीस देणं अधिक योग्य झालं असतं!"

"कोण जाणे!"

"कोण जाणे कसं? तुम्हीच सांगा, तुम्हाला निवड करायची असती तर तुम्ही कोणत्या प्रोजेक्टची निवड केली असती?"

"मला खरंच काही सांगता येत नाही!"

"दुसरं असं की हा प्रोजेक्ट काही तुमच्या एकट्याचा नव्हता. मिश्रांचं काय? त्यानंही तुमच्या बरोबरीने काम केलं ना? त्याची दखल घ्यायला नको?"

"मिश्रानं मदत केली; स्कीम माझीच होती-" बर्व्यांच्या तोंडून हे वाक्य निघून गेले. नंतर त्यांना वाटले, उगाच बोललो. कुलकर्णी काहीच ऐकण्याच्या मन:स्थितीत नाहीत. त्यांना साचलेले सगळे बोलून टाकायचे आहे... अशा परिस्थितीत आपण प्रतिक्रिया देण्यात काही अर्थच नाही.

"हे काही बरोबर नाही! अशा गोष्टी घाईघाईनं करून कसं चालेल? सगळ्या बाजूंनी विचार केला पाहिजे..."

"खरं आहे? मी निघू आता?"

"निघा... कुठं जाणार?"

"थोडं शॉपिंग करायचं आहे!"

"म्हणजे सी.पी.च्या दिशेनं. माझी दिशा उलट!"

"भेटू पुन्हा. मुंबईला आलात तर या..."

कुलकर्ण्यांच्या खोलीतून बाहेर पडताक्षणीच बर्व्यांनी सुटकेचा नि:श्वास टाकला. एकूण चांगले निभावून नेले. हा विषय निघेल अशी अपेक्षाच नव्हती. गडबडून गेलो नाही हे नशीब!

पण कुलकर्ण्यांनी तरी हा विषय उकरून का काढला असेल? पुष्कळ दिवसांनंतर आपण भेटत होतो. तेही फक्त पंधरा-वीस मिनिटे. खूप वेळ गप्पा

झाल्या. गप्पांच्या ओघात सहज तो विषय निघाला असे मुळीच नाही. कुलकर्णी जणू टपूनच होते. असे का? हे त्यांच्या स्वभावाशी जुळणारे नाही.

बर्वे विचार करत राहिले.

शेवटी त्यांना एकच उत्तर सुचले : कुलकर्णी मनातून थोडे भ्यालेले होते! दासगुप्तांकडे रागाच्या भरात बोलून गेले. मेहता तेथे होते. मेहतांतर्फे ते आपल्यापर्यंत येईल, अशी त्यांना भीती असावी. म्हणजे त्यांचा मेहतांवर विश्वास नाही! त्यांनी तक्रार केली सेक्रेटरीकडे. तो ती नक्की एम.डी.पर्यंत पोहोचवणार आणि कदाचित एम.डी.ही आपल्याकडे उल्लेख करणार, असेही कुलकर्ण्यांना वाटत असावे. म्हणजे त्यांचा सेक्रेटरी... एम.डी.... यांच्यावरही विश्वास नाही! त्यांचा कोणवरच विश्वास नाही! एवीतेवी कोणातरी मार्फत हे बोलणे बर्व्यांपर्यंत पोहोचणारच. मग आपणच ते बोलून का टाकू नये? निदान स्पष्टवक्तेपणा तरी मिरवता येईल, असे काहीतरी त्यांच्या मनात असावे. याचा अर्थ ते नक्की मेहतांना सांगणार... सेक्रेटरींनाही सांगणार. "बर्वे आले होते, त्यांना मी सरळ विचारलं..." इत्यादी. पुन्हा हे सगळे मेहतांमार्फत आपल्या कानावर येणार!

मेहता तरी हे आपल्याला का सांगतात?

त्यांचे व कुलकर्ण्यांचे संबंध नेमके कसे आहेत?

प्रश्नातून प्रश्न निघू लागले तेव्हा बर्वे तेथेच थांबले.

मुंबईला परतल्यानंतर ते शालिनीला म्हणाले, "कधीकधी वाटतं, आपण तरी समंजसपणे का वागावं? सांगावं इकडचं तिकडे आणि द्यावा उडवून भडका!"

"दहशतवाद्यांबद्दल फार वाचता- त्याचा हा परिणाम! आपलं "ठरलं आहे ना? आपला मार्ग शांततावादी!"

हे बोलणे चालू असतानाच मिश्र आला. त्याला पाहताच ते आनंदले.

"अरे ये! होतास कुठे इतके दिवस तू?"

"येणं लांबलं खरं."

"भेटीगाठी, कामं... सगळं आटपलं?"

"अगदी व्यवस्थित! इथं कसं काय?"

"उत्तम!"

"गावी गेलो खरा... बट आय मिस्ड अ ग्रेट इव्हेन्ट! काँग्रॅट्स!"

मिश्राने बॅगेत ठेवलेला टपोऱ्या गुलाबांचा गुच्छ अलगद बाहेर काढला. बरोबर एक मिठाईची पेटी.

"कमाल करतोस!"

"कमाल कसली? मला आल्याबरोबर समजलं. लगेच इकडे धावलो."

"फुलं झाकून आणलीस? कुणी पाहू नये म्हणून?"

"तुम्हाला सरप्राइझ द्यायचं होतं. कुणी पाहिलं तरी काय बिघडलं?"

"अरे बाबा..."

"पुरे हं!" शालिनीने बर्व्यांना रोखले.

"काय झालं?" मिश्राने गोंधळून विचारले.

"काही नाही हो. यांचं उगाच काहीतरी."

"मला फार बरं वाटलं. आय ॲम प्राउड दॅट आय वॉज असोसिएटेड वुइथ यू इन धिस वर्क!"

"खरं सांगू, बक्षिसं जाहीर झाली त्या दिवशी मलाही तुझी फार आठवण झाली." बर्वे मनापासून म्हणाले.

"थँक यू, सर!"

"तुम्ही आल्यावर पुन्हा एक सेलिब्रेशन करायचं असं आम्ही ठरवलं होतं."

"जरूर. माझ्या घरीच."

"नाही. सगळ्यांनी बाहेर जायचं..."

"ऑफिसात सेलिब्रेशन झालं की नाही? झालं असणारच!"

"ते सगळं नंतर बोलू. आधी चहा!"

बर्व्यांनी तो विषय थांबवला आणि नंतर तो विषय निघालाच नाही.

मिश्रा भेटल्यामुळे बर्वे खुशीत होते. त्यांच्या मनाला सलणारी शंका नाहीशी झाली होती. मिश्राला मनापासून आनंद झाला होता.

...पण हा आनंद इतर मंडळी भेटल्यावर टिकेल ना? मेहता, एम.डी., कुलकर्णी - कदाचित आणखीही कोणी वा त्यापेक्षा आपणच त्याला सगळे सांगून टाकायला हवे होते का?

त्यांनी ही शंका शालिनीला बोलून दाखवली.

"जे संपलं ते पुन्हा कशाला सुरू करायचं?"

"खरोखरी संपलं का?"

"असा आपण विश्वास ठेवायचा!"

"ते खरंच गं. पण आत कुठे तरी खुपतं बघ. आपण कितीही सरळपणे चालायचं ठरवलं तरी अप्रत्यक्षपणे कसे या प्रकारात ओढले जातो! विनाकारण ठेचा लागतात."

"तरीही आपण सरळ चालायचं. विश्वास ठेवायचा. मिश्रावर तर ठेवायचाच, पण कुलकर्ण्यांवरसुद्धा ठेवायचा!"

"खरं आहे तुझं म्हणणं. हा काही पहिला अनुभव नाही. असे विपरीत अनुभव पूर्वीही आले आहेतच की! मला काही वेळा वाटतं, शालिनी, संस्कृती ही माणसावर लादली गेलेली गोष्ट आहे. संधी सापडताच तो तिचं जोखड भिरकावण्याचा प्रयत्न

करतो. जंगलात शिरतो. कुलकर्णी शिरले तसे!''

"तुम्हीही जंगलात शिरू लागला आहात, थांबा. ही फुलंदेखील किती सुंदर आहेत! मी नीट लावते ती.''

फुले खरोखरीच सुंदर होती. पाण्यात ठेवल्याबरोबर लगेच टवटवीत दिसू लागली होती.

बर्व्यांना तात्पर्य काढण्याची गरजच भासली नाही!

ऐसी अक्षरे, दिवाळी ८५

संयोग

नेहमीच्या वेळेपेक्षा पुष्कळच आधी तात्या घरी आले. त्यांनी हातातली बॅग आपल्या खोलीतल्या टेबलावर ठेवून दिली, कपडे बदलले, हातपाय धुतले आणि ते डोळे मिटून स्वस्थपणे पलंगावर पडून राहिले.

सुमा खोलीत गेली. तिने हलक्या आवाजात विचारले,

"चहा घेणार ना?"

"नको, बेटा."

"आज लवकर आलात... बरं वाटत नाही का?"

"कामच नव्हतं फारसं, म्हणून आलो. अक्का कुठं गेली आहे?"

"नाथमंदिरात!"

"अरे, हो! विसरलोच. आणि भास्कर?"

"सराफ्यात गेले आहेत. मीच म्हटलं, उद्या पाहुणे यायचे आहेत. थोडी कचोरी आणि मिठाई घेऊन या."

"बरं केलंस!"

तात्यांच्या मनात आले,

श्रीकांत घरातून निघून गेला, त्या गोष्टीला आता सात वर्षे झाली. किती धीराने ही मुलगी सगळे सोसते आहे. जणू काही तो एखाद्या मोठ्या प्रवासाला गेला आहे, आणि लवकरच परत येणार आहे.... गळ्यातले मंगळसूत्र तिने अजून तसेच ठेवले आहे. ते मंगळसूत्र पाहिले की, विचित्र वाटते, मरू लागलेली आशा पुन्हा तरारतेही... या सगळ्याचा शेवट नेमका कुठे आहे?

गेली सात वर्षे तात्या हा प्रश्न स्वत:ला विचारत होते. केवळ हा एकच प्रश्न नव्हे, इतरही काही प्रश्न. दुसऱ्या कोणाला विचारणार? सुभद्रा गेल्यापासून ते एकटेच होते. मनातली खळबळ बोलून दाखवण्यासाठी दुसरे कोणीही माणूस नव्हते. सुभद्रा गेली, तेव्हा मुले लहान होती. भास्कर चौदा वर्षांचा आणि श्रीकांत अकरा वर्षांचा. घरात त्यांचे करायला कोणी नव्हते. अक्काने अडचण ओळखली. ती न सांगता तात्यांच्या घरी येऊन राहिली. म्हणाली,

"मला तरी कोणता पाश आहे? माझी भाचरं, हीच माझी मुलं. कुठंतरी राहायचं, ते तुझ्या घरी राहीन. माझ्या आयुष्याचा तेवढा तरी उपयोग होऊ दे!"

अकाली वैधव्य आलेली बहीण, आणि संसार अर्ध्यावर मोडल्यामुळे सुन्न झालेला भाऊ यांचा असा नव्याने ऋणानुबंध जडला. अक्काने सगळे सांभाळले. पण मनीच्या व्यथा तिला कशा सांगणार?

एकटेपण असे घेरू लागले, पछाडू लागले की, तात्यांना वाटायचे आपण तिकडे मिरजेलाच राहिलो असतो, तर? आपली सगळी माणसे त्या भागात आहेत. आपण व्यवसायानिमित्त इथे आलो आणि व्यवसाय चांगला चालू लागल्यावर इथेच स्थायिक झालो. कुटुंबाशी फारसा संबंध उरला नाही. सुरुवातीला वर्षातून एखादी खेप व्हायची. पुढेपुढे तेही कमी झाले. आता कधी एखाद्या लग्नकार्याच्या निमित्ताने गेलो, तर... किंवा त्यांच्यापैकी कोणी सुट्टीसाठी आले, तर... भेटीतही कौटुंबिक प्रश्नांविषयी काही बोलणे निघत नाही. कारण भेटीगाठीत वारंवार खंड पडत असल्यामुळे संदर्भ ठाऊक नसतात. तेथेच राहिलो असतो, तर असे झाले नसते. कदाचित कुटुंबीयांपैकी कोणापाशी तरी मन मोकळे करता आले असते...

घर सोडून इंदूरला स्थायिक होण्याचा निर्णय घेतला, तेव्हा भाऊ म्हणाले होते,

"बघ, नीट विचार कर. इथली सगळी पाळंमुळं उखडून परक्या मुलखात निघून जायचं, ही सोपी गोष्ट नाही. त्यात अडचणी असतात. तेथे नाही मन रमलं, तर काय करशील? मुलं मोठी होऊन आपापल्या वाटांनी निघून गेल्यानंतर एकटा कसा राहशील? त्याच वेळी सोबतीची, आधाराची गरज असते... मी तुझ्या आड येत नाही. पण सगळा विचार कर आणि मग काय ते ठरव."

पण सावधपणे विचार करण्याचे ते वयच नव्हते! साहसे करण्याची, नवीनवी आव्हाने स्वीकारण्याची नशा होती!

भाऊंच्या म्हणण्यात थोडे तथ्य असल्याचे आता पटू लागले आहे; पण ते वेगळ्या कारणामुळे! त्यांच्या डोळ्यांसमोर आपले सरळ रेषेसारखे आयुष्य होते. ती रेषा वेडीवाकडी वळणे घेत एक प्रचंड गुंता करेल, हे त्यांच्या ध्यानीमनीही नव्हते. आपल्याला तरी कुठे कल्पना होती? सुभद्रा गेल्यानंतर आयुष्याचे चित्रच बदलले. भास्कर आणि श्रीकांत : आयुष्याचे दोन फाटे. दोन्ही फाट्यांवर नाकेबंदी!

...आपण दूर आहोत, हेच कदाचित बरे आहे! तेथे असतो, तर दु:ख हलके झाले नसतेच; उलट, वारंवार होणाऱ्या चर्चांमुळे, चौकश्यांमुळे मनस्ताप मात्र झाला असता. अजून चौकशी होतेच, पण त्या चौकशीला जुजबी उत्तरे दिली, तरी काम भागते. निर्णय घेताना कोणाचे दडपण येत नाही. खरे म्हणजे, मधल्या अंतरामुळे कोणाला आपल्या आयुष्यात तेवढा रसही उरलेला नाही. तेच बरे आहे! रस घेण्याजोगे आयुष्यात उरले आहे तरी काय?

तरीही एकाकीपणाचा एखादा क्षण फणा काढून आपल्यापुढे डोलत राहतोच. त्याच्याशी डोळा भिडवताना जिवाचा थरकाप होतो.

खोलीत अंधार झाला होता. नाथमंदिरातून परत आलेल्या अक्कांनी दिवा लावता लावता विचारले,

"सहजच पडला आहेस ना, रे?

"हं! तू केव्हा आलीस?"

"मघाच!"

"भास्कर नाही आला अजून?"

"नाही रे! मीही वाट बघते आहे केव्हाची. हा मुलगा कधी ठिकाणावर येणार, कोणास ठाऊक!"

स्वत:शीच पुटपुटत अक्का आत गेल्या. स्वयंपाकघरात त्यांची चाहूल ऐकू येऊ लागली.

सुमा शेजारच्या खोलीत काहीतरी आवराआवर करत होती.

भास्कर घराबाहेर आहे.

आपण येथे!

...आणि श्रीकांत... श्रीकांत कुठं आहे, कुणास ठाऊक!

प्रत्येक जण आपापल्या ठिकाणी एकटा आहे. श्रीकांत कदाचित नाहीच! कदाचित का, नक्कीच. असता, तर त्याचा आत्तापर्यंत काही तरी पत्ता लागला नसता का? एखाद्या वेळी हे अगदी आतून कळल्यासारखे वाटते. पण पुढच्याच क्षणी त्या कल्पनेनेही आतून कोसळल्यासारखे वाटते. नाही... असे मनातही आणता कामा नये. श्रीकांत आहेच. काहीतरी चमत्कार होणार आहे आणि तो परत येणार आहे! सुमाही तीच श्रद्धा मनात ठेवून जगते आहे. आपल्याच मनात असे भलतेसलते का येत राहावे? आपली श्रद्धा अशी का क्षीण व्हावी?

तात्यांच्या आयुष्यात, श्रद्धा क्षीण व्हावी, असेच सगळे घडत गेले. सुरुवातीची काही वर्षे सुखात गेली. घर सोडून परप्रांतात स्थायिक होण्याचा निर्णय चुकीचा ठरला नाही. तेथे भराभर बांधकामाची कॉन्ट्रॅक्ट्स मिळत गेली. चांगला जम बसला. तुकोगंज भागात स्वत:चे लहानसे का होईना, घर उभे राहिले. आजूबाजूला चार ओळखी झाल्या. नवे स्नेहसंबंध जडले. जुन्या आठवणी हळूहळू पुसट होऊ लागल्या. सुभद्राची थोडी काळजी वाटत होती. आपण दिवसभर कामात राहू. तिला एकटे तर वाटणार नाही? ती परत जाण्याचा हट्ट तर धरणार नाही? नाना शंका येत होत्या. पण त्या शंका खोट्या ठरल्या. सुरुवातीला ती थोडी हरवलेली, उदास असायची; पण हळूहळू रमली. इंदूर हा तसा परप्रांत नव्हताच. खूप मराठी माणसे होती. सुभद्रा त्यांच्यात गुंतू लागली. मधूनच तिला घरी जाण्याची लहर यायची. एकदा तिकडे जाऊन आले की, तिला बरे वाटायचे. हळूहळू ती ओढ कमी होऊ लागली. मुले मोठी झाल्यानंतर ते अशक्यच झाले. त्यांची शाळा... परीक्षा... सुट्टीत तिकडे जायला मुले नाखूश असत. कितीही उन्हाळा असला, तरी येथेच राहू या, असा त्यांचा आग्रह असायचा. कधी भावांची मुले सुट्टीसाठी यायची. त्यांना आवडायचे. कारण इंदूर म्हणजे खाण्यापिण्याची चंगळ! पुढेपुढे महाराष्ट्रात हे मिळत नाही, ते मिळत नाही असे चालू झाले. इंदूरला या टंचाईची बाधा कधीच झाली नाही. हातगाड्यांवर मुबलक, उत्तम प्रतीचे धान्य विकायला यायचे. फुटपाथवर श्रीखंड... रबडी मिळायची. सराफा हा त्या दृष्टीने मुलांचा स्वर्गच! सुभद्राही सगळ्यांचे उत्साहाने, प्रेमाने करायची. महाराष्ट्रीय पाहुणा आला की, एकदा तरी डाळबाटी ठरलेलीच! उज्जैन-मांडूची सफर. महेश्वर तर ठरलेलेच! महेश्वरला मागावर नुसत्या तयार झालेल्या, ज्यांच्या घड्याही घातलेल्या नाहीत, अशा साड्या विकत घेणे ही पाहुण्यांच्या दृष्टीने पर्वणी असायची! तेथील कडक थंडीचा सुरुवातीला थोडा त्रास झाला. पण हळूहळू सवय झाली.

सुभद्रा अचानक गेली, आणि आयुष्यातील हे सुखाचे पर्व एकाएकी संपले! अक्का आल्यामुळे घर सावरले; पण ते काही मर्यादेपर्यंतच. सुभद्रेची उणीव अक्का कशी भरून काढणार होती? पण तिने मुलांना प्रेमाने सांभाळले, यात काही शंकाच नाही. त्यांना ही तिचा लळा लागला. ठेच लागलेले घर पुन्हा उठून चालू लागले.

भास्करचे अभ्यासात फारसे लक्ष नव्हते. एकदाही नापास न होता बी.ए. झाला, इतकेच. त्याला लगेच बँकेत नोकरीही मिळाली. त्याच्यापासून याहून अधिक अपेक्षा नव्हतीच. एकच वाटत होते- त्याचे लग्न करून घरात सून आणली, म्हणजे घराला पुन्हा चैतन्य येईल, घर हसू-खेळू लागेल. अक्काने तर मनात एक सून हेरूनही ठेवली होती!

श्रीकांत हुशार होता. त्याला कोणताही कोर्स निवडण्याची मुभा दिली होती.

शिक्षणासाठी पुण्या-मुंबईला पाठवण्याचीही तयारी ठेवली होती. पण त्याच्या ते मनात नव्हते. त्याला इंदूरलाच राहायचे होते. तेथे राहूनच त्याने इंजिनिअरिंगचा डिप्लोमा पूर्ण केला. बाहेरच्या कामांसाठी एक भक्कम मदतनीस निर्माण झाला.

घरात भास्कर - आणि बाहेर श्रीकांत. तात्यांनी केव्हापासून ही विभागणी करून ठेवली होती. यात काही व्यत्यय येईल, असे त्यांच्या स्वप्नातही नव्हते!

दोन फाटे. दोन्ही सरळ मार्गाने पुढे जाणारे. पण नियतीने अचानक हात उंचावला आणि कचूकन ब्रेक दाबल्यासारखे आयुष्य हादरले!

दोन फाट्यांच्या दोन वेगळ्या कहाण्या झाल्या.

तात्यांप्रमाणेच रघुनाथराव धडफळे हेही मूळ महाराष्ट्रातले. तेही आता इंदूरला स्थायिक झाले होते. त्यांचे 'स्नेहलता गंज'मध्ये घर होते. चांगले दुमजली. गाडीही होती. इंदूरमधील सांस्कृतिक कार्यक्रमांत रघुनाथराव अग्रभागी असायचे. त्यामुळे गावात त्यांचा दबदबा होता. तात्या व रघुनाथराव या कार्यक्रमांच्या वेळी भेटत असत. पुढे ओळख वाढली. कौटुंबिक जिव्हाळ्याचे संबंध निर्माण झाले.

रघुनाथरावांची सुलभा ही भास्करच्या साधारण बरोबरीची. त्यांच्यात दोन अडीच वर्षांचे अंतर असेल. तीही वडिलांबरोबर नेहमी तात्यांच्या घरी यायची. भास्कर-श्रीकांतशी तिच्या मोकळ्या गप्पा व्हायच्या.

"अखंड बोलत हसत असते ही मुलगी!" तात्या कौतुकाने म्हणायचे.

"राहतेही कशी व्यवस्थित, बघ! पुण्या-मुंबईकडच्या मुलींना लाजवील!" अक्का त्यांच्या सुरात सूर मिळवायच्या.

सुलूच्या व्यक्तिमत्त्वात एक उसळते चैतन्य होते, हे खरेच. त्यामुळे ती कोणाचेही लक्ष चट्कन वेधून घ्यायची.

"आपल्या घरात अशी एखादी मुलगी आली पाहिजे!"

"काहीतरीच काय बोलतेस, अक्का. त्यांची उडी मोठी असणार. ते बरोबरच आहे. आपण त्यांच्या मानानं सामान्य माणसं आहोत!"

"तेही खरंच!"

तात्या-अक्का एकमेकांशी याबद्दल कितीदा तरी बोलले, आणि शेवटी हा विचार आपण मनातून काढून टाकणेच शहाणपणाचे आहे, या निर्णयाला आले.

त्यामुळे रघुनाथरावांनी जेव्हा हा विषय काढला, तेव्हा तात्या चकित झाले. त्यांच्याही मनात असे काही चालू असेल, याची तात्यांना कल्पनाही नव्हती.

तुमची आमची सोयरीक जुळून यावी, अशी इच्छा आहे."

"मला त्यात आनंदच आहे...पण..."

“पण काय? भास्करचं लग्न अगोदरच ठरलेलं नाही ना?

“छे छे, मला वेगळंच म्हणायचं होतं. स्पष्टपणे बोलतो. रागावू नका. तुम्ही बडी माणसं. आमच्या घरात सुलूला इतकं सगळं मिळायचं नाही. अक्का आता थकली आहे. त्यामुळं घराची जबाबदारी घ्यावी लागेल...”

“त्यात काय झालं? आमच्याही घरात काम करते ती. तिच्या वरवरच्या वागण्यावरून तुम्हाला जर असं वाटत असेल की...”

“छे हो! आम्हाला फार आवडते ती. पण तिचं भास्करशी जुळेल ना? तो धिमा आहे. आम्ही सुखवस्तू आहोत... पण त्याला सध्या फार मोठा पगार मिळत नाही...”

“ते सगळं ठीक आहे, हो! मला वरवरचा भपका नकोच आहे. सुलूसाठी भास्करसारखा एखादा शांत, धिमा मुलगाच हवा. ती अल्लड आहे. तिला सांभाळून घेतलं पाहिजे. चट्‌कन एखाद्या गोष्टीच्या आहारी जाण्याचा तिचा स्वभाव आहे... या जगात तसं वागून चालत नाही... शिवाय माझी ही एकुलती एक मुलगी. जवळ असावी, असं वाटतं. भास्करचा इंदूरबाहेर जाण्याचा विचार नाही ना?”

“छे छे. माझी दोन्ही मुलं इथंच राहतील. त्यांना दुसरीकडे कुठं चैनच पडणार नाही!”

“भाग्यवान आहात. मी आमच्या अनिलला हेच सांगत होतो. आपला देश सोडून जाऊ नकोस! पण त्यानं ऐकलं नाही. शिकायसाठी म्हणून गेला, आणि तिकडेच स्थायिक झाला! म्हतारपणी विनाकरण एकटेपण आलं की नाही? निदान सुलू जवळ राहावी...”

रघुनाथराव अगदी मनापासून बोलत होते. तात्यांच्या शंकाकुशंका विरून गेल्या होत्या. आता विरोध करण्याचे काही कारणच उरले नव्हते!

“मुलांची संमती घ्यायला हवी.”

“मी सुलूला इथं येण्यापूर्वी विचारलं होतंच.”

“मग झालं तर! भास्करचा काही प्रश्नच नाही. मी सांगतो त्याला. त्यानंतर त्यांना एकदा स्वतंत्रपणे भेटू दे हवं तर!”

“जरूर!”

सगळे पक्के झाले. साखरपुडा झाला. भास्कर व सुलू एकत्र हिंडूफिरू लागले. अक्कांना ते फारसे पसंत नव्हते,

“लग्नाआधी हे बरं दिसत नाही!” त्यांनी तक्रार केली.

“अग अक्का, आता दिवस बदलले आहेत. पुण्या-मुंबईकडे तर...”

“ते नको मला सांगूस! आपलं वळण वेगळं आहे. खरं म्हणजे लग्न पुढच्या वर्षी, हेही मला मान्य नाही. कशासाठी थांबायचं? मध्ये इतका वेळ कधी घालवू नये!”

"तो माझा आग्रह... भास्कर परीक्षेला बसतो आहे. तेवढी होऊन जाऊ दे. लगेच त्याला ज्यूनिअर ऑफिसरची जागा मिळेल... सगळं एकदमच मार्गी लागेल."

"बघ बाबा. मी, मला वाटलं, ते सांगितलं!"

साखरपुड्याला काही महिने होऊन गेले. रघुनाथराव खुशीत होते. अनिल काही कामासाठी भारतात येण्याची शक्यता निर्माण झाली होती, त्यामुळे त्यांची खुशी वाढली होती. शेवटी त्याची येण्याची तारीख ठरली. ती बातमी सांगायला रघुनाथराव तात्यांच्या घरी आले होते.

"छान झालं!"

"तो फक्त एक आठवडा राहणार आहे. जाताना सुलूला घेऊन जातो म्हणतो आहे... त्याबद्दलच तुम्हाला विचारायचं आहे."

"आत्ता? लग्न तर चार महिन्यांवर आलं!"

"महिन्यासाठी नेतो म्हणतो आहे. त्यानं सगळी व्यवस्था केली आहे."

"तुम्हाला काय वाटतं? त्याप्रमाणे करा."

"मला वाटतं, जाऊ दे. तिलाही प्रवासाचा फार उत्साह आहे. पुढं संसाराचं चक्र सुरू होईल. जमायचं नाही..."

"ठीक आहे!"

"सुलूनं भास्करलाही विचारलं. त्याची हरकत दिसत नाही."

तात्यांच्या मनात आले, त्याची हरकत असली, तरी तो उघडपणे तसे सांगणार थोडाच? तो त्याचा स्वभावच नाही!

त्यानंतरचे दिवस धांदलीत गेले. सुलूच्या जाण्याची तयारी... त्या निमित्ताने नातेवाइकांची, स्नेहीमंडळींची वर्दळ... खरेदी. खरेदीसाठी सुलू एकदा मुंबईला जाऊन आली. भास्कर बरोबर गेला नाही.

व्हिसा मिळायला थोडा विलंब लागला. त्यामुळे शेवटपर्यंत तिच्यासंबंधी एक प्रकारची अनिश्चितता होती. तात्यांच्या मनात आले, व्हिसा न मिळाल्यामुळे हिचे जाणे रद्द झाले, तर किती बरे होईल! नंतर त्यांची त्यांनाच या विचाराची लाज वाटली. त्यांना प्रश्न पडला, हे असे का मनात येत आहे? कसली अनामिक भीती आपल्या पोटात दडून राहिली आहे?

सुलू गेली, तेव्हा मात्र ते आनंदात होते. त्यांनी तिला आशीर्वाद दिला, "सांभाळ. लवकर ये."

भास्कर व श्रीकांत तिला निरोप देण्यासाठी मुंबईला जाऊन आले. आल्यानंतर भास्कर उदास होता. तात्यांनी त्याला सांगितले,

"बघता बघता महिना निघून जाईल, रे! तेवढ्यात तू अभ्यास कर जोरात! तुझ्या परीक्षेच्या वेळी ती इथं नाही, हे एका परीनं बरंच आहे!"

तात्यांच्या या चेष्टेनेही भास्कर खुलला नाही. त्याला नेमके काय वाटते आहे, हे तात्यांना कळेना.

महिना उलटून गेला, तरी सुलू परत आली नाही. तिचे फक्त एक पत्र आले. त्यानंतर तिने लिहिलेही नाही.

'अवघा महिना आहे. आजूबाजूला खूप फिरायचं आहे. पत्रलेखनाला वेळ कुठून होणार?' तात्या स्वत:चीच समजूत काढत होते.

'उत्तम चाललं आहे, मजेत आहे!' हे रघुनाथरावांचे ठरावीक उत्तर होते.

तात्यांचे त्यामुळे समाधान झाले नाही. ते टाळाटाळ करत आहेत, आपल्यापासून काहीतरी लपवत आहेत, असा त्यांना संशय येऊ लागला. पण तसा पुरावा काय होता?

तात्या अस्वस्थ होते. कोणीतरी आपल्याला एखाद्या विपरीत गोष्टीची पूर्वसूचना देत आहे, असे त्यांना एकसारखे वाटत होते.

ते खरे ठरले!

एका संध्याकाळी रघुनाथराव आले आणि म्हणाले,

"तुमच्याशी थोडं खासगी बोलायचं आहे..."

"बोला ना."

"सुलू... सुलू, भास्करशी लग्न करायचं नाही म्हणते! अनिलचा फोन आला होता. तो तिला आणखी दोन महिने ठेवून घेणार आहे. जमलं, तर आणखीही मुदत वाढवता येते का, हे बघणार आहे."

तात्या सुन्न झाले.

"माफ करा, तात्या. मलाही काही कल्पना नव्हती. तिनं अनिलला कळवलं - तो तिला नेण्यासाठीच इथं आला, हे मला नंतर कळलं!"

"पण तिनं सुरुवातीलाच का नकार दिला नाही? आता मी भास्करला काय सांगू?"

"तुमच्या प्रश्नांना माझ्याजवळ उत्तरं नाहीत, तात्या! पण भास्करला हे अनपेक्षित नसेलही. त्याला सुलूच्या वागण्यावरून थोडी कल्पना आली असेलही. तो काही बोलला नाही तुमच्याजवळ?"

"नाही!"

तात्यांना भास्करच्या उदासीनतेचा हळूहळू उलगडा होऊ लागला. त्याला

नक्कीच काहीतरी शंका आली असणार!

"तुम्हाला धक्का बसला असेल. मलाही बसला. मालतीनं तर हायच खाल्ली आहे! अनिल दूर गेला होताच. आता सुलूही गेली. परत येते, की नाही कोण जाणे! तिचं लग्न ठरल्याचं सगळ्यांना ठाऊक होतं. आता लोक काय म्हणतील?"

"तुमच्यापेक्षा माझा प्रश्न अधिक बिकट आहे..."

"मान्य! माफ करा, एवढंच मी पुन्हा एकदा म्हणू शकतो. माझ्या हातात तरी दुसरं काय आहे? त्यातल्या त्यात समाधान हे की, सुलूनं लग्न होण्याआधीच निर्णय घेतला. लग्नानंतर बिनसलं असतं, तर आपण काय केलं असतं? भास्कर चांगला मुलगा आहे. त्याचं काय, लगेच लग्न जुळेल. मी तर म्हणेन की, त्याचं लग्न करून टाकाच. म्हणजे तो या धक्क्यातून लगेच बाहेर पडेल... स्थिरावेल!"

तात्यांना रघुनाथरावांचे बोलणे पटत होते. पण ते सुचवत होते, ते घडून येणे किती अशक्य आहे, हे मात्र त्यांना त्या वेळी ठाऊक नव्हते.

भास्करने लग्न केलेच नाही. आधीपासून अबोल, किंचित उदास असणाऱ्या त्या मुलाच्या आयुष्याची कळाच नंतर पालटून गेली. तो एकटा बसलेला असे. ऑफिसची वेळ झाली, की बाहेर पडे. संध्याकाळी घरी येई. कोणाशी फारसा बोलत नसे, बाहेर जात नसे. कधीकधी तर स्वत:ला खोलीत कोंडून घेऊन तासन्‌तास हिंदी गाणी ऐकत बसे.

"काय दशा झाली पोराची!" अक्का कळवळून म्हणायच्या, "दुसरी एखादी मुलगी बघून लग्न केलं तर..."

"पण तो तयारच नाही ना!"

"त्याचं लग्न झाल्याखेरीज श्रीकांतचं करता येत नाही!"

"असं मुळीच नाही. भास्करनं ते स्पष्ट केलं आहे. त्याचा श्रीकांतवर किती जीव आहे, हे ठाऊकच आहे तुला. तो थोडंफार बोलतो, ते श्रीकांतशीच."

"त्यालाच सांग समजूत काढायला."

"प्रयत्न केला त्यानं, अक्का... तू आता तो विषय मनातून काढून टाक. परमेश्वरावर भार टाकून आपण स्वस्थ बसू!"

"मी नवस बोलले आहे..."

"हं!"

तात्यांनी नि:श्वास टाकला. त्यांच्या दृष्टीने भास्करची कहाणी येथेच संपली होती. तिचा शेवट त्यांना ठाऊक नव्हता.

हे सगळे पाहत श्रीकांत मोठा झाला. तो भास्करपेक्षा वेगळा होता. स्वभावाने अधिक बहिर्मुख, महत्त्वाकांक्षी. इंजिनिअर झाल्यावर त्याने काही काळ तात्यांना मदत केली. त्यांना मदतीची आवश्यकता होतीच. कारण भास्करचे आयुष्य विस्कटल्यापासून ते अधिक थकले होते. त्यांचे मन कामात रमेनासे झाले होते, पण घरात राहूनही चालण्यासारखे नव्हते. शिवाय घरात चैनही पडत नसे. घरात एकटेपण अधिक सतावू लागे. श्रीकांत हाताशी आला, तेव्हा त्यांना बरे वाटले. आयुष्य पुन्हा थोडे रुळांवर आल्यासारखे वाटले. श्रीकांतच्या लग्नाचे विचारही त्यांच्या मनात चालू झाले. त्याला मुली सांगून येऊ लागल्या होत्या. तोच थोडी चालढकल करत होता.

"तात्या, मला थोडं स्थिरावू दे. मग पाहू. घाई काय आहे?"

"माझी घाई नाही, अक्का मात्र अधीर झाली आहे. मलाही वाटतंच, रे. तुझं लग्न झालं की घराला घरपण येईल..."

"माझे काही वेगळे प्लॅन्स आहेत. येत्या वर्षात त्यांना आकार येऊ लागेल."

"कसले प्लॅन्स?"

"मी खरं म्हणजे इतक्यात तुमच्याकडे बोलणार नव्हतो, पण आता विषय निघाला आहे, म्हणून सांगतो. मला इम्पोर्ट-एक्स्पोर्टचा बिझिनेस सुरू करायचा आहे. मी त्या दृष्टीनं काही लोकांना भेटलोही आहे!"

"तुला जे करायचं, ते कर, मी तुझ्या आड येणार नाही. पण तेवढ्यासाठी लग्न थांबवण्याचं काय कारण आहे?"

शेवटी श्रीकांत कबूल झाला.

सुमा भोपाळची होती. सुखवस्तू घरात वाढलेली, शिकलेली. स्वभावाने मनमिळाऊ तात्यांच्या घराला ज्या प्रकारची सून हवी होती, तशी ती होती. लग्नानंतर काही दिवसांतच तिने घराचे रूप पालटून टाकले. तिच्यावर सगळे सोपवून अक्का निवांत झाल्या. मुख्य म्हणजे तिचे भास्करशी चांगले जुळले. घरात घुमेपणाने बसून असणारा भास्कर थोडा मोकळा झाला.

श्रीकांतच्या हालचाली चालू होत्या. त्याने तात्यांच्या कामातून स्वतःला मोकळे करून घ्यायला सुरुवात केली होती. सकाळपासून तो बाहेर असे. रात्री दमून परत येई. तात्यांना निश्चित काहीच ठाऊक नव्हते. त्यामुळे त्यांना काळजी वाटे.

"सुमा, तुझ्याशी तरी बोलतो का तो याबद्दल?"

"नाही."

"विचारून पाहा."

"पाहिलं. ते काही सांगत नाहीत."

तात्यांनी आपल्या एका मित्राजवळही ही काळजी बोलून दाखवली. ते म्हणाले, "यात काळजी करण्यासारखं काही आहे, असं मला वाटत नाही. हा धंदाच वेगळा आहे. त्यानं काही सांगितलं, तरी तुम्हाला कळायचं नाही. तेव्हा तो विचार मनातून काढून टाका. सगळं नीट होईल. श्रीकांत एन्टरप्राइजिंग आहे. एकदा त्याला यश मिळालं, तर मग, स्काय इज द लिमिट!"

असे कोणी सांगितले की तात्यांचे तात्पुरते समाधान होई. पण आतून ती काळजी पोखरत होतीच.

नेमके काय करतो आहे हा मुलगा? काही घोटाळा तर नाही व्हायचा?

श्रीकांत आता अधिक वेळ घराबाहेर राहू लागला होता. त्याबद्दल कोणी काही बोलले, तर ते त्याला आवडायचे नाही.

"काय कटकट करता? माझ्यावर किती ताण आहेत, याची तुम्हाला काही कल्पना आहे का?" तो चिडून म्हणायचा.

पण त्याचे चांगले चालले असावे. घरात तो अधिक पैसे देऊ लागला. त्याने एक मोटारसायकलही विकत घेतली. मोटारसायकल आली त्या दिवशी घर खुशीत होते.

"आता घरात नातवंड येऊ दे!" अक्का समाधानाने म्हणाल्या.

सुमाने श्रीकांतकडे फक्त पाहिले.

"सगळं होईल, अक्का. धीरानं घे." श्रीकांतने हसत उत्तर दिले.

त्या दिवशी रात्री तात्यांना शांत झोप लागली.

पण चढ-उतार चालू होतेच. श्रीकांत ताणात असल्यासारखा दिसायचा. उदासही असायचा. त्याचा व्याप इतका वाढलेला होता की, घर ही गोष्ट तो विसरूनच गेला होता! कधीकधी त्याला इंदूरच्या आसपासही फिरावे लागे. पण सर्वसाधारणपणे सकाळी सात-साडेसातला निघून संध्याकाळी त्याच वेळेपर्यंत तो परत येत असे. पुन्हा बाहेर जायचे असले, तरी घरी येऊन तसे सांगून जायचा.

४ जुलैला तो सकाळी बाहेर पडला, तो रात्रीपर्यंत घरी आलाच नाही!

सगळे घर वाट पाहत थांबलेले. सुमा कावरीबावरी. भास्कर चार ठिकाणी जाऊन चौकशी करून आला. श्रीकांत कुठे नव्हता.

"एकाएकी बाहेर ठरल्यामुळे परस्पर तर गेला नाही?"

"पण मोटारसायकल..."

"लावली असेल एखाद्या मित्राकडे!"

तर्क सुरू झाले. मोटारसायकलबद्दलचा तर्क खरा ठरला. ती श्रीकांतने त्याच्या

पार्टनरकडे ठेवली होती. पण त्यालाही श्रीकांतने काहीच सांगितले नव्हते!

मग शोधाशोध. जिकडेतिकडे तारा. पोलिसांकडे नोंद; पण कोठूनच काही प्रतिसाद मिळाला नाही. अधूनमधून एखादी आशादायक बातमी यायची.

"या चेहऱ्याचा माणूस अमुकअमुक ठिकाणी दिसला."

पण तोपर्यंत तो माणूस तेथून नाहीसा झालेला असे. तो श्रीकांतच असेल, की आणखी कोणी? कळायला मार्ग नव्हता.

अक्कांनी नाथमंदिरात अनुष्ठान सुरू केले. सुमाही उपासतापास करू लागली. तिचे आई-वडील व इतर मंडळी येऊन गेली. त्यांच्याकडे थोडे दिवस राहून सुमा परत आली. ती येईपर्यंत तात्यांच्या जिवात जीव नव्हता. तिकडेच राहिली, तर? ते तिला कोणत्या तोंडाने विरोध करू शकणार होते? तिचा या घराशी आता तसा कोणता पाश उरला होता? पण सुमा परत आली. काही घडलेच नाही, असे समजून परत आली, आणि शांतपणे घरात वावरू लागली. तात्यांना धीर आला.

तेही तिच्यासारखेच आशावादी बनले. त्यांना वाटू लागले, काहीतरी चमत्कार घडेल आणि श्रीकांत परत येईल. तो आहे... धंद्यातील अपयशामुळे धक्का बसून निघून गेला आहे... पण परत येणार आहे!

सात वर्षे झाली होती. सगळे अजून श्रीकांतची वाट पाहत होते. तात्यांना उमेद वाटेल अशी आणखी एक बातमी होती. सुलू परत येणार होती. तिने लग्न केलेच नव्हते. काहीतरी विपरीत अनुभव आला आणि लग्न मोडले. आता त्या धक्क्यातून ती सावरली होती. रघुनाथराव म्हणाले,

"मी हे तुम्हाला मोकळेपणानं सांगतो आहे. त्यामागचा माझा हेतूही मी लपवत नाही. अजून अपल्याला मोडलेली सोयरीक जुळवता येईल. मी सुलूला समजावू शकेन, असं मला वाटतं. तुम्ही भास्करला समजवा."

"बघू. तिला आधी परत तर येऊ दे!"

तिचे येणे लांबत होते. श्रीकांतचाही पत्ता लागत नव्हता; पण तात्यांच्या शिणलेल्या मनाला ही स्वप्ने सुख देत होती. त्यांना वाटायचे, दुर्दैवाचा हा फेरा लवकरच थांबेल. वादळात उन्मळून पडलेले आयुष्याचे झाड पुन्हा बहरेल. आपण कोणाचे कधी वाईट केले नाही. आपले तरी काय म्हणून वाईट होईल? दुःख कोणाला चुकले आहे? प्रत्येकाला त्याच्या वाट्याचे दुःख भोगावे लागते. आपला वाटा भोगून झाला आहे. आता पुन्हा सुखाचे दिवस येतील.

तात्यांचे मित्र त्यांना या स्वप्नरंजनातून जागे करायचे. वस्तुस्थितीची जाणीव द्यायचे. पण तेवढ्यापुरते बाहेर येऊन तात्या पुन्हा स्वप्नात शिरायचे.

पण हळूहळू ते स्वप्न भंगत गेले. त्यांनी मनाशी ठरवले, श्रीकांतच्या कहाणीचा हा शेवट आहे, असे आता धरून चालायचे.

तात्या उठले व आत गेले. भास्कर परत आला होता. आणलेल्या वस्तू पिशवीतून बाहेर काढत होता. सुमा प्रसन्न चेहऱ्याने त्या डब्यात भरून ठेवत होती. एक पुडी उघडता उघडता तिने विचारले,

"हे काय?"

"तळलेले दाणे. तुला आवडतात ना, म्हणून मुद्दाम आणले."

"पाहिलंस, भावजयीचे कसे लाड करतो, ते?" शेजारी भाजी चिरत बसलेल्या अक्का तात्यांना उद्देशून म्हणाल्या.

तात्यांना वाटले, आपण एकटे एकटे कुठे आहोत? सगळे एकत्रच आहोत की! नेहमीच नाही का असे एकत्र राहता येणार?

-आणि तेव्हापासून तात्यांच्या मनात एक वेगळेच चक्र फिरू लागले. हळूहळू त्या चक्राचा वेग वाढू लागला. सहन होईना. पण बोलायचे कसे? विषय फार नाजूक होता. सुमाच्या घरची मंडळी संमती देतील? आपल्या नातेवाइकांना काय वाटेल? त्यांनी टीका कली, तर? दुसरीकडे वाटे, त्यांचा संबंधच काय? सुदैवाने आपण त्यांच्यापासून दूर आहोत. तेथेच असतो, तर जो झाला असता, तो होणार नाही. करतील टीका आणि विसरून जातील!

अक्काचे काय?

त्यांना एकदम सुचले, जुन्या प्रथेचा आधार घेऊन तिलाही पटवता येईल.

प्रश्न त्या दोघांचा आहे. त्यांना पटवले पाहिजे. पटेल का? त्यांच्यापाशी विषय कसा काढायचा?

शेवटी तात्यांनी धाडस करायचे ठरवले. अक्काच्या देखतच भास्करला व सुमाला बोलावून घेतले.

"माझ्या मनात जे आलं आहे, ते सागतो. विचार करा."

तात्यांनी सुरुवात केली. ते बोलत राहिले. भास्कर आणि श्रीकांत यांच्या कहाण्या त्या बोलण्यात एकमेकीत गुंतत होत्या.

"भास्कर, सुलू परत येणार आहे, असं ऐकलं... तेही तुझ्यापून लपवून ठेवत

नाही. ते ध्यानात ठेवून काय तो निर्णय घे. सुमा... तुला काय सांगू? श्रीकांत आला, तर आपल्याला आनंदच आहे. पण... पण आशा धरण्यात फारसा अर्थ नाही. समजा आलाच, तरी... तरी जे काही आहे, ते घरातल्या घरातच आहे. पाहू, काय मार्ग काढायचा तो!''

भास्कर व सुमा काही बोलले नाहीत. अक्काही गप्प होत्या. त्यावरून तात्यांनी जो काही निष्कर्ष काढायचा, तो काढला.

त्यांना वाटले, एक मोठा प्रश्न सुटला!

आता परमेश्वराने एकच विनंती ऐकावी...

परमेश्वराला ही उलटी विनंती करताना तात्यांना फार अपराधी वाटत होते. घट्ट मनाने ते तुटलेले धागे एकमेकांत गुंतवत होते. तरीही मन निखळलेलेच होते.

दीपावली, दिवाळी ८५

स्वत:साठी

नेहमीप्रमाणे पहाटे साडेपाचच्या सुमारास जाग आली. झोप संपली आहे असे वाटत नव्हते. डोळे अजून जड होते. आणखी थोडे पडून राहण्याचा मोह होत होता. पण ते शक्यच नव्हते. उठणे भागच होते. आठला बाहेर पडायचे आहे... त्यापूर्वी कितीतरी कामे उरकायची आहेत. त्यासाठी दोन-अडीच तास सहज हवेत. जरा उशीर झाला तर सगळी समच चुकेल! ठरलेल्या क्रमाने, एकामागून एक कामे करत राहिलेच पाहिजे...

हा विचार मनात येताच वसुंधरा ताड्कन उठली.

दाराशी वर्तमानपत्रे येऊन पडली होती. चहा घेत निदान मथळ्यांवरून तरी नजर फिरवावी या उद्देशाने ती बाहेर गॅलरीत आली. हवा प्रसन्न होती. स्वच्छ निळे आभाळ. त्यात तरंगणारा एखादाच पांढरा ढग. तजेलदार दिसणारी झाडे. हवेत दरवळणारा प्राजक्ताच्या फुलांचा गंध, पक्ष्यांची किलबिल.

समोरच्या कडुनिंबाच्या झाडावर बसलेल्या एका निळ्या पक्ष्याने आभाळात सूर मारला. ते दृश्य पाहून वसुंधरेला एकदम हुरूप आला.

ती स्वयंपाकघरात आली. फारसे काही करायचे होते असे नाही. पण सकाळी एकदा सगळी आखणी केली की दिवसभर 'जेवणखाण' या गोष्टीपासून दूर राहता येते हे तिला ठाऊक होते. त्याकडे दुर्लक्ष करायचे नाही, पण त्याचा फार बाऊही करायचा नाही, असा तिचा दृष्टिकोन होता. आणि सकाळी एखादा तास व सध्यांकाळी एखादा तास स्वयंपाकघरासाठी पुरतो असा तिचा अनुभव होता. पण हे घरातल्या प्रत्येक व्यक्तीला मान्य असेल तरच! खटके उडत ते याच मुद्द्यावरून.

तिने रेफ्रिजरेटर उघडला. आदल्या रात्रीचा रस्सा शिल्लक होता. तो आज सकाळी वापरता येईल... त्याच्या भरीला एखादी कोशिंबीर केली की काम भागेल! रात्रीसाठी कोरडे काहीतरी करू. सुप, मॅक्रोनी... किंवा... काही केले तरी त्यासाठी लागणारी सामग्री घरात आहेच. दर शनिवारी आठवड्याच्या भाज्या... इतर साहित्य आणून टाकायचे... कोणत्या दिवशी काय करायचे याची थोडी कच्ची आखणीही करायची अशी आपली पद्धत असल्यामुळे ऐनवेळी कसली अडचण होत नाही... यावरूनही खटके उडतात. भाज्या शिळ्या होतात म्हणे! असल्या या अडाणी तक्रारींना उत्तर तरी काय द्यायचे? कुकरमध्ये शिजवलेल्या भाताला चव नसते... गॅसला कोळशाच्या शेगडीची सर नाही. फ्रिजमधले पदार्थ शिळे... कितीतरी तक्रारी! तिकडे लक्ष द्यायचे नाही असे आपण ठरवले आहे. पण तरीही कधीकधी त्रास होतोच!

वसुंधरा मनाशी बेत आखत होती. तेवढ्यात तिच्या सासूबाई तेथे आल्या.

"चहा घेता ना? तयार आहे..."

"घेते जरा वेळानं. आधी थोडं सरबत घेते. रात्रीपासनं डोकं गरगरत आहे!"

"गरगरेल नाही तर काय होईल? काल चकल्यांचा कशाला एवढा घाट घातलात? दोन तास तळणं केलंत... त्रास होणारच!"

"घरात खायला काही नव्हतं..."

"बाहेरून नसतं का आणता आलं? नेहमी आणत नाही का मी?"

"आणलेत ना. पण मुलं कंटाळतात. उम्मी कधीपासून मागे लागली होती, आजी, चकल्या कर ना..."

"केल्या असत्या एखाद्या शनिवारी. मला थोडी फुरसद असते..."

"तुला कुठली आली आहे फुरसद? गेल्या शनिवारी तुझी कसली तरी मीटिंग निघाली. काल विचारलं तर..."

संभाषण मूळपदावर आले ते वाढवण्यात अर्थ नव्हता. तिने ते मध्येच तोडले, आणि दुसरा विषय काढला.

"आई, शांताबाईंना म्हणावं, आज फक्त पोळ्या करायच्या आहेत. भाजी नको. त्या ऐवजी काकडीची कोशिंबीर करा म्हणावं. सगळ्यांनाच आवडते."

"तू सांगशील तसं!" माईचा स्वरात नाराजी होती. पण त्याचीही तिला आता सवय झाली होती.

"काल थोडे वाल भिजत टाकले आहेत... बिरडं करणार होते..."

"करा ना मग. तुम्हालाच त्रास होतो म्हणून मी 'नको' म्हणते, आई."

"त्रास कसला? मला तरी दुसरं काय करायचं असतं? नुसतं बसून माझा वेळ जात नाही. तुम्ही सगळी घराबाहेर. अलीकडे मधू घरी असतो... तेवढंच बरं वाटतं."

स्वयंपाकघरातली कामे चालू असताना त्या दोघी बोलत होत्या. कामे संपत आली तेव्हा वसुंधराने अंघोळीला पाणी लावले.

"मी अर्ध्या तासात बाहेर पडणार, हं, आई. संध्याकाळी सहापर्यंत घरी येईन!"

"हं!"

माईंच्या स्वरात पुन्हा नाराजी. हेही रोजचेच. आपण रोजच बाहेर जातो, आणि तरीही रोजच ही नाराजी का? कधीकधी रागसुद्धा! जाऊ दे, त्यावरही फार विचार करायचा नाही. निग्रहाने बाहेर पडायचे. कोणाला आवडो न आवडो, अडकून पडायचे नाही!

ती अंघोळ करून बाहेर आली, आणि साडी नेसण्यासाठी बेडरूममध्ये गेली. मधुकर ऑफिसची कागदपत्रे चाळत होता. तो अलीकडे घरीच बरेचसे काम पाहत असे. स्वत:चेच ऑफिस होते. त्यामुळे घरी काय, किंवा ऑफिसमध्ये काय...

"तू केव्हा निघणार आहेस?"

"नेहमीच्या वेळी!"

"मीही आज त्या बाजूला जाणार आहे. तुला पंधरा-वीस मिनिटं उशीर चालणार असला तर मी सोडतो."

"नको!"

"का? अंधेरीच्या स्टेशनावर लोकांचे धक्के खाल्ल्याखेरीज चैन पडत नाही?" तो हसत म्हणाला.

"तसं म्हणा हवं तर!"

"इतर बायका कशा नवऱ्याच्या गाडीतून जाण्यासाठी टपलेल्या असतात!"

"मी नाही त्यांच्यासारखी!"

"नाहीस खरी 'आय लाइक टू की ऑन माय ओन... आय लीड माय ओन लाइफ!' वगैरे वगैरे!"

"ही चेष्टा की उपहास?"

"डोन्ट बी सिली! उपहास कशासाठी? नव्या जगात असंच वागलं पाहिजे!"

मधुकर हे वरवर म्हणत नव्हता. पण त्याच्या बोलण्यात किंचित खोच होतीच. सासूबाईंचे एकवेळ ठीक आहे. दोन पिढ्यांमधलाच तो संघर्ष आहे. पण मधुकरला का खटकावे? हा त्याच्या मधल्या 'पुरुषा'चा अहंकार? की आणखी काही? त्याला अलीकडे खूप वेळ असतो. आपल्याला तेवढा नसतो. हेच त्याला खटकते का? आपल्या तुलनेने थोडे अधिक रिकामे असणे त्याला आवडत नाही का? मग गुंतून राहावे ना आणखी कशात तरी. नको कोण म्हणते आहे? रोज ऑफिसात जायला काय हरकत आहे? घरी कशाला बसायचे? घरी काम करू लागल्यापासूनच मधुकर थोडा बदलला आहे. पूर्वी असा नव्हता... अर्थात याला कोणतेच गंभीर रूप नाही.

खरा प्रश्न आईंचाच. मधुकरशी खटका आपला अधूनमधून... पण तो तरी का?

नेहमीचेच विचार करत वसुंधरा घराबाहेर पडली. बाहेरची झुळूक अंगावर येताच तिला बरे वाटले. मनात येऊन गेले, ज्या घराबाहेर पडत नाहीत, अशा बायकांचे काय होत असेल? ती घुसमट त्या कशा सहन करत असतील? त्या आपली गृहिणींची प्रतिमा छान उभी करत असतात... पण त्या प्रतिमेवरचे खरे रंग किती? आणि फासलेले किती? काहीच उद्योग नसतो तेव्हा आपल्या सासूबाईंसारखा पसारा घालून बसतात... आणि ते फार महत्त्वाचे, रमण्यासारखे आहे असे भासवून आपल्यासारख्यांची पंचाईत करतात. स्वयंपाकघर हे आपले सत्ताकेंद्र करतात! ज्या बायकांना घराबाहेर काही वावच नाही त्यांचे एक वेळ ठीक आहे. त्यांना दुसरा पर्यायच नसतो. पण घराबाहेर पडणाऱ्या बायकाही हे का करतात? त्याही त्यांच्या गृहिणी या भूमिकेत इतक्या का रुतून बसलेल्या असतात? वसुंधराला पडलेले हे प्रश्न नवे नव्हते. तिनेच ते वारंवार उपस्थित केले होते. हे प्रश्न स्वत:लाही काही प्रमाणात लागू पडतात हेही तिला ठाऊक होते. हळूहळू तिने स्वत:लाही इतरांपासून वेगळे काढले होते. स्वत:ची सुटका करून घेतली होती. पण किती प्रमाणात हे जमले होते? चर्चगेट येईपर्यंत मनात असे काहीकाही येत होते.

ऑफिसमध्ये पोहोचल्यावर मात्र ती आपल्या कामात रमली. एक वेगळे जग तिच्या भोवती उभे राहिले. तिच्या मनात आले, हे सगळे किती स्वतंत्र, मोकळे आहे! कोणी कोणाशी बांधलेले नाही. काही तास एकत्र काढायचे, आणि निघून जायचे. ताण निर्माण झाले तरी ते तेवढ्यापुरतेच. या जगाचे चलनवलनच वेगळे आहे. येथे स्वत:त चूर होऊन चालत नाही. स्वत:मधून बाहेर पडावे लागते. एकसारखी माणसे येत असतात. त्यांच्या अपेक्षा जाणून घ्याव्या लागतात. त्यानुसार 'कॉपी' लिहावी लागते. जाहिरातीच्या तंत्राचे भान ठेवावे लागते; आणि त्या भानासकट शब्दांचा विचार करावा लागतो. पण गिऱ्हाइकाच्या अपेक्षा, जाहिरातीचे तंत्र यांचे दडपण येत नाही. ते सगळे सांभाळूनही स्वत:ला समाधान देणारी निर्मिती करता येते.

वसुंधराला हाच प्रश्न अधूनमधून विचारला जात असे : तू या प्रकारच्या कामात कशी रमतेस? तुला लेखनाची कला अवगत आहे. तू थोडंफार चांगलं लिहिलं आहेस. ते सोडून या जाहिरातींच्या जगाकडे का गेलीस?

ते जग काही तिने मुद्दाम निवडले होते असे नाही. त्यासाठी तिने लेखन अजिबात सोडून दिले होते असेही नाही. सहज संधी मिळाली म्हणून तिने या जगात पाऊल टाकले. त्या वेळी ती अशा मन:स्थितीत होती की या बहिर्मुख जगाचा सहवास तिला मानवला आणि हळूहळू तिचे आयुष्य या जगात मुळे धरू लागले.

"स्वत: बाहेर पडायचं होतं तर इतर अनेक क्षेत्रं तुला मोकळी होती. सामाजिक

कार्य करता आलं असतं...'' असेही कोणी म्हणे.

ती हे मुळीच नाकबूल करत नसे. पण तिला आर्थिक स्वातंत्र्यही हवे होते.

आपण जे आयुष्य जगू पाहतो त्याला त्या स्वातंत्र्याचीही अत्यंत आवश्यकता आहे हे तिला पटले होते.

स्वत:शी, इतरांशी झगडत ती या टप्प्यापाशी येऊन येऊन पोहोचली होती. पूर्वीच्या मानाने निश्चितच सुखात होती. सुखी रहायचेच, हा तिचा निश्चय होता!

पूर्वीच्या आयुष्यात तरी तसे काय उणे होते? नवरा सुखवस्तू होता. राहायची जागा ऐसपैस होती. नोकरांचा प्रश्न कधी भासला नाही. सासूबाई घरात होत्या. त्यामुळे जबाबदारीही कधी पडली नाही. मुले झाल्यानंतर सासूबाईंचा अधिकच आधार वाटू लागला. त्या स्वभावाने चांगल्या होत्या, कर्तबगार होत्या. घर कसे सांभाळायचे हे वसुंधरा त्यांच्याकडून शिकली. त्यात रमलीही. मुले लहान असेपर्यंत खूप व्याप असे. दिवस कसा संपतो हे कळायचे नाही.

मुले मोठी झाल्यानंतर मात्र एक पोकळी तयार होऊ लागली.

संघर्षाला सुरुवात झाली ती तेव्हापासूनच.

आपल्या मनातील असमाधानाचा उच्चार तिने प्रथम मधुकरकडे केला.

''घरी बसून कंटाळा येतो हो!''

''कंटाळा कशासाठी? आजूबाजूला इतकी माणसं आहेत. त्यांच्याकडे जात-येत जा... काहीतरी वाचत जा!''

''ते सगळं करतेच पण तरीही वेळ उरतोच, आणि खरं सांगू, आता माझं मन त्यात रमतही नाही. वाटतं, उशिरा का होईना, काहीतरी स्वत:साठी करावं, स्वत:साठी जगावं.''

''ठीक! पण स्वत:साठी जगणं म्हणजे नेमकं काय? सध्या जगते आहेस ती कुणासाठी? उगाच काहीतरी डोक्यात घेऊन बसू नकोस. बी चिअरफुल! अलीकडे फार डिप्रेस्ड असतेस.''

''खरं आहे! त्याला कारण आहे. आपलं आयुष्य वाया जात असल्याचं एक विचित्र फीलिंग मला आहे...''

''संसार करणं म्हणजे आयुष्य वाया घालवणं असं जर तुला वाटत असेल, तर प्रश्नच मिटला!''

''तसं नाही हो. उगाच नसते अर्थ काढू नका. संसार तर आहेच. पण आणखीही काही करावंसं वाटतं आहे...''

''मग कर! कोण तुझ्या आड येतं आहे?''

-कोणी उघडपणे आड येत नव्हते हे खरेच. पण तरीही आपल्यालाच पावले उचलावी लागणार आहेत हे वसुंधराला कळून चुकले होते.

हा निश्चय केल्यानंतर, पहिले काही दिवस ती आतून सुन्नच होती. मार्ग सापडत नव्हता. तो लगेच सापडेल अशी अपेक्षाही नव्हती. जो सापडेल तो सुखाचा असेल अशीही खात्री नव्हती. चाचपडण्यातच बराच वेळ जाणार होता. पण तो घालवायचा हे तिने ठरवले होते.

बी.ए. झाल्यानंतर लग्न झाले. त्यामुळे शिक्षण अर्ध्यावरच थांबले होते. मनात आले, एम.ए.चा अभ्यास का सुरू करू नये? सुदैवाने संध्याकाळचे वर्ग आहेत. घरचे सगळे आटोपून जाता येईल, आणि रात्रीच्या जेवणाच्या वेळेपर्यंत परत येता येईल. म्हणजे कोणालाच कसला त्रास नको. 'इतक्या रात्री एकटं परत येणं बरं नाही. काही झालं म्हणजे?' अशी कुरकुर सासूबाईंनी केलीच. पण मधुकरनेच त्यांना परस्पर उत्तर देऊन टाकले, "इतक्या बायका रात्रीच्या वेळी प्रवास करत असतात... उगाच कसली काळजी करतेस?" त्या गप्प बसल्या. ती दोन वर्षे निर्वेधपणे पार पडली. इतक्या वर्षांनंतर पुस्तकांच्या सान्निध्यात आल्यावर फार बरे वाटले. आयुष्यात हवा खेळू लागली. त्या उल्हासात तिने एक-दोन छोटे लेखही लिहिले. स्वत:च्या अनुभवासंबंधीच. त्यांच्यात तसे विशेष काहीच नव्हते. पण अनुभवाच्या अस्सलपणामुळे कदाचित, ते संपादकांना आवडले. त्यांनी ते छापले. इतकेच नव्हे, तर 'आणखी लिहा' असा आग्रह केला. त्याच सुमारास रेडिओवरील एका चर्चेत भाग घेण्याची संधीही मिळाली. मनाची स्पंदने सुरू होण्याला या सगळ्याचा खूप उपयोग झाला. शिवाय नव्या मैत्रिणी वसुंधरेहून लहान- संसाराची जबाबदारी नसलेल्या. त्यांचा निर्भय सहवास सुखाचा वाटू लागला. तिच्या वर्गात लग्न झालेल्या एक-दोन बायकाही होत्या. पण वसुंधरा त्यांचा सहवास टाळत असे. त्यांचे सगळे बोलणे घराविषयी. तिला बाहेरच्या जगात तरी घर विसरायचे होते. त्यात तिला थोडेफार का होईना, यश मिळत होते. एम.ए.च्या परीक्षेतही चांगले यश मिळाले.

हे सगळे चालू असताना घरात काय घडत होते? तिची थोडी ओढाताण होत होतीच. आपण जे काही करत आहोत त्याची झळ घराला पोहोचू द्यायची नाही, इतरांना टीका करण्यासाठी जराही जागा ठेवायची नाही, या जिद्दीने ती जास्तीच ओढाताण करून घेत होती. खरे म्हणजे त्याची आवश्यकता नव्हती. कारण घरात तिच्यासंबंधी कौतुक होते. मधुकरबद्दल तर काही प्रश्नच नव्हता. तिला खरी भीती होती सासूबाईंची. त्यांनी सुरुवातीला थोडे ओढून धरले. पण हळूहळू त्यांचा विरोध मावळू लागला; आणि 'माझी सून हुशार आहे हो!' असा उद्गार त्या इतरांजवळ काढू लागल्या. परीक्षेच्या दिवसांत तिची काळजी घेऊ लागल्या. एखादा ताजा पदार्थ त्या तिच्यापुढे ठेवत आणि म्हणत,

"खा एवढं. पोटात काही नसेल तर अभ्यास कसा सुचणार?" या दिवसांत तिला त्या कामाला हात लावू देत नसत. 'नंतर कर काय करायचं ते. सध्या मी आहे ना... तू तुझा अभ्यास सांभाळ!' असे अगदी मनापासून सांगत. तिचे एक-दोन लेख छापून आले तेव्हा ते त्यांनी शेजाऱ्यांना मुद्दाम कौतुकाने दाखवले; रेडिओवर कार्यक्रम होता तेव्हा, 'आमच्या वसूचं आज रेडिओवर भाषण आहे हो...' असे भेटेल त्याला सांगितले. वसुंधराला ते आवडले नाही. 'आई, इतरांना कशाला सांगता? इतकं विशेष काही नाही त्यात!' असे ती म्हणाली. 'नाही कसं? संसार सांभाळून एवढं करते आहेत... मी कौतुक करायचं नाही तर कोणी! तू कर असंच अधूनमधून. लिही... अशा कार्यक्रमांसाठी बाहेर जावं लागलं तर जा... मी सांभाळीन तेवढ्यापुरतं!'

अधूनमधून... तेवढ्यापुरतं! त्यांची तीच कल्पना होती. हौस म्हणून शिकते आहे... एवढेच! पण ते तेवढेच नव्हते हे कळले तेव्हा धुसफुस सुरू झाली.

"नोकरी? ती कशासाठी? तू अशी दिवसभर बाहेर राहिलीस तर हा प्रपंच कोण सांभाळणार? माझ्याचाने आता होत नाही." त्यांनी कुरकुर सुरू केली.

"तुम्हाला अजिबात त्रास होणार नाही. मी सगळं करीन आणि मगच बाहेर पडीन... मग तर झालं?" वसुंधराने आश्वासन दिले.

तिने ते आश्वासन निकराने पाळलेही. त्यामुळे फार तडतड व्हायची. 'हे सगळे आपण कशासाठी करत आहोत', असा प्रश्न पडायचा. नोकरी मिळाली होती ती एका सरकारी कार्यालयात. त्या कामात फार रस वाटत नव्हता. घराबाहेर राहता येते यापलीकडे दुसरा कोणताही उद्देश त्यातून साधत नव्हता. त्या कार्यालयात खूप बायका होत्या. काही जणी तिच्यासारखाच उद्देश बाळगून आलेल्या, तर काही जणी पैसे कमावण्यासाठी. ओढाताण सगळ्यांचीच. अगदी तुरळक अपवाद. त्यामुळे बोलण्यामध्ये ठरावीक विषय. 'माझे मिस्टर म्हणाले...' 'आज घरात भाजी नव्हती गं... मग काय केलं...' 'अचानक पाहुणे आले. मग काय करणार? टाकली कॅज्युअल!' 'नंदूची परीक्षा जवळ आली आहे ना... रात्री त्याचा अभ्यास घ्यावा लागतो!' 'ए, कलानिकेतनला सेल आहे, जाऊ या का?' वसुंधराला वाटायचे, हे सगळे आपल्यावर येणारे प्रसंग आहेत, आपले प्रश्न आहेत. पण हे विसरण्यासाठी, थोडे वेगळे जगण्यासाठी तर आपण घराबाहेर पडलो! येथे येऊनही तेच बोलायचे असेल, तर मग तो उद्देशच फसतो! या विचाराने वैफल्य येऊ लागले. पुन्हा एकदा आयुष्य वाया जात असल्याची भावना. ही सगळी धडपड फुकट आहे अशी जाणीव. ती कसेबसे रेटत होती. काहीतरी मार्ग निघेल अशी आशा बाळगून होती.

- आणि तिची ही आशा व्यर्थ ठरली नाही! काहीशी योगायोगानेच, 'अपडेट ॲडव्हर्टाइझिंग' मधील ही नोकरी तिच्याकडे चालून आली. या कंपनीचा व्याप मोठा

होता. अनेक हुशार, तरतरीत माणसे तेथे काम करत होती. काही मराठी जाहिराती तयार करण्याचे कामही त्यांच्याकडे होते. इंग्रजी जाहिरातींचे मराठीत भाषांतर न करता मराठीतूनच जाहिराती तयार कराव्यात, त्या अधिक स्वाभाविक वाटतील या हेतूने त्यांनी मराठीतूनच मजकूर लिहिण्यासाठी वसुंधराला घेतले. तिच्या बरोबर कशाळकर या आणखी एका महाराष्ट्रीय तरुणालाही. आपल्याला हे काम कितपत जमेल आणि हे जग कितपत मानवेल याची वसुंधराला शंका होती. त्यामुळे सुरुवातीचे काही दिवस ती गोंधळलेली होती. हे जग आपले नव्हे, या भावनेने तेथे वावरत होती.

पण हळूहळू आत्मविश्वास वाढत गेला आणि सूर जुळू लागला. मित्रमैत्रिणींचे नवे वर्तुळ तिच्या भोवती तयार होऊ लागले. त्यांना काही प्रश्न नव्हते असे नाही. पण त्यांनी स्वत:ची कोंडी होऊ दिली नव्हती. याला अपवाद असतीलही. होतेच. उदाहणार्थ - ॲन. ती फार बोलत नसे. उदास दिसे. मग कोणीतरी तिच्या डोक्यावर टपली मारून म्हणे, 'कम ऑन...' प्रश्न कधी संपणार नाहीतच. ते बाजूला टाकून जगले पाहिजे, आनंद घेत राहिले पाहिजे ही या मंडळींची दृष्टी होती. त्या दृष्टीचा, त्या वातावरणाचा वसुंधरावर परिणाम होऊ लागला. ती मोकळी होऊ लागली. घर या गोष्टीचे तिच्या मनाला असणारे दडपण कमी झाले.

वसंतुधरा मुख्यत: बदलली ती सविता राजेमुळे. सविता वेगळ्या वातावरणात वाढलेली होती. तिला मराठी यायचे, पण तिचा सगळा व्यवहार इंग्रजीत चालायचा. तिचे नोकरीखेरीज आणखी अनेक व्याप होते. सविताशी थोडी मैत्री झाल्यानंतर वसुंधराने तिला विचारले,

"तू हे सगळं कसं सांभाळतेस? घरासाठी वेळ कधी देतेस?"

"सकाळी आणि रात्री! मधल्या वेळात माझी मी!"

"पण..."

"घरच्या मंडळींना हे कसं आवडतं, असंच विचारायचं आहे ना तुला? खरं सांगू? मी त्यांचा फार विचार करत नाही. त्यांच्यासाठी जेवढं करायचं तेवढं करते. सारा वेळ त्यात रुतून बसत नाही. माझ्या नवऱ्याचा प्रश्नच नाही. मुलांना आता सवय झाली आहे."

"इतर मंडळी?"

"त्यांच्याकडे लक्ष द्यायचं ठरवलं तर कधी स्वत:ला हवं ते करताच येणार नाही. मलाही त्रास झाला. नाही असं नाही. अजूनही होतो. आजूबाजूच्या बायकांची खोचक बोलणी असतात... नातेवाइकांचे टोमणेही असतात! पण तुला एक ठाऊक आहे का? आपण फारशी पर्वा करत नाही हे कळलं की ती मंडळी आपोआप गप्प बसतात!"

"कठीण आहे गं ते!"

"हे बघ, आपण एकदा ठरवलं की काही कठीण नसतं! घराकडे दुर्लक्ष नाहीच करायचं. पण स्वत:कडेही दुर्लक्ष नाही करायचं. आपण अखेर स्वत:चंही काही देणं लागतोच की नाही?"

- त्या दोघींच्या अशा पुष्कळ गप्पा चालत. अनुभवांची देवाणघेवाण होई. सविताशी बोलून हलके वाटे. सविता तिला पुन्हा पुन्हा सांगायची, "तूच स्वत:ला जखडून ठेवलं आहेस. सुटका करून घे. ऑफिस सुटलं की लगेच नको घरी धावूस. गप्पा मार- लहर लागली तर एखादा सिनेमा बघ... तुला जे करावंसं वाटतं ते कर!"

वसुंधराला हे पटत होते. पण ते अमलात आणणे अवघड आहे, हेही कळत होते. पण तिने नेटाने प्रयत्न सुरू ठेवला. हळूहळू जमत गेले. विरोध कमी होऊ लागला. काही तक्रारी राहिल्याच. त्या नेहमीच राहणार हे तिला ठाऊक होते. पण वळण बरेचसे बदलले हेही खरेच! खटके उडाले तरी भांडणे नव्हती. मूळ नाती कुठे दुखावली गेली नव्हती. हे खटकेही हळूहळू कमी होतील, असा विश्वास वाटत होता. कारण आपण आपली कर्तव्ये टाळत नाही याबद्दल तिला खात्री होती. फक्त ती कर्तव्ये झाल्यानंतर थोडे स्वत:साठी जगू पाहतो आहोत हा काय गुन्हा झाला?

स्वयंपाकघरातील कोणत्या तरी एका नव्या साधनाची जाहिरात करत असताना, त्यासाठी 'नव्या' गृहिणीला आवाहन करत असताना, वसुंधराला वाटले, हे आवाहन आपण स्वत:लाच करत आहोत! आणि गेली दोन-अडीच वर्षे चालू असलेल्या या आवाहनाला प्रतिसादही मिळू लागला आहे. इतरांकडून- आणि मुख्य म्हणजे स्वत:कडून!

पुन्हा एकदा तिच्या मनात आलं, ज्या घराबाहेर पडत नाहीत- त्यांची इच्छा असूनही- अशा बायकांचे काय होत असेल? ती घुसमट त्या कशी सहन करत असतील?

संध्याकाळी सगळी कामे आटोपून ती घरी आली. शरीर थकलेले असले तरी मन प्रसन्न होते. घरी आल्यावर अधिकच प्रसन्न वाटले. सासूबाईंनी साबुदाण्याच्या खिचडीची बशी हातात ठेवली, आणि त्या म्हणाल्या, "आधी खा. दमली असशील... चहासुद्धा तयारच आहे." मुले भोवती रुंजी घालत होती. दिवसभरात घडलेले काही काही सांगत होती. ती जरा मोकळी होताच मधुकरने विचारले, "बाहेर एखादी चक्कर मारून येऊ या? की गॅलरीतच बसू या गप्पा मारत?... काय झाले तुझ्या त्या ग्रँट रोडच्या क्लायंटचं?"

हा सगळा जिव्हाळा पाहून तिलाही उत्साह वाटला. तिने संध्याकाळच्या जेवणाचे बेत आखले. काय करायचे हे ठरलेलेच होते. पण त्यातच भर म्हणून नवे

काहीतरी... तिच्या मनात आले, घराची ही ऊब हवीच. ती आपल्याला मिळतेही. ही ऊब, हा आधार आहे म्हणून घराची ओढ कायम राहते. दोन्ही हवे. हे एकदा आजूबाजूच्या लोकांना समजले की कसलाच संघर्ष उरणार नाही! इतरांना समजले पाहिजे तसे स्वत:लाही समजले पाहिजे. ते पुरेसे समजल्यामुळे ओढाताण होते. काही वेळा अकारण अपराधी वाटते- काही वेळा इतरांविषयी अकारण गैरसमज होतात- हे सगळे संपवून आयुष्याला एक तोल दिला पाहिजे. ती त्याच प्रयत्नात होती, आणि त्यात हळूहळू यश मिळत चालले आहे, असा तिला विश्वास वाटत होता.

- खूप हलके वाटत होते. जेवणे उरकल्यावर, भीमसेनची रेकॉर्ड लावून ती शांतपणे पडली होती. आजूबाजूला कोणीही नव्हते, तरीही सगळे जवळ आहेत अशी भावना मनात होती. मुले पलीकडच्या खोलीत टी.व्ही. पाहत होती. मधुकर स्वत:च्या कामात होता. सासूबाई अजून स्वयंपाकघरातच होत्या. खरे म्हणजे सगळे आवरले होते. अजून काय करताहेत या? किंचित राग आला, पण तो लगेच विरला.

काही वेळाने त्या आल्या, आणि काहीतरी वाचत तिच्या शेजारीच बसल्या. त्यांना वाचनाची आवड होती. मधूनमधून एका वहीत काहीतरी लिहीतही असायच्या. वसुंधराचे लक्ष तिकडे वेधले होते. पण तिने कधी त्यासंबंधी त्यांना विचारले नव्हते. ते महत्त्वाचे असेल असेही तिला कधी वाटले नव्हते. असेल काहीतरी! हिशेब. दिवसभरात काय घडले याच्या नोंदी... किंवा असेच काहीतरी! मागे एकदा तिने त्यांची हिशेबाची वही पाहिली होती. त्यात कोण आले, खायला काय केले अशा स्वरूपाच्या काही नोंदी तिने पाहिल्या होत्या व त्यावरून तिने हा अंदाज केला होता. त्यांचे लेखन व्यवस्थित होते हेही तिला जाणवले होते.

"तुला थोडा वेळ आहे का?" त्यांनी वसुंधराला विचारले.

"फारसा नाही!.. पण कशासाठी विचारता आहात?"

"मी थोडंफार लिहिलं आहे. तुला एकदा दाखवणार होते."

"द्या ना मग. आत्तासुद्धा वाचून होईल!"

"तीन-चार वह्या आहेत."

"तीन-चार वह्या? अरे बापरे! इतकं लिहिलंत तरी कधी? आणि काय?"

"असंच. जे काही मनात आलं ते लिहिलं आहे. थोड्या जुन्या आठवणी, थोडं इकडचं तिकडचं... आता पुढे काही लिहीन असं वाटत नाही. म्हणून मनात आलं, जेवढं झालं तेवढं तुला दाखवावं. तू लिहितेस- त्यामुळे तुला अनुभव आहे. सांग कसं वाटतंय..."

"मी काही एखादी मोठी लेखिका नाही, आई... पण तुम्ही जे लिहिलं आहे

ते नक्कीच वाचीन. मला इंटरेस्ट आहे.''

"त्या वह्या आणून देऊ का तुझ्याकडे? मधुकरला मात्र इतक्यात काही सांगू नकोस!''

"बरं! वह्या देऊन ठेवा. सवडीनं वाचते. या कामाच्या धबडग्यात नको. चालेल ना?''

"मला कुठे घाई आहे : तू वाचावंस एवढीच इच्छा आहे!''

त्यांनी आतल्या खोलीत जाऊन कपाट उघडले आणि काही वेळाने बाहेर येऊन त्या वह्या वसुंधराच्या हाती दिल्या.

त्या वह्या हातात घेताना तिला वाटले, आपल्यात एक नवाच धागा निर्माण झाला आहे. त्या आपल्याला विश्वासात घेऊन काहीतरी सांगू पाहत आहेत...

काय असेल त्या वह्यांत?

खरेखुरे कुतूहल व आस्था असूनही वसुंधराला त्या वह्या लगेच वाचता मात्र आल्या नाहीत. ऑफिसमधील कामाचा ताण एकाएकी फार वाढला होता. एक-दोन कामे तर बाहेरगावचीच होती. त्यामुळे प्रवासही करावे लागणार होते. त्या सगळ्या गडबडीत ती वह्यांचे विसरून गेली होती. सासूबाईंनी एक-दोनदा 'वाचलंस का?' असे विचारले. पण 'नाही हो, अजून वेळच झाला नाही' एवढेच उत्तर तिने दिले होते. त्यांनीही पुढे काही विचारले नव्हते.

दिवस चालले होते. वसुंधरा बाहेरच्या जगात अधिकाधिक गुंतू लागली होती. माई अलीकडे थकल्या होत्या. अधूनमधून त्यांचा आजार चालू असे. त्यामुळे त्यांचा घरातला वावर खूप कमी झाला होता. घराच्या कारभारावरून उडणारे खटकेही कमी झाले होते. पण तो ताण नसला तरी आजाराचा ताण होताच. म्हातारपण... केव्हा काय होईल हे सांगता येत नाही... स्वत:ची जी काळजी घेतली पाहिजे तीही घेत नाहीत. उगाच इकडेतिकडे फिरत राहतात. स्वस्थ पडून रहा म्हणून सांगितले तर ऐकत नाहीत. एकीकडे गुंता कमी झाला म्हणावे तर दुसरीकडे तो वाढलेला असतो... परवा त्या देशपांडेबाईंबरोबर सिनेमाला गेल्या. येण्याजाण्याचा त्रास झाला. दोन दिवस अंग दुखले. कशाला जायचे? अलीकडे हे बाहेर जाण्याचे वेड कुठून डोक्यात घेतले आहे कुणास ठाऊक!

' वसुंधरा कधीकधी हा राग बोलून दाखवायची. पण कधीकधी तिला माईंची करुणाही यायची.

"कितीदा सांगितलं तुम्हाला... विश्रांती घ्या. वाचा... रेडिओ ऐका... बाहेर फिरण्याचा त्रास होतो तुम्हाला, तर कशाला जाता?''

"नेहमी जाते का मी? कधीतरी, कोणाची सोबत असली तर जाते. हल्ली घरात काही करते का मी? तू सांगितलं आहेस त्याप्रमाणे विश्रांती घेते ना?''

''पूर्ण विश्रांती घ्या. बाहेरही जाऊ नका.''

''मग काय करू? घरात चैन पडत नाही. काहीतरी काम असलं की बरं असतं!''

''केलंतच ना इतकी वर्षं?... एक सुचवू का तुम्हाला, आई? तुम्ही तुमच्या आठवणी लिहिणं मध्येच का सोडलंत? पुन्हा लिहायला लागा ना. त्यात तुमचं मन रमेल!''

''कोण जाणे! खरंच, वाचलंस का गं ते तू?''

''नाही हो. अजून वेळच झाला नाही. आता असं करते, तुमच्याकडे त्या वह्या देऊन ठेवते. तुम्ही आणखी लिहा. मी पुढच्या महिन्यात रजा घेणार आहे. त्या वेळी सगळं सलगपणे वाचून काढीन.''

तिने त्या वह्या माईंच्या स्वाधीन केल्या.

त्या तिला हळूच म्हणाल्या, ''तूही आपली धावपळ थोडी कमी कर गं... फार दमतेस. एवढी सगळी कामं करायलाच हवीत का? हल्ली घरी माझीही काही मदत होत नाही....''

''मला काहीच त्रास होत नाही, आई. उलट आनंद वाटतो. आणि तो आनंद हवा असेल तर थोडा त्रास सहन करायलाच हवा... तुमचा काळ वेगळा, आमचा काळ वेगळा! आमच्या आयुष्यातली एकंदर धडपडच वाढली आहे. त्याला कोण काय करणार?''

हे बोलता बोलता वसुंधराच्या लक्षात आले, त्या जशा आपल्याला काही सांगू पाहत आहेत, तशा आपणही त्यांना काही सांगू पाहत आहोत... या काही वर्षांत आपल्यामधील नातेसंबंधाने किती वेगवेगळी वळणे घेतली!

वसुंधरा ऑफिसच्या कामासाठी पुण्याला निघाली होती, दोनच दिवसांसाठी पण मन अस्वस्थ होते. माईंची प्रकृती अधिकच क्षीण झाली होती. तसे काळजी करण्याजोगे काही नव्हते. तरीही...

''मी सोमवारी परत येतेच आहे. जूपन रहा.'' तिने त्यांना पुन्हा पुन्हा सांगितले.

''तू जा गं. आम्ही आहोत ना?'' मधुकरने आश्वासन दिले तरीही निघताना तिचे मन जड होते.

ती पुण्याला दोन दिवस राहणार होती. पण शनिवारी संध्याकाळचा फोन खणखणला. ती मैत्रिणीकडे उतरली होती.

''मधुकररावांचा फोन आहे मुंबईहून. आज सकाळीच निघालीस ना? इतक्यात एवढं बेचैन व्हायचं? काय हे? लग्नाला किती वर्षं झाली गं तुमच्या?''

मैत्रिणीच्या चेष्टेकडे वसुंधराचे लक्ष नव्हते. कारण मधुकर विनाकरण फोन करणार नाही हे तिला पक्के ठाऊक होते.

"काय हो?" तिने साशंकपणे विचारले.

"तू ताबडतोब नीघ..."

"म्हणजे? आईंची तब्बेत..."

"आई गेली!"

तिने कोणतेही प्रश्न विचारले नाहीत. तपशिलांना काही अर्थच नव्हता. मनात आले, घरून निघताना जड वाटत होते. ती पूर्वसूचना होती.

वसुंधरा ताबडतोब निघाली. "जाशील ना एकटी? की हे येऊ देत तुझ्याबरोबर?" मैत्रिणीने विचारले.

"नको. नऊ-साडेनऊपर्यंत पोहोचेन. फार रात्र होणार असती तर मी आपणहून म्हटलं असतं..."

ती टॅक्सीत डोळे मिटून स्वस्थ बसली होती. खूप जुन्या आठवणी येत होत्या. त्यांचा राग... आणि त्यांची मायाही. त्यांचे वळण आणि ते बदलण्याचा प्रयत्न करताच त्यांनी केलेला त्रागा... त्याच्याशी झगडा करत फुलवलेले स्वत:चे जग. त्या जगाबद्दल त्यांना असणारी असूया आणि कौतुकही... यांची परस्पर संगती कशी लावायची? आता त्या प्रयत्नाला अर्थ तरी काय होता? अचानक सगळे संपून गेले!

घरी आल्यावर सगळे समजले. ध्यानीमनी नसताना, फक्त पंधरा मिनिटांत माई गेल्या. बहुधा हार्ट ॲटॅक असावा. सगळी काळजी घेतली जात होती. पण तो अखेरचा क्षण कोणालाच थोपवता आला नाही.

त्यांना निरोप देताना तिला हुंदका फुटला.

आठ-दहा दिवस होऊन गेल्यानंतर तिने मन घट्ट करून त्यांचे कपाट उघडले. सगही आवराआवर करायला हवी होती. ते काम क्लेशकारक होते. पण केव्हातरी ते करायलाच हवे होते...

कपाट नीटनेटके लावलेले. साड्यांच्या घड्या. वेगवेगळ्या आकारांच्या डब्या. प्रत्येक डबीत काहीना काही ठेवलेले. दोनचार पत्रे... फोटोंचे एक पाकीट...

- आणि त्या वह्या!

त्या वह्या पाहताच वसुंधरा एकदम चमकली. आपण अखेरपर्यंत त्या वाचल्याच नाहीत! एखाद्या गुन्हेगारासारखे वाटू लागले.

तिने कपाट बंद केले. फक्त त्या वह्या घेतल्या व ती स्वत:च्या खोलीत गेली. आधी त्या वह्या वाचायच्या, त्याखेरीज दुसरे काही करायचे नाही, असे तिने ठरवले होते. त्याखेरीज चैनच पडले नसते.

...काही पाने वाचून झाली, आणि वसुंधरा त्या लेखनात अधिकाधिक गुंतू

लागली. साधे, सरळ लेखन. लिहावेसे वाटले म्हणून लिहिलेले. जमेल तसे लिहिलेले. कधी एखादा प्रसंग सविस्तरपणे लिहिलेला, तर कधी त्या प्रसंगातील एखादाच तपशील सांगितलेला. काही पूर्ण, काही अपूर्ण. पुष्कळ ओळखीच्या, नात्यामधल्या व्यक्तीचे उल्लेख. त्यांच्याशी असलेले लागेबांधे. ते सगळे वाचत असताना जवळजवळ पन्नास वर्षांपूर्वीचा काळ डोळ्यांसमोर उभा राहत होता.

आयुष्याचे ते वळण किती वेगळे होते! वसुंधराने ते अगदीच पाहिले नव्हते असे नाही. आत्तापर्यंतच्या आयुष्याचा अर्धाअधिक भाग त्या वळणानेच गेला होता, पण हळूहळू तिनेच ते वळण बदलले होते.

तिला प्रश्न पडला, हे केवळ मी बदलले? की बदलणाऱ्या काळाची साथ मिळाली म्हणून ते बदलता आले? काळाची ही साथ नसती तर?

...तर काय झाले असते याचे चित्र माईंच्या त्या लेखनात होते! स्त्रीची चहूबाजूंनी कोंडी करणारा तो काळ. सगळी दारे बंद. एखादे दार किलकिले करण्याचा प्रयत्न केला तरी डोळे वटारणारे कुटुंब, समाज... एके ठिकाणी माईंनी लिहिले होते : 'दारातून वरात चालली होती. मी उत्साहानं ती बघायला दाराकडे धावले. नुकतं लग्न झालं होतं. वन्सं माझ्याएवढ्याच होत्या. त्याही माझ्याबरोबर येऊन उभ्या राहिल्या... मामंजीनी ते पाहिलं 'स्त्रीच्या जातीनं असं अमर्यादेनं वागणं शोभत नाही.'' एवढंच ते म्हणाले, आणि निघून गेले. आम्ही दोघी मुकाट्यानं घरात गेलो...

हे मामंजी! आणि मधुकरचे वडील? तेही फार तापट होते. यांना जरा मनाविरुद्ध झालेलं खपत नसे. कोणाच्या देखत काही बोलायचे नाहीत. पण रात्री त्रास द्यायचे... ते बोलतील ते ऐकून घ्यावं लागायचं. एकदा माझे मावसदीर आले होते. अंघोळीला जाताना त्यांचं निऱ्या केलेलं धोतर मी त्यांच्या हातात दिलं. तर हे संतापले! सकाळी काही बोलले नाहीत. पण रात्रभर मला भिंतीशी उभं करून ठेवलं- शिक्षा म्हणून.''

...हे वाचून वसुंधराचे रक्त उसळून आले. तिने या प्रकारचे काही मधुकरकडून ऐकले होते. पण ते इतके भेसूर असेल याची तिला कल्पना नव्हती. मधुकर सांगायचा, "आईला शिकायची, बाहेर जायची खूप हौस होती. पण आमचं कुटुंब मोठं. त्याचा व्यापही मोठा... त्यातच ती रुतलेली राहिली...''

वाचत वाचता वसुंधराला मधुकरने सांगितलेले आणखीही बरेच काही आठवू लागले... सासूबाईंशी संघर्ष सुरू झाला तेव्हापासून ती हे सगळे विसरलीच होती, फक्त स्वत:चा विचार करत होती; स्वत:वर असलेल्या दडपणांशी सामना देत होती.

त्या वह्या वाचताना दृष्टीच बदलत गेली. माईंच्या वागण्याचे संदर्भ सापडत

गेले. तो होता मुक्त होऊ न शकलेल्या स्त्रीचा, मुक्तीच्या उंबरठ्यापाशी पोहोचलेल्या स्त्रीबद्दलचा द्वेष! पण नुसताच द्वेष नव्हे. त्याबद्दलचे आकर्षणही. त्या आपले कौतुक करत... शेवटी शेवटी झेपत नसतानाही बाहेर जाण्यासाठी धडपडत... या सगळ्याला काही अर्थ होता!

आणि त्या आपल्याला वह्या वाचायला सांगत होत्या, यालाही काही अर्थ होता! जुने वळण मोडू न शकणाऱ्या स्त्रीची नव्या वळणाने जाणाऱ्या स्त्रीशी संवाद साधण्याची धडपड होती. आपल्याला कधी हे कळलेच नाही.

आता कळते आहे. पण आता कदाचित फार उशीर झाला आहे!

शेवटची वही मिटताना वसुंधराचे मन गलबलले होते. तिच्या मनात येत होते, इतरांकडून स्वत:कडे कधीच येऊ न शकलेल्या स्त्रीचे हे मनोगत, केवळ तिचेच नाही. त्याच्याशी आपणा सर्वांचाच काही संबंध आहे. स्वत:कडे येण्याचा तो मार्ग आपणही शोधत आहोत... शोधलाच पाहिजे.

तिने आज खरे म्हणजे रजा घ्यायचे ठरवले होते. पण तो विचार तिने रद्द केला. भराभर सगळे आटोपून ती घराबाहेर पडली.

कथाश्री, दिवाळी ८५

अश्मा

दिवेलागण झाली होती. उषा अस्वस्थपणे घरात वावरत होती. एरवी ही वेळ कशी शांत, निवांत असते! आपण दोघे, मुले काम आटोपून, दमून घरी आलेलो असतो; थोडी विश्रांती घेऊन ताजेतवाने झालेलो असतो. एखादी रेकॉर्ड किंवा टेप वाजत असते. टी.व्ही. लागलेला असतो. मुलांशी गप्पा होतात. जेवायला काय करायचे याबद्दलचे बेत चालू असतात. मनावरचे ताण निचरून गेलेले असतात–

आज मात्र जीव कोठेच रमेनासा झाला आहे. अंधार वाढू लागला आहे. अवघे अस्तित्व त्या अंधारात हळूहळू बुडत असल्याचा भास होतो आहे. अनामिक भीती मनात वाटली आहे. असे का व्हावे? आपण जे ठरवले ते योग्य की अयोग्य याबद्दल आपल्यालाच खात्री वाटत नाही म्हणून?

उषाच्या मनात असे काही काही येत असतानाच, खाली खेळणारा विवेक धावत वर येऊन सांगू लागला, "गौरी मावशी आली!"

उषाच्या मनात पुन्हा एकदा भीतीची लहर चमकून गेली. ती लहर तशीच दाबून तिने विवेकला सांगितले, "सामान वर घेऊन ये. आणि हे बघ, मनूआत्याला संभाळून वर आण. गौरीमावशी एक हात धरेल, तू दुसरा धर. तिला अजिबात दिसत नाही म्हणे- जिन्यात अंधार आहे. अगदी जपून हं!"

मंडळी वर येण्याची वाट पाहत, उषा दारात श्वास रोखून उभी होती.

गौरी दारात उभी राहूनच सांगू लागली, "निघता निघता उशीर झाला गं! गाडी आणलीच नाही. म्हटलं, वाटेत बंदबिंद पडली तर पंचाईत! त्यापेक्षा टॅक्सीनंच यावं. तिला मागे झोपवल होतं. आम्ही दोघे पुढे बसलो, तरीही त्रास झालाच तिला.

फारच अशक्त झाली आहे.''

तोपर्यंत गौरीच्या नवऱ्याचा व विवेकचा आधार घेऊन हळूहळू पायऱ्या चढणारी मनूआत्या समोर उभी राहिली. खूप खंगलेली. त्यात प्रवासामुळे आलेल्या थकव्याची भर. चेहऱ्यावर हरवलेपणाचा भाव. पाय थरथरत होते.

तिला पाहताच उषाचे मन करुणेने भरून आले.

ती मनूआत्याच्या कानाशी तोंड नेऊन म्हणाली, ''आत्या, मी उषा. आलीस ना? आता बरं वाटेल. ये, आत ये.''

मनूआत्याची व्यवस्था मुलांच्या खोलीत कली होती. विवेक तिला आत घेऊन गेला. गौरीची टॅक्सी खाली उभी होती. ती लगेच गेली. जाताना सांगून गेली, ''आत्याच्या बॅगेत पत्र आहे. त्यात तिचे रिपोर्ट्स, औषधे याबद्दलची सगळी माहिती आहे. ते लगेच वाच.''

''बरं,'' असे म्हणून उषाने दार लावले.

''आत्या, तू आता जरा पड. मी इथंच तुझं ताट आणते.''

''नको, नको. मी आत येते की!''

उद्यापासनं ये. आज नको. दमली आहेस ना?''

''मोरीत जायचं आहे!''

''चल, मी घेऊन जाते.''

मोरीत आल्यावर लक्षात आले की, मनूआत्याला बसता येत नाही. तिच्या मांड्यावर काळेनिळे डाग आहेत.

''हे काय गं?''

''गणपतीला गेले होते. पडले. दुखतं फार. ताईला सांगितलं. ती म्हणाली, 'होईल दोन दिवसांनी बरं!' आमचं लग्न झालं नाही, काही नाही. कोण करणार?''

''आम्ही आहोत ना! आपण लगेच आयोडेक्स लावू हं!''

उषाने तिला जपून खोलीत आणले. घर नवे होते, त्यामुळे मनूआत्या एकसारखी चाचपडत होती, आधार शोधत होती. पलंगावर बसतानाही तिला त्रास होत होता.

जेवणाचे ताट समोर आल्यानंतर तिने आधी कुठे काय वाढले आहे हे विचारून घेतले. ते चाचपडून पाहिले.

''फक्त अर्धी पोळी कुस्करून दे. भातसुद्धा अगदी थोडा बरं का! ताई म्हणाली की, जास्ती जेवू नकोस. पोट बिघडेल.''

''बरं, तुम्हाला हवं तेवढंच जेवा, बाकीचं राहिलं तरी चालेल. दूध पिणार का?''

''आता नाही. सकाळी. पत्र वाचलं नाही का तू? सगळं लिहिलं आहे त्यात.''

''वाचते.''

जेवताना मनूआत्याला वेळ लागत होता. तिचा पुढचा दात हलत होता. उरलेले पाच-सात दातही काम देत नव्हते.

त्या तास-दोन तासात उषाला, मनूआत्याचे किती करावे लागणार आहे, याची पूर्ण कल्पना आली. मनावरचे दडपण वाढले. पण 'आपण मनूआत्याला इथे कशाला आणले?' अशी खंत मात्र तिला वाटली नाही, कारण तिचे मनूआत्याशी असलेले नातेच वेगळे होते. ते नाते अपार मायेचे होते. उषाच्या लग्नाला इतकी वर्षे होऊन गेल्यानंतरही ती माया कमी झाली नव्हती. साताऱ्याच्या घरात उषा मनाने मनूआत्याच्या जितकी जवळ होती, तितकीच आताही होती. त्या दुर्दैवी निराधार स्त्रीचे आपल्याइतके आस्थेने करणारे कोणी नाही, हेही तिला ठाऊक होते.

साताऱ्याचे ते जुन्या पद्धतीचे ऐसपैस घर. घरात पंधरा माणसे होती. उषाचे आई-वडील, काका-काकू, चुलत भावंडे- अखंड राबता असायचा. शिवाय या ना त्या निमित्ताने पाहुणे येत राहायचे. सदू आचारी घरात वर्षानुवर्षे होता; दोन-तीन मोलकरणी होत्या. त्यामुळे सगळे थकून जायचे. त्या रगाड्याचा त्रास न वाटता मजा वाटायची. हळूहळू माणसे पांगली. दोन चुलतभाऊ नोकरीच्या निमित्ताने मुंबईला आले. त्यांनी उपनगरात छोटे ब्लॉक घेतले. उषाला मुंबईचे स्थळ मिळाले. तिची धाकटी बहीणही लग्नानंतर मुंबईला आली. साताऱ्याचे ते घर अधिकाधिक रिकामे वाटू लागले. इकडे स्थलांतरे - आणि तिकडे मृत्यू. दोन्ही कारणांमुळे घर आकसले.

या सगळ्या बदलांची साक्षी होती मनूआत्या. तिच्या आयुष्यात कोणताच बदल झाला नाही. ती तेथेच राहिली. पूर्वी आई-वडिलांच्या छायेत. आई-वडील गेल्यानंतर मोठ्या भावाच्या आसऱ्याने. आता तर जुन्या पिढीतले कोणीच नव्हते. उषाची सर्वांत मोठी चुलत बहीणच त्या घरात राहायची. तिचे सासर त्याच गावात होते. काका म्हणाले, "तिथे कशाला राहतेस? एवढं मोठं घर आहे. इथंच येऊन रहा." ताईच्या नवऱ्याचाही विरोध नव्हता. कशाला असेल? त्याला मोठे घर मिळाले. तो वकील होता. घराची एक मोठी खोली त्याच्या ऑफिससाठीही उपलब्ध झाली. शिवाय सगळे सामानसुमान. त्याचबरोबर मनूआत्याही. तिला मुंबईला नेणे कसे शक्य होते? सर्वांचीच घरे लहान. प्रत्येक जण आपापल्या व्यापात. शिवाय तिला त्या परक्या शहरात करमले पाहिजे ना? - हे इतरांचे तर्क. तिला कोणीच काही विचारले नाही. ताईनेही मोकळेपणाने सांगितले, "मी सांभाळीन गं तिला. माझीही आत्याच ना ती! मला ती जड का आहे?" ताईवर सर्वांनी विश्वास ठेवला. ते सोयीचे होते. जरा वेगळा सूर काढला असता तर ताई ताड्कन म्हणाली असती. "एवढा पुळका आला असेल तर घेऊन जा तुम्ही." सर्वांनी मनूआत्याचा भार ताईवर टाकला. मनूआत्या

ताई व शिवरामदादा यांच्या आधाराने राहू लागली. तिचे आई-वडील असताना ती जितकी एकटी होती, तितकीच ते गेल्यानंतर. तिचे आयुष्य फुललेच नाही.

फुलणार तरी कसे? मनूआत्या जन्मापासून बहिरी होती. तिला अगदी थोडे ऐकू येत असे. बोलायला येई. पण ते तिचे बोलणे फक्त घरातल्या लोकांनाच कळायचे. बोबडे, विचित्र वाक्यरचना असलेले. "आमी मणलं, तुमाला काय कराचं? - तुमी आमाला कशाला बोलता? आमचं लग्न झालं नाही. ऐकायला, बोलायला येत नाही. काय करायचं? नशीब!'' असे काहीतरी. कोणाचे ऐकून घ्यायची नाही. स्वत:च्या लहरीला येईल तेच करायची. घरात काडीचे काम करायची नाही. आपल्या भावांबरोबर पहिल्या पंक्तीला जेवायला बसायची. "आमी कशाला स्वयंपाक करू? आमचं घर आहे का हे? आमाला येतं सगळं बरं का! आमी आमच्या घरी करेल. इथं नाही.'' ती येणाऱ्या-जाणाऱ्याला हेच ऐकवत असे. त्यांच्या जवळ, भावजयांचे लक्ष नाही असे पाहून, भावजयांबद्दल तक्रारी करत असे. त्यांच्याशी तिचे कधी पटले नाही. भावांबद्दल मात्र प्रेम. दिवाळीत हौसेने त्यांच्या अंगाला तेल लावायची. त्यांनी गंमतीने, "काय मनूताई, काय भाऊबीज पाहिजे?'' असे विचारल्यावर फणकाऱ्याने म्हणायची,

"आमाला कशाला विचारता? आमी काहीसुद्धा मागत नाही. आमचं वडील पुष्कळ श्रीमंत आहे. आमच्यासाठी पुष्कळ ठेवलं. तुमी लबाड आहे. आमाला काही सांगत नाही.'' भाऊ हसण्यावारी घालवायचे. 'पण मनूआत्या म्हणते त्यात तथ्य आहे' हे त्यांना ठाऊक होते. वाटण्या झाल्या त्या वेळी मनूआत्याचा वेगळा वाटा काढला नव्हता. फक्त तिचे सोने मात्र तिच्या अंगावर राहूच दिले होते. ते सोने काही कमी नव्हते. जवळजवळ सोळा तोळे. बांगड्या, पाटल्या, चपलाहार, साखळी, अंगठी - मनूआत्याने हे दागिने अंगावरून कधी काढले नाहीत. एखादे जरीचे पातळ नेसलेली, अंगावर दागिने घातलेली मनूआत्या एखाद्या गौरीसारखी दिसायची. इकडून तिकडे मिरवत असायची. भावजया फणफणायच्या. भावजयांमुळे भाऊही.

मनूआत्याचे आपल्या भाचरांवर मात्र फार प्रेम होते. भाचरेही तिच्या भोवतीभोवती असायची. त्यांना ती जुन्या काळातल्या गोष्टी सांगायची. "तुमचं आजोबा - फार हुकार (म्हणजे हुशार!) तुमच्या वडलाला काहीकुद्दा कळत नाही. काही अक्कल नाही!'' असे काही ऐकले की, भाचरांना हसू यायचे. "आमचं वडील म्हणालं, (तिचे सगळे बोलणे वर्तमानकाळात चालायचे!) मनूताई, आमी तुम्हाला रामरक्षा शिकवतो. शिकवलं की! येतं आमाला. मणू का? आमी तुमाला शिकवेल -'' तिच्या त्या बोबड्या रामरक्षेची, गणपतीस्तोत्राचेही मुलांना गंमत वाटायची. मुलांना आकर्षून घेणारी मनूआत्यांजवळची आणखी एक गोष्ट म्हणजे तिची ट्रंक. त्या ट्रंकेच्या गोफात बांधलेल्या किल्ल्या नेहमी तिच्या गळ्यात असायच्या. त्या ट्रंकेत

काय काय होते! सोंगट्या, लहानमोठ्या आकाराच्या डब्या, जुने फोटो - आणि मुख्य म्हणजे मनूआत्याची पातळे. व्यवस्थित घड्या असायच्या. कोणते पातळ, कोणी, कोणत्या प्रसंगी दिले याचे तपशील ती पुन्हा पुन्हा सांगायची. मुलांचे अगदी लहानपणी काढलेले फोटो तिच्याकडे होते. एखादा फोटो दाखवून ती म्हणायची, "हे-तुमी! कळलं का? आमी सगळं ठेवलं. तुमचं आई काही ठेवत नाही- काही कळत नाही!" या ट्रंकेत छोटोशी पर्स होती. त्यातले पैसे पुन्हा पुन्हा मोजायची. एखादा रुपया काढून म्हणायची, "तुमाला पाहिजे का? घ्या - चुरमुरे आणा." एक रुपया ही तिच्या दृष्टीने फार मोठी देणगी! पुढे महागाई वाढल्यानंतरही तिचा हा हिशेब बदलला नाही. लहरीत असली तर ती मुलांना फोडणीचे चुरमुरेही करून द्यायची. तिचा आणखी एक खास पदार्थ म्हणजे शेवग्याच्या पाल्याची भाजी. अंगणात शेवग्याचे भलेमोठे झाड होतं. मनूआत्या एखाद्या दिवशी मुलांना विचारायची - "चांगल आहे का? आमाला येतं! पण आमचं लग्न झालं नाही- काय करणार? नशीब!"

हळूहळू मुले मोठी झाली, आणि त्यांना या उद्‌गारातले कारुण्य जाणवू लागले. विशेषत: उषाला. उषावर मनूआत्याचा विशेष जीव. ती सर्वांना सांगायची, "आमची भाची हुशार आहे फार! आमाला फार आवडलं." ती उषाची हौसेनं वेणी घालायची. बागेतल्या अबोलीच्या फुलांचा गजरा करून द्यायची. इतर भाचरांच्या हे लक्षात येऊ लागले. ती उषाला थोडे टोचून बोलू लागली. उषा म्हणे, "तुमच्या का पोटात दुखतं? मी तिच्या बरोबर फिरायला जाते. तिचं डोकं दुखत असलं की, तिला अमृतांजन चोळून देते. तुम्ही करता का यातलं काही?" उषाचे व मनूआत्याचे हे नाते अधिकाधिक गडद होत गेले. उषाचे लग्न झाले तेव्हा मनूआत्या रडली. "तुमी जाणार. आम्ही इथंच. आमी केव्हा यायचं मुंबईला!" असे ती म्हणाली तेव्हा उषालाही वाईट वाटले. तिने पुढे एक-दोनदा मनूआत्याला मुंबईला नेलेही. मनूआत्या तेथे रमली. 'इथंच राहते' असे म्हणाली. पण ते कसे शक्य होते? मनूआत्याची आठवण मात्र नेहमी यायची. प्रत्येक भेटीत ती खंगते आहे हे जाणवून मन धास्तावायचे.

डोळ्यात मोतीबिंदू झाल्यावर मनूआत्या अधिकच एकटी झाली. तिचे हिंडणे फिरणे बंद झाले. ती केविलवाणी झाली. वारंवार आजारी पडू लागली.. वजन घटले. जेवण कमी झाले. ताईच्या पत्रातून हे कळायचे व उषाला अगतिक वाटायचे.

काही दिवसांपूर्वी गौरी साताऱ्याहून परत आली. तिच्या बोलण्यावरून कळले की, मनूआत्याची परिस्थिती फारच वाईट आहे.

"ताई दुर्लक्ष करते असं नाही गं! पण..."

"पण काय?"

“आता तिला मनूआत्याचा कंटाळा आला, असं तिच्या एकूण बोलण्यावरून वाटलं! म्हणते, मी एकटीनं काय म्हणून सांभाळायचं?”

“म्हणजे काय? आता या वयात तिला इकडून तिकडे फिरवायचं का आहे!”

“मनूआत्याही कंटाळली आहे. एकसारखी ‘मुंबईला यायचं’ म्हणते आहे!”

“मग आणायचंस!”

“ती किती अशक्त झाली आहे कल्पना आहे तुला? शिवाय डोळ्यात मोतीबिंदू! ऐकू येत नव्हतंच. आता दिसतही नाही!”

“ऑपरेशनचं काय झालं?”

“थोडी शक्ती आल्याशिवाय ऑपरेशन करता येणार नाही, असं डॉक्टर म्हणतात! पण शक्ती येणार कशी? तोंडाला चव नाही म्हणते.”

“मी तिच्या ऑपरेशनच्या वेळी जायचं ठरवलं होतं. ताईला मदत म्हणून!”

“मला ऑपरेशनचं काही खरं दिसत नाही. ताई व शिवरामदादा दोघेही चालढकल करताहेत, असं फीलिंग मला झालं.”

“तू विचारायचंस त्यांना!”

“त्यांनी उलट ‘तू कोण विचारणारी?’ असं म्हटलं असतं तर? ते खरंही आहे. आपण जोपर्यंत कायमची जबाबदारी घेऊ शकत नाही, तोपर्यंत आपल्याला तरी बोलायचा काय अधिकार?”

“मी आणते तिला इथं काही दिवस! तेवढाच तिला बदल होईल!”

“बघ हं! विचार कर! ताईला ते आवडणार नाही. तुला तिचा स्वभाव ठाऊक आहे. तिला एकदा आणलंस तर परत पाठवणं हेही कठीण होईल. परत गेल्यावर मनूआत्या तुझंच गुणगान करत बसेल, अन् त्यामुळे ताई अधिक संतापेल!”

“ते सगळं नंतर बघू. तू माझं एक काम करशील का? तुझ्याकडे गाडी आहे. तू मनूआत्याला घेऊन येशील? मी ताईला पत्र लिहिते.”

“तू म्हणत असशील तर आणीन! त्यांना पुढच्या महिन्यात पुन्हा तिकडे कामाला जायचं आहे त्या वेळी!”

“हरकत नाही! तोपर्यंत मुलांच्या सुट्ट्या सुरू होतील. घरात सुतारकाम चालू आहे तेही पूर्ण होईल. मग अगदी निर्वेधपणे मनूआत्या दोन महिने राहिली तरी हरकत नाही!”

“तू अज्ञानात आहेस म्हणून असं बोलते आहेस. मी तुला प्रत्यक्ष बघितलेल्या काही गोष्टी सांगितलेल्या नाहीत!”

“नकोच सांगूस. उगाच माझ्या जिवाला त्रास होईल.”

“अरविंद - अशोकला विचारून ठरवतेस का? विचारलेलं बरं असं मला वाटतं!”

''उद्या त्यांना फोन करते.''

''ठीक आहे. त्याप्रमाणे मला कळव.''

उषाने आपल्या चुलतभावांना फोन केला. त्यांचेही मत गौरीसारखेच पडले. ''आपण शक्यतोवर त्या भानगडीत पडू नये. त्याचा आपल्याला त्रास होईल, पुढे मनूआत्यालाही त्रास होईल. त्यापेक्षा ती आहे तेथे बरी आहे. आपण दुरून सगळी मदत करू.''

''पण ती कंटाळली आहे रे!''

''बघ बुवा! पुढे निर्माण होणाऱ्या प्रश्नांची तुला कल्पना दिली. या उप्पर तुझं तू ठरव. आमची फार मदत होईल असं वाटत नाही. जमेल तेवढं आम्ही करू.''

हे ऐकून उषाने ठरवले, कोणी मदत करो वा न करो, आपण तिला आणायचे! तिचा जीव आपल्यात गुंतला आहे. आपल्याला भेटूनही तिला बरे वाटेल... हवा बदलामुळे प्रकृती सुधारेल... मग जमले तर ऑपरेशनही येथेच...

मनूआत्याला प्रत्यक्ष पाहीपर्यंत उषा हे बेत करीत होती. पण तिला पाहिल्यानंतर कळून चुकले की, हे बेत व्यर्थ आहेत! तरीही आपल्याकडून होईल तेवढं सगळे करायचे असे तिने ठरवले. रात्री तिने आपल्या नवऱ्याला व मुलांना सांगितले, ''आपण तिचं प्रेमानं करू. आज दमली आहे. उद्यापासून कदाचित उत्साहानं वावरू लागेल. शक्यतोवर तिचं तिला सगळं करू द्यायचं. हळूहळू हे घर सरावाचं होईल.''

सगळ्यांनी मनापासून प्रतिसाद दिला.

''उद्या डॉक्टरना बोलावून घेऊ.''

''तिला अंडं आवडतं ना? ते देत जाऊ.''

''ते सगळं करायचं. पण मुख्य म्हणजे सगळ्यांनी तिच्याशी बोलायचं.''

''तेच कठीण आहे गं! आता तर तिला दिसतही नाही.''

''तिच्या कानात जोरानं बोललं की, तिला समजेल. आणि सकाळी तिला थोडं दिसतं म्हणे. ऑपरेशननंतर तेही ठीक होऊन जाईल! मुख्य म्हणजे तिला एकटं वाटता कामा नये.''

''आता झोपली आहे ना?''

''हो. झोपेची तक्रार दिसत नाही. हे एक चांगलेच आहे.''

- उषा मात्र रात्रभर जागी होती. तिला जुन्या आठवणी येत होत्या. डोळे भरून येत होते. पण तिने धीराने सगळे पार पाडायचे ठरवले होते.

दुसरा दिवस जरा त्रासाचा गेला. मनूआत्या घाबरल्यासारखी वावरत होती. आग्रह केला तरी फारसे खात नव्हती. ''दिसत नाही काय करणार? नशीब!'' असे मधूनमधून म्हणायची. ''आमचं ऑपरेशन कधी करणार?'' असेही विचारायची. एकीकडे ऑपरेशननंतर आपली तब्येत पूर्वीसारखी होणार आहे अशी तिची समजूत

झाली होती, तर दुसरीकडे ऑपरेशनची तिला भीतीही वाटत होती. "काय करतात? टोचतात का?" असे ती पुन्हा पुन्हा विचारत होती. कारण तिला समजावून सांगितले त्या जगातले काही ठाऊक नव्हते. उषाने तिला सगळे नीट समजावून सांगितले तेव्हा ती स्थिरावली. "तुम्ही कुठं जाऊ नका बरं का! आमच्याजवळ बसा!" असे तिने उषाला बजावून सांगितले. उषाने तिचा हात हातात घेतला. त्या स्पर्शाने तिला धीर आला. मनूआत्याच्या सबंध शरीराला अशा एखाद्या मायेच्या स्पर्शाची भूक लागली होती, असे उषाला जाणवले.

"सगळ्यांनी जाताना तिला सांगून जायचं. आल्यावरही सांगायचं. तिच्याशी बोलायचं. ती बोलते ते कळलं नाही, तरी ऐकायचं. तिचा हात हातात घेऊन बसा. म्हणजे तिला कोणीतरी जवळ असल्याचं कळेल." उषाने पुन्हा बजावले.

"ती काळजी करू नकोस. मी तिचं सगळं बघत जाईन. आज दुपारी तिला अमृतांजनची बाटली सापडेना. खरं म्हणजे तिच्या उशाशीच होती. मी अमृतांजन चोळून दिलं. खूश झाली!" विवेक म्हणाला.

"असंच कर. महिन्यात सगळं ठीक होईल. लगेच ऑपरेशनचं बघू. एकदा तिला थोडं का होईना दिसू लागलं की, प्रश्न मिटेल!"

तिसऱ्या दिवसापासून मनूआत्यामध्ये आश्चर्यकारक फरक पडला. तिच्या चेहऱ्यावर किंचित तुकतुकी दिसू लागली. तिच्या जेवणाखाण्याच्या वेळा ठरल्या. ठिकठिकाणी भिंतीचा, कपाटाचा आधार घेत स्वयंपाकघरात, हॉलमध्ये कसे यायचे हे तिला समजू लागले. स्वत: खुर्ची ओढून ती टेबलापाशी बसू लागली. ती वावरत असताना घरातले कोणीतरी तिच्या मागे असायचे. तिला ते अर्थातच ठाऊक नसायचे. त्यामुळे आपण एकट्या फिरू शकतो या कल्पनेने तिला आत्मविश्वास आला. ती आवडीने थोडे थोडे खाऊ लागली. 'हे कर, ते कर' असे सांगू लागली. उषाही आळस न करता ते पदार्थ करायची. कधी खिचडी, कधी थालीपीठ, कधी एखादा केकचा तुकडा, कधी तिखट सांजा. मनूआत्याचे खाणे होईपर्यंत उषा तिच्या समोर बसून असायची. खूप वेळ लागायचा. तो दुखरा दात त्रास द्यायचा. खाता खाता ती मध्येच विचारायची, "उषा कुठं आहे? गेली का?"

"नाही, ही काय मी इथंच आहे!"

"बरं बरं! वेळ लागतो. तुला त्रास होतो."

"काही नाही त्रास होत. तू सावकाश जेव."

"फार चांगली आहे माझी भाची!" असे समाधानाने म्हणत मनूआत्या जेवू लागायची.

सकाळी तिला तिच्या म्हणण्याप्रमाणे थोडे दिसायचे ते खरे असावे. कारण एकदोनदा घरातील नव्या कपाटाकडे पाहून "हे नवं केलं का? चांगलं दिसतं", असे ती म्हणाली. सकाळी ती वर्तमानपत्र जवळ घेऊन बसायची. "असू दे, आम्हाला वाचायचं आहे,", म्हणायची. तिचा वाचायचा एक निराळा चश्मा होता. त्याचा काही उपयोग नसूनही तो ती सांभाळायची. चट्कन सापडला नाही तर घाबरीघुबरी व्हायची. तो चश्मा लावून जुने फोटो बघत बसायची. उषाचा एखादा अगदी लहानपणापासूनचा फोटो दाखवून म्हणायची, "ही तुमची आई... ओळखलं का! गोरी होती. केस खूप मोठे होते. कशाला कापले? चांगलं दिसत नाही!"

"आई अभ्यास करायची का, आत्या?"

"हो हो... पहिला नंबर! आमीच वेणी घातलं की! गांधी... गांधी ठाऊक आहे? त्याचं गाणं आमी शिकवलं... चलखा चला चला लेंगे..."

असे काही बोलत दुपार निघून जायची. तिला संध्याकाळ झाल्याचे कळायचे नाही. "संध्याकाळ झाली का?" असे विचारायची.

"हो."

"गणपतीची प्रार्थना म्हणायची आहे."

मग ती पलंगावर डोळे मिटून बसायची आणि टाळ्या वाजवत, बोबड्या भाषेत ते स्तोत्र म्हणायची. तिचा तो क्षीण, बेसूर आवाज वातावरणात भरून राहायचा.

संध्याकाळचा आणखी एक कार्यक्रम म्हणजे टी.व्ही. पाहणे! तो खरे म्हणजे एक विनोदच होता. कारण दिसणार काय? पण संध्याकाळी स्तोत्र म्हणून झाले की, लगेच ती टी.व्ही.च्या खोलीकडे वळायची. अर्धा-पाऊण तास टी.व्ही.कडे टक लावून बघत बसायची. काय दिसायचे कोण जाणे! मग म्हणायची, "चला, कंटाळा आला. झोपते. झोपू का?"

नको तरी कसे म्हणणार? कारण वेळ जायला दुसरे साधन होते तरी कुठे? दिवस थंडीचे होते. जाड रग पांघरून मनूआत्या उशिरापर्यंत झोपायची. पुन्हा दुपारी दोन-तीन तास... संध्याकाळी जेवण तयार होईपर्यंत. त्यातली काही झोप, काही झापड. पण ठीकच होते. तेवढी विश्रांती मिळत होती. निदान उषाला तसे वाटत होते. रात्री मात्र तिला एकसारखे उठावे लागायचे. उषाने सोबतीसाठी एक बाई ठेवली. ती रात्री मनूआत्याजवळ झोपायची.

"रात्री मी झोपते! कारण दिवसभर काम असतं. रात्रीच्या झोपमोडीमुळे त्यात व्यत्यय येणं मला नको होईल. मग विनाकारण चिडचिड होईल!" उषाने शेजारणीला सांगितले.

"खूप करता हो उषाताई तुम्ही!"

"केलंच पाहिजे! आमच्याखेरीज दुसरं कोण आहे तिला?"

"तुमचे भाऊ येऊन गेले का?"

"नाही अजून... या मुंबईच्या धबडग्यात वेळ कुठे असतो? येतील आता! अजून पुष्कळ दिवस ती माझ्याकडे राहणार आहे!"

"इतर भाचरांकडे नाही का जाणार?"

"ते काही ठरलेलं नाही अजून!"

"आत्याबाई साताऱ्याला परत जायलाही नाखूश दिसतात. परवा सांगत होत्या..."

"चालायचंच! अहो, आम्ही चार दिवस करू. जे माणूस कायमचं करतं त्याला त्रास होतोच. आमच्या ताईचा व्यापही मोठा आहे..."

उषाने कितीही सावधपणे उत्तरे दिली तरी तिलाही हे सगळे खटकत होतेच. मनूआत्याला भेटायला कोणीच कसे आले नाही? ताईचे एकही पत्र आले नाही? प्रत्येकालाच मनूआत्याची कायमची जबाबदारी घ्यावी लागेल, अशी भीती वाटते आहे का? म्हणून ही टाळाटाळ आहे का? प्रत्येकाचे मनूआत्यावर प्रेम आहे. मग... मग असे का? साताऱ्याच्या घरातल्या अनेक गोष्टी मनूआत्या सांगत असे. त्या खऱ्या? मनूआत्याला थोडी खोटेनाटे सांगायची सवय आहे. पण तरीही सगळेच खोटे नसणार... विचार करता करता उषाचे मन उदास व्हायचे. म्हातारपण किती भयंकर आहे! म्हातारपणात आधार असला तर ठीक. मनूआत्याप्रमाणे कोणाच्या आश्रयाने जगणाऱ्या व्यक्तींची काय अवस्था होत असेल! त्यात ही परावलंबी... अजून किती आयुष्य उरले आहे कोणास ठाऊक! देव अशा माणसांना इतके आयुष्य कशाला देतो? समजा, मनूआत्या आणखी दहा-बारा वर्षे जगली तर... खरोखर काय लिहिले आहे तिच्या प्राक्तनात? एकीकडे मनूआत्याला बरे करण्याची धडपड आणि दुसरीकडे हे विचार....

एकदा तिने विवेकला गमतीने विचारल्यासारखं दाखवत प्रश्न केला, "विवेक, तू मला म्हातारपणी सांभाळशील ना रे?"

"काहीतरी विचारतेस, आई!" त्याने झटकून टाकले.

मनूआत्या सुधारत चालली आहे या विचाराने मात्र हे उदास विचार कुठल्या कुठे पळून जात. तिच्या अंगात थोडी ताकद आली होती. एकदा उषाने तिला खालच्या बागेत थोडे फिरवूनही आणले होते. तिचा दुखरा हातही आपोआप पडला होता. एक दिवस पहाटेच मनूआत्या मोठ्या आवाजात म्हणाली,

"बरं झालं ग बाई! दात पडला!"

उषा धावत उठून तिकडे गेली.

त्या दिवशी तिला वाटले, प्रश्न आपोआप सुटू लागले आहेत, हे चांगले लक्षण आहे.

पण मनातील सुप्त भीती वाढवणारे प्रकारही अधूनमधून घडू लागले. एकदा

मनूआत्या मोरीत गेली. 'आतून कडी लावायची नाही' असे तिला बजावले होते. पण त्या दिवशी दार घट्ट ओढले गेले. मनूआत्या आतून ओरडू लागली. कडी कोठे आहे हे तिला कळेना. कडी लागली असेल तर करायचे काय, या विचाराने उषा घामाघूम झाली. "कडी कशी लावली हिनं? की आपोआप लागली? आता करायचं काय?" ती त्रागा करू लागली. विवेकने दाराला जोराचा धक्का दिला आणि दार उघडले. उषाला तो दैवी चमत्कार वाटला.

एकदा मनूआत्या टी.व्ही.च्या खोलीतून आधार घेत स्वयंपाकघराकडे जात होती. मध्येच ती वळली आणि मोरीकडे जाऊ लागली. उषाला वाटले, तिचा काहीतरी गोंधळ झाला आहे. ती मनूआत्याच्या कानाशी लागून म्हणाली, "आत्या, तिकडे नाही, इकडे..." मनूआत्या पुन्हा वळली. उषाला वाटले, आता ती सरळ खुर्चीवर जाऊन बसेल. उषा काहीतरी आणण्यासाठी आत गेली तोपर्यंत मनूआत्या मोरीपर्यंत पोहोचलेली! खाली खुर्ची आहे असं समजून ती बसायला गेली ती दण्कन खाली आपटली. मागचा भाग दुखावला.

मग एक दिवस धावपळ. वेदना कमी व्हावी म्हणून औषध. प्रत्येक औषध घेण्याच्या आधी मनूआत्याचा प्रश्न, "हे घ्यायला कुणी सांगितले?" "डॉक्टरांनी!" असे सांगितले की, तिचे समाधान होई. साताऱ्याहून आणलेली औषधे मात्र ती आठवणीने घेत होती. त्याच औषधांनी आपण बऱ्या होणार आहोत अशी तिला आतून श्रद्धा वाटत होती की काय कोण जाणे! जेवायची वेळ झाली की, ती हाक मारून म्हणे, "विवेक... औकद..."

सुदैवाने दोन दिवसांतच दुखणे कमी झाले. मनूआत्याने सकाळी उठल्यावर सांगितले, "दुखत नाही, काही नाही! आता ठीक आहे अगदी!"

उषाने सुटकेचा निःश्वास टाकला.

त्या दिवशी मनूआत्या खूप झोपली. संध्याकाळी टी.व्ही. पाह्यलाही उठली नाही. तिला मधून मधून मुद्दाम जागे करावे लागे. तेवढ्यापुरती ती उठे व 'झोपू का?' असे विचारून पुन्हा डोळे मिटून घेई. वेदना थांबण्यासाठी दिलेल्या औषधांमुळे अशी ग्लानी येत असेल, असे उषाला वाटले.

रात्री थोडे खाल्ल्यानंतर मात्र ती तरतरीत, हुशार झाली. खूप बोलत होती. जुन्या आठवणी. लहानपणी आपण बकुळीची फुले कशी वेचत असू याचे वर्णन... आपल्या मैत्रिणींच्या गोष्टी. सगळे सांगून झाल्यावर पालुपद, "सगळ्यांचं लग्न झालं! आमचं तेवढं नाही!" पण पुढे लगेच ती म्हणाली, "काय करायचं लग्न करून... मुलं व्हायचं... काम... नको रे, ठीक आहे! उषा आहे की! आमचं मुलगीच आहे ते!"

"ही फार बोलते आहे हं! आता झोपू दे तिला!"

"बोलू दे गं! मूडमध्ये आहे." विवेक म्हणाला.

"उद्या मात्र तिला इतकं झोपू द्यायचं नाही हं! तिच्याशी सारखं कोणी ना कोणी बोलत राहायचं. ती फार झोपली की मला भीती वाटते!"

"भीती वाटण्यासारखं काय आहे त्यात? झोपू दे ना. तेवढीच तिला विश्रांती मिळते."

"तेही खरंच आहे!"

रात्री बारा वाजून गेल्यानंतर मात्र उषाने दिवा बंद केला. 'आता झोप' असे सांगून ती आपल्या खोलीत गेली.

दुसऱ्या दिवशी अतोनात थंडी होती. लाटच आली होती. उन्हे वर आल्यानंतर उषाने मनूआत्याला उठवले. नेहमीप्रमाणे चहा, न्याहारी, आंघोळ हे कार्यक्रम झाले. जेवणानंतर मनूआत्या दोन तास झोपली. चार वाजता उषाने तिला उठवले. आता रात्री आठ-साडेआठ वाजेपर्यंत तिच्याशी गप्पा मारत राहायचे तिने ठरवले होते. आदल्या दिवशीची तिची झोप उषाला काळजी लावून गेली होती. चहा झाल्यावर मनूआत्या म्हणाली, 'मोरीत जाऊन येते.' मोरीतून बाहेर यायला तिला चार-पाच मिनिटे लागायची. उषा तेवढा वेळ मोरीबाहेर घोटाळत राहिली.

"उठता येत नाही गं बाई मला!" मोरीतून किंकाळी आली.

उषा आत धावली. आत मनूआत्या थरथरत बसलेली. तिने शेजारच्या बाईंच्या मदतीने तिला कसेबसे उठवले व जवळजवळ उचलूनच अंथरुणावर आणून ठेवले.

अंथरुणावर येऊन बसल्यावर मनूआत्याच्या आंधळ्या डोळ्यांत समाधान चमकले. पण लगेचच तिला पुन्हा जावे लागले. असे दोन-तीन वेळा तिला धरूनच नेले. पण तेवढ्या दोन-तीन हेलपाट्यांनीही ती थकून गेली.

"काय बाधलं हो त्यांना?" शेजारीण विचारू लागली.

"कोण जाणे! मी खरं म्हणजे तिच्या खाण्यापिण्याची इतकी काळजी घेते..."

"जीव हलका झाला आहे ना. त्याला काय, एवढंसं निमित्तसुद्धा पुरतं!"

उषाने डॉक्टरना फोन केला होता. त्यांनी औषध सांगितले होते. 'मी रात्री येऊन जातो' असे आश्वासनही दिले होते. हे सगळे होईपर्यंत सात-साडेसात वाजून गेले होते. पोटात औषधाचे दोन-तीन डोस गेल्यामुळे मनूआत्याचे जुलाब थांबले होते. ती डोळे मिटून पडली होती. श्वास जोराने होत होता.

उषा तिच्या जवळ बसली होती. मधूनच तिचे पाय चेपत होती, मधूनच केसावरून हात फिरवीत होती. पण मनूआत्यापर्यंत यातले काही पोहोचत होते की

नाही कोण जाणे! तिचे डोळे अर्धवट उघडे होते. श्वासाची गती आणखी वाढली होती. दातही आवळल्यासारखे झाले होते.

"घाबरली आहे हो बिचारी. दमलीही आहे. पडू दे तिला. मी तिच्या जवळ बसते. तुम्ही जेवून घ्या. तुमचं जेवण होईपर्यंत डॉक्टर येतीलच." उषाने नवऱ्याला सांगितले.

तो काही बोलला नाही. तेथेच बसून राहिला. त्याने मुलांना जेवणासाठी आत पाठवून दिले.

तेवढ्यात डॉक्टर आलेच.

"डॉक्टर, तिचे डोळे चमत्कारिक दिसताहेत हो."

"मी बघतो. तुम्ही आत जाऊन पाणी गरम करून आणा."

उषाने घाईघाईने गरम पाणी आणले. ती तेथे येईपर्यंत डॉक्टरांचा चेहरा बदलला होता. तिला संशय आला. "काय झालं हो डॉक्टर?" तिने घाबरून विचारले. डॉक्टरांनी खाली मान केली! उषाचा नवरा तिच्या जवळ आला. त्याने तिच्या पाठीवर हात ठेवला. शब्दांवाचून सगळे कळले!

उषाला हळूहळू उलगडा होऊ लागला. आपण आजपर्यंत मृत्यू पाहिला नाही. त्यामुळे तो कसा येतो याविषयी आपण अज्ञानात होतो... आपण तिच्या जवळ बसलो होतो तेव्हा तो तिच्याभोवती घिरट्या घालत होता. ऊर्ध्व हा शब्द आपण नुसता ऐकला होता. मनूआत्याला ऊर्ध्वच लागले होते! आपल्या लक्षात कसे आले नाही? आपल्याला तो दमण्याचा प्रकार वाटला. तासापूर्वी तिला बळेच उठवून कॉफीसुद्धा पाजली. जेवायला तिच्या आवडीची खिचडी करायला सांगितले होते... तिला आणताना मनात धास्ती होती. पण असे काही एकाएकी होईल हे मात्र ध्यानीमनीसुद्धा नव्हते!

उषाला हुंदका फुटला.

"असं काय करतेस? एका दृष्टीनं झालं हे बरंच झालं नाही का? खितपत पडल्या असत्या तर त्यांचं कोण करणार होतं? आपण शेवटपर्यंत जबाबदारी घेऊ शकलो असतो का?

उषाला हे सगळे पटत होते. पण तरीही दुःख आवरत नव्हते. मनूआत्याचे सगळे आयुष्य डोळ्यांसमोरून सरकत होते. तिच्या मनातून मुंबईला यायचे होते. ते जमले हेच त्यातल्या त्यात समाधान. नाहीतर ते करायचे जिवाला लागून राहिले असते. मनूआत्याचा जीव जेथे गुंतला होता तेथेच तो गेला.

जाण्यापूर्वी सगळ्यांचे सगळे प्रश्न सोडवून मनूआत्या गेली!

तिच्या मृत्यूनंतर एक प्रश्न निर्माण झाला. तिचे दिवस करायचे की नाही? केल्यास कुठे करायचे? इथे की साताऱ्याला? त्याबद्दलही मतभेद. एका पातळ

वस्त्रात बांधलेला अश्मा - जीवखडा - गॅलरीत टांगूनही ठेवला होता. अशोक म्हणाला होता, "मी दहाव्या दिवशी इथे नसेन. जाताना हा अश्मा बरोबर न्यायला विसरू नका. विधीसाठी तो लागतो."

तेवढ्यात ताईकडून पत्र आले : 'ती जन्मभर इथं राहिली. आता शेवटचे विधी तिथं कशासाठी? अश्मा घेऊन कोणाला तरी पाठवून द्या. इकडंच सगळं करू.'

उषाने तशी व्यवस्था केली. पण तेवढ्यात त्यांचा बेत बदलला.

"जिथं जीव गेला तिथंच दिवस झाले पाहिजेत," असे सांगत अश्मा घेऊन गेलेला माणूस परत आला.

"दिवस करायचे? ते कशासाठी? तेवढा वेळ तरी कोणाला आहे?"

चर्चा सुरू झाली.

उषाने शांतपणे सांगितले, "खरं आहे तुमचं म्हणणं. आता तुम्ही कोणी यात पडू नका. माझ्यावर सगळं सोपवा."

दहाव्या दिवशी ती दादरच्या चौपाटीवर गेली. तिने तो अश्मा समुद्रात सोडून दिला. नमस्कार केला. भरतीच्या लाटेत पाय धुतले- आणि ती मागे फिरली.

समुद्र गर्जना करत होता. वार्धक्य, मृत्यू यांची भीषण जाणीव मन अस्वस्थ करत होती. पण आत कुठेतरी शांतही वाटत होते!

केसरी, दिवाळी ८६

संघर्ष

दुपारचे चार वाजून गेले तरी जयश्री घरी आली नव्हती. एरवी ती दोन-अडीचपर्यंत घरी यायची, जेवायची आणि स्वत:च्या खोलीत डोक्यापर्यंत पांघरूण घेऊन झोपून जायची. पाच-साडेपाचपर्यंत ती झोपलेलीच असायची. पोटाशी पाय घेऊन झोपलेल्या जयश्रीला पाहून पुष्पाला गलबलून यायचे, आणि रागही यायचा. वाटायचे, अशी कशी ही? कुणीतरी सक्ती केल्यासारखी कॉलेजात जाते, आणि तास संपले की परत येते. संध्याकाळी एकटीच वाचत नाहीतर टी.व्ही. बघत बसलेली असते. कुठे जाणेयेणे नाही, खळाळून बोलणे नाही. प्रश्नांना त्रोटक उत्तरे द्यायची. स्वत:हून तर काहीच सांगायचे नाही. असे कसे हे विरजल्यासारखे वागणे? तसे बघितले तर कुठे काही कमी नाही. ती जे मागेल ते द्यायला मी तयार आहे. पण हिला काही नकोच आहे! इतके काय बिनसले आहे हिचे?

पुष्पाला या प्रश्नाचे उत्तर ठाऊक होतेही, आणि नव्हतेही!

...वडिलांची आठवण येत असेल? पण दोन वर्षांपूर्वी आपण तिला येथे आणायचे ठरवले तेव्हा ती काहीच कसे बोलली नाही? आली तेव्हा तर आनंदात दिसत होती. आताच्या मानाने कितीतरी अधिक मोकळेपणाने बोलतही होती.

शिरीष आठवड्यातून एकदा भेटायला येतो, कधीमधी तिच्या कॉलेजातही जातो. त्याच्याशी ती हसून खेळून वागते. कधी तो निघताना म्हणतो, ''मी जुहूच्या बाजूला चाललो आहे. येतेस?... परत आणून सोडतो.'' ती 'नाही' म्हणते. तिला त्याची आपल्यापेक्षा अधिक ओढ असती तर मग 'नाही' का म्हणाली असती? येथे आल्यापासून एकदाही ती त्याच्याकडे गेलेली नाही.

आज तिकडेच गेली असेल का?

वास्तविक तशी शंका येण्याचे कारण नव्हते. पण पुष्पाला ती शंका अधूनमधून कुरतडत असायची खरी. कधी वाटायचे, काय झाले गेली त्याच्याकडे तर? ती त्याचीही मुलगीच ना? त्यांना एकमेकांना भेटावेसे वाटणारच. ती शिरीषकडे होती तेव्हा आपल्यालाही नाही का वाटायचे? हे समजत असूनही ताण कशासाठी?

पण ताण राहणारच. कारण शिरीष व आपण यांच्यामधील नात्याचे स्वरूपच विचित्र आहे! संबंध खरे म्हणजे संपुष्टात आले आहेत; आणि तरीही जयश्रीमुळे ते चालूच राहिले आहेत. आपण अजून एकमेकांना भेटतो आहोत; एकमेकांशी औपचारिक का होईना, बोलतो आहोत.

जयश्री या ताणातच काचली जात असेल का? कोण जाणे!

मनामध्ये घरंगळणारे विचार पुष्पाने कसेबसे आवरले. ती नुकतीच घरी आली होती; आणि तिला पुन्हा बाहेर जायचे होते. एक सभा होती. ''फार उशीर झाला तर आपण बाहेर जेवू. मी तुला घरी पोहोचवीन. त्याची काळजी नको.'' असे अनिल म्हणाला होता. म्हणजे रात्रीचे दहा-साडेदहा ठरलेलेच! त्याआधी जयश्री भेटली असती तर बरे झाले असते. मनाला उगाच रुखरुख लागली नसती.

''बाई, जया कशी नाही हो आली अजून?'' तिने बाईंना विचारले. त्या गेली कित्येक वर्षे पुष्पाकडे होत्या. घरचे सगळे त्याच पाहत.

''तेच! मीही केव्हाची वाट बघते आहे हो... म्हटलं, ही आली की सगळं जेवण गरम करून देईन आणि मग जरा आडवी होईन. तर हिचा अजून पत्ता नाही.''

''नेहमी अडीचपर्यंत येते नाही हो?''

''तर! माझं आवरेपर्यंत येतेच. ती आली की तिच्यासाठी दोन गरम फुलके टाकते...''

''बाई, तुम्हाला किती वेळा सांगितलं? कोणाचेही इतके लाड करायचे नाहीत. लहान नाही आता ती. घेईल स्वतःचं वाढून आणि जेवेल!'' पुष्पाच्या मनातील राग बाहेर निघत होता.

''असं कसं? दुसऱ्या कोणीतरी वाढलं तर बरं वाटतं तेवढंच. लहानच आहे ती अजून. माया हवी असते या वयात.''

बाई हे वाक्य कशासाठी बोलल्या? त्यांना आपले वागणे खटकते आहे का? आपण दिवसभर बाहेर असतो. पुष्कळ कामे मागे लावून घेतली आहेत. शिरीषचे घर सोडल्यानंतर मन गुंतवून ठेवण्याची आवश्यकता होतीच म्हणूनही आणि शिरीष दूर गेल्यानंतर अनिल अधिकाधिक जवळ येत चालला म्हणूनही. जयश्री शिरीषकडे असेपर्यंत ठीक होते. पण त्यानंतरही हे वळण मोडले नाही. मोडणार तरी कसे? ते जयश्रीलाही खटकत असेल का? तिला आणायलाच नको होते. शिरीषने विरोध केला नाही, तरी फारसा राजी नव्हताच. पण आपल्यालाच वाटले, वाढती मुलगी

आहे. या वेळी ती त्याच्याकडे असण्यापेक्षा आपल्याकडे असलेली बरी. चुकलेच कदाचित. या वयामुळेच काही गोष्टी तिच्या अधिक चट्कन लक्षात येत असतील.

येऊ देत आल्या तर. पुन्हा पुष्पाचा बेबंद स्वभाव उसळून आला. मी मला पाहिजे त्याच पद्धतीने जाणार! सगळ्या आयुष्याचीच परवड झाल्यानंतर कोणाला भ्यायचे? आणि कशासाठी? भिऊन वागले म्हणूनच परवड झाली. जयश्रीला हे कळले पाहिजे. कधीतरी वेळ येईल आणि आपण तिला हे सांगू असे मनात आहे. पण ही मुलगी मोकळी व्हायलाच तयार नाही! आपल्यात बंध निर्माण होणार आहे की नाही, कोण जाणे?

सगळी अनिश्चितता. पुढे काय होणार याचा काही अंदाजच करता येत नाही. विचार करून करून मन थकले. निष्पन्न काहीच होत नाही. सगळे जिथल्या तिथे थबकलेले राहते.

जाऊ दे, तयारीला लागले पाहिजे. अनिल आता न्यायला येईल.

"पुष्पाताई." शेजारच्या कीर्तनेबाई आल्या होत्या.

"या."

"जया कुठं आहे? तिला विचारणार होते, मंजूनं घरी येण्याबद्दल काही निरोप दिला आहे का म्हणून..."

"जया तरी कुठं आली आहे अजून?"

'नाही का? मग त्या दोघी मिळून बहुतेक यूथ फेस्टिव्हललाच गेल्या असतील. मंजू सकाळी काहीतरी सांगत होती खरी."

"जया तिच्याबरोबर गेली असेल म्हणता? मला नाही खरं वाटत!"

"तिला आवड नाही खरी, पण मैत्रिणींनी आग्रह केल्यामुळे नाइलाज झाला असेल. अन् घरी येऊन तरी काय..."

कीर्तनेबाईंनी वाक्य मध्येच सोडले. त्यांना काय म्हणायचे होते कोणास ठाऊक. पण पुष्पाला त्यांचे बोलणे तितके खटकले नाही. जयश्री नाइलाजाने का होईना, कॉलेजच्या एखाद्या कार्यक्रमात सहभागी झाली असेल, या कल्पनेनेच तिला बरे वाटत होते.

कॉलेजात जाऊ लागल्यानंतर जयश्री मोकळी होईल, नव्या वातावरणाने बदलेल असे पुष्पाला वाटले होते. पण घडले होते उलटेच. ती अधिकच स्वत:च्या कोषात शिरली होती. नव्या आयुष्याबद्दल फारसे बोलायलाच तयार नव्हती. तिला त्यात रस असल्याचे तिच्या एकाही कृतीतून जाणवत नव्हते. तेच पुष्पाचेही कॉलेज होते. त्यामुळे तेथे काय घडते आहे हे जाणून घेण्याचीही तिला उत्सुकता असायची.

"डिसूझा शिकवतात का तुम्हाला?"...

"आमच्या वेळी डिसेंबरमध्ये संगीत सभेतर्फे एक मोठा कार्यक्रम व्हायचा. यंदा

आहे का काही? कोणाला बोलावलं आहे? मला सांग हं, आपण जाऊ या!''...

''कॅन्टीनमध्ये अड्डा असतो का नाही? आमच्या वेळी तिथं काय जोरात चर्चा चालायच्या! वैद्यनाथन हा त्या टोळक्याचा सूत्रधार. मिसेस धुमाळांचा फार राग होता त्याच्यावर. कारण काय तर तो त्यांच्या एकाही तासाला बसायचा नाही. एकदा तर....''

बोलता बोलता मध्येच पुष्पाच्या लक्षात यायचे की, जयश्रीचे तिकडे लक्षच नाही. तरीही ती नेट न सोडता बोलत राहायची.

''तुझ्या मैत्रिणींना घरी बोलाव ना एकदा. मी त्या दिवशी लवकर परत येईन. छानसं काहीतरी करू.''

''बघू!'' जयश्रीचे तुटक उत्तर.

''बघू नाही! दिवस ठरव एखादा, आणि...''

''कशासाठी घरी आणायचं पण?''

जयश्रीच्या या प्रश्नाने पुष्पाच्या मनावर आघात झाला होता. ती पुन्हा पुन्हा त्या प्रश्नामागचे संदर्भ शोधत असायची. शिरीष व आपण यांच्यामधील ताणामुळे जयश्रीची तशी परवडच झाली. ताण वाढू लागले तेव्हा जयंताला शिक्षणासाठी पुण्याला पाठवून दिले. ही मात्र आपल्या जवळच राहिली. ती लहान होती. पण तरीही तिला जाणवले असेलच. सर्वसाधारण मुलांना मिळते तसे बालपण मिळाले नाही. त्यामुळेच घराबद्दलचा हा दुरावा निर्माण झाला असेल का? आपण आपल्या परीने काळजी घेतली. शिरीषनेही घेतली. तरीही नकळत काही ओरखडे उठले असणारच. त्यांच्यात हळूहळू जखमा होत गेल्या. तिला समज येईपर्यंत तिच्या वागण्यात तसे काही दिसून आले नाही. हसतखेळत असायची. दोघांभोवतीही घोटाळायची. ती फार बोलकी नाहीच. पण तरीही तिच्या बाहेरच्या आयुष्यात जे जे घडत होते त्याबद्दल सांगत असायची... हीच दारे तिने नेमकी केव्हापासून बंद करून घेतली? जयंत आपल्याकडे व ती शिरीषकडे अशी विभागणी झाल्यानंतर? की शिरीषचे मन वळवून तिला आपल्याकडे आणल्यानंतर? त्या घरातून या घरी. जयश्रीला नेमके काय हवे आहे? आपण हे कधी लक्षात घेतलेले नाही. पण आता ती वेळ आली आहे... आपण स्वत:च्या नादात आहोत. जयश्रीला इकडं आणल्यानंतरही जगण्यात काही फरक केलेला नाही. कदाचित तिलाही आपल्यासारखेच जगायला लावत आहोत... ही सक्ती तर नाही? जयश्रीच्या मनात काय चालू असेल? ती कधी यासंबंधी स्पष्टपणे बोलेल का? - इतक्यात तर काही शक्यता नाहीच. अजून ती लहान आहे. पण जरा मोठी झाल्यानंतर? त्या वेळी ती आपल्यापासून फार दूर गेली असेल का? ते काही नाही. आपणच हा विषय काढला पाहिजे. तिला बोलते केले पाहिजे.

शेवटचा तास संपला. जयश्री घरी याला निघाली. त्या पाच-सहा मैत्रिणी मिळून येत. पण त्यांच्यापैकी कोणीच आजूबाजूला दिसत नव्हते. फक्त मंजू तेवढी होती.

''बाकीच्या कुठे गेल्या गं? सकाळपासून भेटल्याच नाहीत!''

''कॉलेजला आल्या नाहीत तर भेटणार कशा?''

''दांडी का!''

''हं! अलेक्झांड्रा कॉलेजमध्ये फेस्टिव्हल चालू आहे ना! तिकडे गेल्या आहेत. मीही सकाळपासून जाणार होते. पण मला हे लेक्चर बुडवायचं नव्हतं. आता मात्र निघाले.''

''म्हणजे मला सोबत नाही!''

''तूही चल ना. खरंच धमाल असते!''

''नको गं! तुला ठाऊक आहे ना, मला तशा प्रकारांत फारसा इंटरेस्ट नाही ते!''

''चांगलंच ठाऊक आहे. पण असं कसं गं? मावशी इतक्या उत्साही. आपण कॉलेजात काय काय केलं याबद्दल नेहमी सांगत असतात.''

आईचा उल्लेख झाल्याबरोबर जयश्री एकदम गप्प झाली. तिला हा प्रश्न विचारणारी मंजू ही पहिलीच नव्हती. अनेकांनी वेळोवेळी हेच विचारले होते. इतकेच काय, तिच्या आईनेही ही तुलना अनेकदा केली होती. या प्रश्नाला काय उत्तर द्यायचे? उत्तर नव्हतेच. असेलच, तर 'ती वेगळी, मी वेगळी' एवढेच ते उत्तर होते. पण जयश्रीने ते उघडपणं कधीच दिले नव्हते. तेवढी मोकळी ती कधी झालीच नाही. तिला अनेक मैत्रिणी होत्या. घरी अबोल असणारी जयश्री मैत्रिणींच्या घोळक्यात वेगळी वागायची, त्यांच्याशी मोकळेपणाने बोलायची. पण त्यांच्या समोरही तिने आपल्या मनाची सगळी दारे उघडली नव्हती. एक दार बंद होते. ते दार तिने स्वत:साठीसुद्धा किलकिले केले नव्हते.

पण दार बंद ठेवले तरी त्या दाराच्या आड काय आहे हे ठाऊक नव्हते असे नाही. ठाऊक होते- आणि ते विसरता येत नव्हते. लहानपणापासून ते मनात साचत आले होते. आईचे तरतरीत वागणे, नटणे-थटणे, बाबा कामात गढलेले. घरी येणारे- जाणारे खूप. त्या सगळ्यांशी आईच अधिक बोलायची. बाबांच्या मित्रांशीसुद्धा! ती सगळ्यांचे लक्ष वेधून घ्यायची. उंचनीच, ठसठशीत. बाबा तिच्यापुढे लहानखुरे दिसत. त्यांचा आवाजही तिच्या मानाने हलका होता. कधीकधी ते काय बोलताहेत हे कळायचेही नाही. पण रात्री मात्र... चढ्या आवाजात दोघे बोलत असायचे. आपण पलीकडच्या खोलीत. कधीकधी नुसता आवाज ऐकू यायचा. कधीकधी प्रत्येक वाक्य स्पष्टपणे कानावर आदळायचे. त्या लहान वयातही अस्पष्ट अर्थबोध व्हायचा आणि भीती वाटायची.

"लग्न करून फसले मी. आयुष्य वाया गेलं..."

"अजून तुला तुझी चूक सुधारता येईल."

"येईल ना. पण मुलांना जन्म देऊन बसलो आहोत ना. त्यांची परवड नको आणि ती मोठी झाल्यानंतर त्यांचे शिव्याशाप नकोत!"

"त्यांचे शिव्याशाप? ते काय म्हणून?"

"त्यांना माझी बाजू कधीच समजू नये याची तुम्ही पक्की व्यवस्था कराल म्हणून!"

"मी समजलो नाही!"

"त्यात न समजण्यासारखं काहीच नाही. माझं वागणं कुणालाही खटकण्यासारखं आहे. त्यामागची कारणं जाणून घेण्याचा खटाटोप कोण करणार? याउलट तुम्ही मात्र शांत, अबोल. म्हणजे लोकांना तसं वाटतं! मुलांनाही तसंच वाटणार!"

- हे ऐकता ऐकता मध्येच झोप लागायची, पण ते पडसाद मनात घुमत राहायचे. हे सगळे काय चालले आहे? ते दोघे एकमेकांशी फारसे बोलत नाहीत... एकत्र बाहेर जात नाहीत. आईकडे खूप माणसे येतात. अनिलकाका तर... जयंतला विचारावे का? त्याला कदाचित थोडे अधिक ठाऊक असेल. जयश्रीने काही वेळा तसे ठरवलेही. पण तिला तो विषय कसा काढावा हेच समजले नाही. पुढे तर जयंत बाहेरच पडला. मधून मधून यायचा. पण अलिप्त असायचा. या सगळ्या फेऱ्यात सापडलो फक्त आपण!

हे सगळे चालू राहिले. आणि एक दिवस आईने सांगितले, "बाबा दुसऱ्या घरी राहायला जात आहेत. तुलाही 'चल' म्हणताहेत. जाणार का तू?"

त्या प्रश्नाला काही अर्थच नव्हता. सगळे आधीच ठरले होते. का? केव्हा? अजूनही ते नीटसे उलगडलेले नाही. तेथे दोन-अडीच वर्षे- आणि आता येथे, हे कोणी ठरवले? बहुधा आईनेच. बाबांकडे असताना आई अधूनमधून भेटायला यायची. एकदा ती सकाळी आली होती. आपण आपल्या खोलीत वाचत होतो. बाहेर चाललेलं बोलणं कानावर पडत होतं. अलीकडे आई-बाबांची संभाषणे ऐकायचेच सोडून दिले होते. तीच प्रश्नोत्तरं, तेच वाद. पण त्या दिवशी बोलण्यात आपले नाव घेतले गेले म्हणून लक्ष गेले.

"जयश्रीला माझ्याकडे घेऊन जाते..."

"का?"

"ती मोठी होते आहे. तुम्ही बाहेर असता. घरी मोठं कोणी नाही. या वयात तिला एकटं ठेवणं बरं नाही!"

"तू सबंध दिवस घरी राहणार आहेस?"

"तो माझा प्रश्न आहे! पण मी नसले तरी बाई आहेत. त्या सगळं पाहतील!"

“तुझी मर्जी! आपण कोर्टात न जाता सगळं आपसातच मिटवायचं ठरवलं आहे. तेव्हा...”

“आपण वेगळे झाल्यावर तुम्ही तिला घेऊन जायचं ठरवलंत तेव्हा काही म्हटलं का मी?”

“जाऊ दे. वाद नको!”

तेव्हापासून आईकडे. त्या दोघांनी आपसातले वाद मिटवले. पण आपला स्वत:शीच वाद चालू झाला आहे. त्याकडे कोणाचे लक्ष आहे का? बाबा प्रेमाने वागतात; आईही प्रेमाने वागते. पण आत कुठेतरी खुपते आहे. केवळ आईचे वागणे, बाहेर राहणे नाही. आणखीही काही. ते नेमके काय हे उमगत नाही.

“ए, कसल्या तरी विचारात आहेस? जेव्हा बघावं तेव्हा तू हरवलेली! ते काही नाही. आज चलच तू आमच्याबरोबर! माझ्यासाठी. प्लीज. नाहीतरी घरी जाऊन काय करणार आहेस?

जयश्रीला मंजूचे मन मोडू नये असे वाटले. पण तिच्या होकाराला तेवढे एकच कारण नव्हते. आत एक वेगळीच धडपड चालू झाली होती. शोध. पण तो कशाचा हेही ठाऊक नाही, आणि तो लागणार आहे की नाही हेही ठाऊक नाही. अशा अवस्थेतच ती मंजूला म्हणाली, “चल.”

अलेक्झांड्रा कॉलेजचे आवार. हिरव्यागार झाडांच्या गर्दीत ती प्रचंड दगडी इमारत उभी होती. एखाद्या प्रौढ, गर्भश्रीमंत स्त्रीसारखे तिचे रूप होते. मुख्य इमारतीच्या बाजूबाजूला आणखी काही छोटेखानी इमारती दिसत होत्या त्यांतील एक ग्रंथालयाची. एक संगीत विभागाची. जयश्रीच्या मैत्रिणी तिला माहिती देत होत्या. “अन् ते समोर दिसतं आहे ना... उंच, गोलाकार... ते कॉलेजचं सभागृह!” मंजूने सांगितले. जयश्री विस्फारलेल्या डोळ्यांनी हे सगळे पाहत होती. ती या तीन-चार वर्षांत ठरावीक ठिकाणे सोडून कुठे फारशी बाहेरही गेली नव्हती. ठरावीक ठिकाणे, ठरावीक चेहरे. सोबत पुस्तकांची किंवा गाण्यांची. एरवी एकटे पडून राहायचे. त्यामुळे ही गर्दी पाहून ती भांबावलीच. सगळे जग आपल्या अंगावर धावून येत आहे, असे तिला वाटले. कसा मुकाबला करायचा याच्याशी? आपण तर एकट्या आहोत. आजूबाजूला इतकी माणसे असली तरी आपण एकट्याच आहोत.

“मी जाते गं. मला घुसमटल्यासारखं होतं आहे!” ती मंजूला म्हणाली.

“ए, उगीच भाव खाऊ नकोस हं. आता आलोच तर दोन-तीन तास थांबू. आईला मोघमच म्हटलं आहे. त्यामुळे सातपर्यंत घरी गेलं पाहिजेच!”

यावर जयश्रीला काहीच बोलता आले नाही. मंजूने तिचा हात घट्ट धरला होता

आणि गर्दीतून वाट काढत काढत त्या सभागृहाकडे चालल्या होत्या. "जरा उशीरच झाला आहे आपल्याला. जागा मिळते की नाही, कुणास ठाऊक!" मंजू कुरकुरत होती.

तुफान गर्दी होती. त्या गर्दीतही विद्यार्थी घोळक्या घोळक्याने उभे होते. थम्सअपच्या बाटल्या फटाफट फोडल्या जात होत्या. कोणाच्या हातात वेफर्सचे पुडे, कोणाच्या हातात सिगरेट्स आवारात मोठ्या व्हॉल्यूममध्ये वाजवल्या जाणाऱ्या पॉप म्युझिकच्या रेकॉर्ड्स आणि त्या तालावर नाचणारी मुलेमुली...

"कार्यक्रम आत आहे ना? मग हे सगळे बाहेर का थांबले आहेत?"

"कार्यक्रमात कोणाला इंटरेस्ट आहे? त्या निमित्तानं मजा करायची! आपणही थोडा वेळ आत बसू. आपल्या पलीकडच्या बिल्डिंगमधला दिनेश ठाऊक आहे ना तुला? त्यानं लाइट म्युझिकच्या स्पर्धेत भाग घेतला आहे. माझी आणखी एक मैत्रीण आहे. तीही स्पर्धेत असेल बहुतेक. त्यांच्या आयटेम्सपर्यंत थांबू... अन् आपणही येऊ बाहेर!"

"या गर्दीत? अन् करायचं काय इथं?"

"मजा!"

जयश्रीला मंजूच्या शब्दांचा अर्थ कळला नाही. पण ती काही बोलली नाही. आता दोन-तीन तास मुकाट राहणे भागच होते. 'उगाच आलो' असा पश्चात्ताप करण्यात अर्थ नव्हता.

सभागृह फुलून गेले होते. बसायला तर जागा नव्हतीच, पण उभे राहायला जागा मिळणेही मुश्कील होते. त्या पाच-सहा जणींनी कशीबशी जागा करून घेतली. 'हळूहळू रेटारेटी करत पुढे जाऊ!' त्या एकमेकींशी कुजबुजल्या. त्या आपल्याबरोबर जयश्रीलाही खेचत होत्या.

"एक्स्क्यूज मी..." तिच्या एका मैत्रिणीने दाढीवाल्याला उद्देशून म्हटले.

"हाय बेबी!" असे म्हणत त्याने चक्क तिच्या गळ्यात हात टाकला! तिने कशीतरी स्वत:ची सुटका करून घेतली. पण हे प्रकरण काही तिथल्या तिथे मिटले नाही. काय घडले हे बाजूबाजूच्या विद्यार्थ्यांनी पाहिले होते. त्यामुळे त्यांना चेकाळल्यासारखे झाले होते. संधी सापडेल तशी शेजारच्या मुलींशी लगट चालू झाली होती. काही मुलींना त्याचे काहीच वाटत नव्हते. त्या हसत होत्या. क्वचित, अगदी सौम्यपणे बाजूला होत होत्या. पण कोणालाच हे फार गंभीर वाटत नव्हते. 'फेस्टिव्हलमध्ये या गोष्टी चालायच्याच!' हा भाव त्यांच्या चेहऱ्यावर होता.

या सगळ्या प्रकरणात जयश्री कशी अडकली हे तिलाही कळले नाही! इतका वेळ ती बावरून अवतीभोवती बघत होती. शक्य तेवढे सुटे राहण्याचा प्रयत्न करीत होती. तेवढ्यात तिला काही मुलांनी वेढले. त्यांचा एक तट तिच्याभोवती तयार झाला. त्यापलीकडे असणाऱ्या मैत्रिणी तिला दिसेनात. गर्दी इतकी होती की त्यांनाही

जयश्रीभोवतीच्या वर्तुळात काय चालले आहे हे समजणे शक्य नव्हते. शिवाय व्यासपीठावर एक फार लोकप्रिय गाणे गायले जात होते. सगळ्यांनी ठेका धरला होता. त्या गाण्यात श्रोतृवर्ग बुडून गेला होता आणि इकडे ती जयश्रीला वेढणारी मुले चाळे करत होती. प्रथम तिच्या अंगाला स्पर्श झाला तेव्हा ती नुसतीच बाजूला सरकली. पण सरकायला फारसा अवसर नव्हता. कारण पलीकडेच कोणीतरी दुसरा उभा होता. ती त्या दिशेने सरकते आहे हे पाहताच त्याने पुढे होऊन तिला आपल्या अंगावर घेतले. जयश्री सुन्न झाली. प्रतिकार कसा करावा हेच तिला कळेना. तिच्या या स्थितीचा गैरफायदा घेण्यास लगेच सुरुवात झाली. कोणी तिच्या केसातून हात फिरवू लागले, कोणी तिचा दुपट्टा ओढला, कोणी तिच्या ओठांवर आपली बोटे ठेवून चुंबन घेण्याचा अभिनय केला आणि कोणी... या क्रिया वेगाने चालू होत्या. जयश्री त्यात भोवंडत होती, घामाघूम झाली होती. कोणीतरी आपल्याला दाबण्याचा प्रयत्न करत आहे, इतकेच तिला कळत होते. ओरडावेसे वाटत होते, पण शब्द फुटत नव्हता. शेवटी तिने सगळे बळ एकवटून हाक मारली, "मंजू..." त्या कोलाहलात ही हाक तरी कशी ऐकू जाणार होती? पण दुर्दैवाच्या फेऱ्यात सापडलेल्या जयश्रीचे नशीब त्या क्षणापुरते बलवत्तर होते. त्या मैत्रिणींपैकी कोणाला तरी जयश्रीचा शब्द ऐकू आला. त्यांनी चमकून मागे पाहिले. त्यांना जयश्री दिसली नाही. त्या शोधाशोध करू लागणार तोच त्या वर्तुळातून स्वत:ची सुटका करून घेत जयश्री बाहेर आली. घामाघूम, केस अस्ताव्यस्त, अंगावरचा दुपट्टा खाली सरकलेला. खमीस चुरगळलेला.

"काय झालं ग?" जयश्रीची ही अवस्था पाहून मैत्रिणी हादरल्या होत्या. त्यांना थोडी कल्पना आली होती.

"आधी बाहेर चला." जयश्रीने त्यांना जवळजवळ खेचलेच.

त्या सगळ्या धक्काबुक्की करत बाहेर पडल्या. बाहेरही गर्दी होतीच. पण दूरच्या ग्रंथालयाच्या इमारतीच्या आसपास कोणी नव्हते. त्या दिशेने सगळ्या जाऊ लागल्या. ती इमारत जवळ येताच त्यांनी जयश्रीला पायरीवर बसवले; त्याही आजूबाजूला बसल्या.

"हं, आता सांग पाहू."

"काय सांगू?" असे म्हणून जयश्री स्फुंदू लागली. स्वत:ला आवर घालणे तिला अशक्य झाले.

"असं काय करतेस? शांत हो."

"काय झालं? सांग." मंजूने पुन्हा विचारले.

जयश्रीने सांगायला सुरुवात केली. ती मधूनमधून रडत होती. मधूनमधून सांगत होती. तिला ते सगळे धड सांगताही येत नव्हते.

"माय गॉड!" मैत्रिणींची प्रतिक्रिया.

"हे प्रकार फार वाढायला लागले आहेत हं!"

"म्हणजे?"

"अग, गेल्या वर्षीसुद्धा."

"फेस्टिव्हल म्हटल्यानंतर थोडा स्वैरपणा असणारच. पण असं काही होत असलं तर..."

"पण प्रोफेसर्स असतात ना? ते का नाही अशा विद्यार्थ्यांना पकडून तंबी देत?"

"कमालच करतेस! इतक्या मोठ्या क्राउडवर नियंत्रण ठेवायचं म्हणजे काय चेष्टा आहे? आणि अशा वेळी प्रोफेसर लोकांना विचारते कोण? तेही आपले कर्तव्य म्हणून येतात. त्यांचं अजिबात लक्ष नसतं. कारण लक्ष देऊन काही उपयोग नाही हे त्यांना ठाऊक असतं!"

"आपण आपल्या प्राचार्यांकडे तक्रार करू या."

"रबिश्! ते म्हणतील, 'गेलात कशाला?' अन् त्यांनी असं विचारलं तर त्यात त्यांचं काय चुकलं? अखेर निर्णय आपले असतात, तेव्हा परिणामही आपल्यालाच भोगावे लागतात!

"आणि निर्णय आपणच घेतले पाहिजेत! वुइ हॅव टु लर्न टु हॅन्डल अवरसेल्व्स्."

"ए, तुझा अर्धाकच्चा फेमिनिझम आणू नकोस हं जिथे तिथे."

"हा फेमिनिझम नाही. ॲज ह्यूमनबीइंग्ज म्हणते आहे."

"चर्चा पुरे! जयश्री, कॉफी घेऊ या का कुठे तरी जाऊन? तुला बरं वाटेल. मग घरी जाऊ..."

"चालेल!"

जयश्रीचे हे उत्तर मंजूला काहीसे अनपेक्षित. तिला वाटले होते की अशा परिस्थितीत जयश्री घरी जाण्याची घाई करेल. आज प्रथम ती या ठिकाणी आली; आणि आजच नेमके हे घडले! मंजूला अपराधी वाटू लागले.

"जया, सॉरी हं!"

"जाऊ दे गं. तुझी काय चूक?"

जयश्री पुष्कळच सावरलेली दिसत होती. सगळ्या गेटपाशी पोहोचल्या. समोरच एक इराण्याचे हॉटेल होते. रस्ता क्रॉस करून पलीकडे जायचे, आणि त्या हॉटेलात कॉफी घ्यायची असा त्याचा बेत होता. गेटमधून बाहेर पडून रस्त्यावर पोहोचताक्षणीच एक हाक ऐकू आली, "जया..."

बाबांचा आवाज! जयश्रीने वळून पाहिले. तिचा तर्क खरा होता. रस्त्याच्या कडेला शिरीषची गाडी उभी होती.

"बाबा, तुम्ही?"

"हं. मी परवा मद्रासला जातो आहे. परवा तुला भेटणं शक्य नाही. म्हणून आजच घरी गेलो. तिथं कळलं की तू कदाचित इथं आलेली असण्याची शक्यता आहे म्हणून इथं आलो."

"पण इतक्या गर्दीत."

"आय टुक अ चान्स! म्हटलं, योगायोगानं भेटशीलही कदाचित अन् तसंच झालं! मी आणखी पंधरा-वीस मिनिटं वाट पाहायची असं ठरवलं होतं."

बाबांना पाहिल्यावर जयश्रीला पुन्हा एकदा भरून आले. तिच्या मैत्रिणींनाही धीर आला. त्या म्हणाल्या, "आम्ही निघू का आता? तू येशील ना तुझ्या बाबांबरोबर?"

"मिळूनच जाऊ ना आपण."

"नको गं. आम्ही जातो."

त्या गेल्या. त्यांच्याबरोबर मंजूही गेली.

"कुठे जायचं? घरी की..." शिरीषने गाडी सुरू करत विचारले.

"घरीच!"

शिरीष पुष्कळदा कॉलेजात येत असे. कधीकधी ते दोघे मिळून बाहेर जात, चहा घेत. जयश्री फारशी बोलत नसे. पण घरी भेटण्यापेक्षा बाहेर भेटणे त्याला सुखाचे वाटे. घरी नाही म्हटले तरी पुष्पाचे दडपण असायचे. पुष्पाला हे ठाऊक होते. तिला ते आवडते किंवा नाही याची शिरीषला पर्वा नव्हती. त्याला चिंता वाटायची ती फक्त जयश्रीबद्दल. ती घरी भेटो अगर बाहेर, नेहमी दडपल्यासारखी दिसायची. याची कारणेही उघड होती. त्याबाबत काहीच करता येण्याजोगे नव्हते. म्हणूनच त्याला वारंवार प्रश्न पडायचा, 'कसं होणार या मुलीचं?'

जयश्री शिरीषच्या शेजारी बसली होती. नेहमीपेक्षा जरा अधिकच गप्प होती.

"कसा काय होता कार्यक्रम?" शिरीषने तिला बोलते करण्यासाठी विचारले.

"ठीक!"

"मंजूनं आग्रह केला म्हणून गेलीस वाटतं?"

"हं."

"डिड यू एन्जॉय युवरसेल्फ?"

जयश्रीचे डोळे भरून आले. इतका वेळ तिने कसेबसे स्वतःला आवरले होते.

"काय झालं गं? मला सांग बघू."

"काही मुलांनी मला त्रास दिला, बाबा."

"मला वाटलंच! इथं असं काही घडतं हे माझ्या कानांवर आलं होतं."

"म्हणून... म्हणून तुम्ही इथं आलात, बाबा?"

"असंच काही नाही. पण फ्रँकली, काळजी वाटली खरी!"

जयश्रीला एकदम आधार सापडल्यासारखे वाटले. पण आधार म्हणजे नेमके

काय, या प्रश्नाचे उत्तर तिला मिळेना. ती शोधत होती. बरेच काही शोधत होती. आपण बाबांबरोबर घरी चाललो आहोत. आईकडे चाललो आहोत. बाबा. घर. आई. या शब्दांचे नेमके अर्थ कळेनासे झाले होते. मनात एक नवी जाणीव अंकुरत होती.

जयश्रीला शिरीषच्या गाडीतून उतरताना पाहिल्यानंतर पुष्पाच्या कपाळावर आठी पडली. पण क्षणभरच, जयश्री घरी आली या कल्पनेने तिचे मन निवले. ती प्रत्यक्ष दिसेपर्यंत मन नसत्या शंकाकुशंकांनी भरून गेले होते. त्या विरल्यामुळे हलके वाटले.

''का गं इतका उशीर?'' शिरीषकडे पाहण्याचे टाळत तिने जयश्रीला विचारले. तिच्या मनात खरे म्हणजे राग नव्हता. पण त्या प्रश्नाला मात्र उगाचच एक धार चढली होती.

तिच्या ते लक्षात आले. ''फेस्टिव्हलला गेली होतीस का? मंजूची आई म्हणत होती. खरंच गेली होतीस ना? चांगलं झालं. डिड यू एन्जॉय युवरसेल्फ? तसं दिसत नाही मात्र... कंटाळलेली दिसतेस...'' आपण अकारण धारदार बोललो या विचाराची बोच, पुष्पा खूपसे बोलून दूर करू पाहत होती.

''सॉरी, मी मध्येच बोलता आहे. बोलू का?''

''बोला!'' पुष्पा कोरडेपणाने म्हणाली.

''जयश्रीला आत जाऊन विश्रांती घेऊ दे. शी नीड्स इट. मी तुला सगळं सांगतो. जया, तू जा.''

जयश्री काही न बोलता गेली. कधी एकदा शांतपणे डोळे मिटून पडू असे तिला झाले होते.

''तेव्हा हे असं झालं. तिनं मला सगळे तपशील सांगितले नाहीत. पण त्यांची गरज नाही. जेवढं सांगितलं त्यावरूनही कल्पना येते. इट इज व्हेरी सिरिअस! आपण काही तरी केले पाहिजे!''

''काय करणार आपण?''

''त्याचाच विचार करू. एक गोष्ट ताबडतोब करता येईल. ती म्हणजे अलेक्झांड्रा कॉलेजच्या प्रिन्सिपलकडे तक्रार नोंदणं, निदान त्याला भेटून काय घडलं हे सांगणं!''

''त्यामुळे काय होईल?''

''तू एकसारखे असे स्केप्टिकल प्रश्न का विचारतेस?''

''इलाज नाही म्हणून! आय लाइक टु बी रिॲलिस्टिक अबाउट एव्हरी थिंग!... प्रिन्सिपलकडे गेलो तर ते पहिला प्रश्न काय विचारतील ठाऊक आहे?... तुम्ही जे

सांगता आहात त्याला पुरावा काय?... कदाचित ते तुझ्या तक्रारीला एवढंही महत्त्व देणार नाहीत. कारण अशी तक्रार घेऊन गेलेला तू पहिलाच असशील असं नाही! या प्रचंड शहरात सारखंच काही ना काही घडत असतं.''

''हे पहा, त्याच्याशी मला कर्तव्य नाही! मी फक्त माझ्या मुलीच्या बाबतीत काय घडलं एवढाच विचार करणार!''

''कर ना. पण तो व्यर्थ आहे!''

''तू काहीच करणार नाहीस?''

''नाही!''

''आश्चर्य आहे... आणि नाहीही!''

''तुला काय म्हणायचं आहे ते माझ्या लक्षात आलं. मी स्वार्थी आहे... मला माझ्या मुलीबद्दल काही वाटत नाही... माझ्या नीती-अनीतीच्या कल्पनाही वेगळ्या आहेत... असंच ना?''

''हे बघ, नसते फाटे फोडू नकोस. याबद्दल पुष्कळ बोलून झालं आहे. ते पुन्हा पुन्हा उगाळण्यात काय अर्थ?''

''ठीक! हा वाद आपण थांबवू या. तुला जे काही करायचं ते करायला तू मोकळा आहेस. नाही तरी आपण दोघे मिळून कुठे काय करतो? मला जे वाटतं ते आज पुन्हा एकदा सांगते. उगाच एवढ्या गोष्टींचा बाऊ करण्यात अर्थ नाही. काळ बदलला आहे. जयश्री कधी बाहेर पडलेलीच नाही. त्यामुळे तिला हे भयंकर वाटलं. कदाचित ही नुसती गंमत असण्याचीही शक्यता आहे.''

''माय गॉड! तू असं बोलू कसं शकतेस?''

''तुझ्या माझ्या कल्पना वेगळ्या आहेत म्हणून! हे पूर्वीच नाही का सिद्ध झालेलं? म्हणून तर आपण वेगळे राहू लागलो. मी घटस्फोटाचा आग्रह धरला नाही. मुलांच्या कस्टडीचा आग्रह धरला नाही.''

''मी तरी कुठं धरला?''

''मान्य! म्हणूनच सांगते, आपलं आयुष्य वेगळं आहे. ते जसं आपल्या मुलांनी स्वीकारलं, तसंच त्यांचं सामाजिक आयुष्यही त्यांना स्वीकारता आलं पाहिजे!''

''स्वीकारलं? जयश्रीची काय परवड झाली आहे ठाऊक आहे का?''

''हे पाहा, माझ्याकडून जेवढं होईल तेवढं मी केलं. माझी जबाबदारी टाळली नाही. पण त्या जबाबदारीच्या ओझ्याखाली माझं आयुष्य मी चेंगरू दिलं नाही! हा माझा अपराध म्हणायचा का?''

''पुन्हा वाद वाढत चालला! थांबू या. मी जातो. आत्ता जयश्रीला डिस्टर्ब करत नाही. पुन्हा येईन.''

जयश्रीला वाटले होते, बाहेर यावे आणि बाबांना निरोप द्यावा. पण उठवत

नव्हते, आणि आई-बाबांचे संभाषण ऐकत असताना जुळू लागलेले धागे अर्धवट सोडवत नव्हते. ती स्वत:शीच विचार करत पडली होती.

आजवर पुष्कळ गोष्टी अर्धवट ऐकल्या. कधी दुवे जुळले, कधी जुळले नाहीत किंवा ते जुळवण्याचा प्रयत्नच केला नाही. आतल्या आत कुढत राहिलो. बरेच काही खुपत होते. पण त्याचा कधी उच्चार केला नाही. एखाद्या मैत्रिणीकडेसुद्धा. सगळे नाकारत राहिलो. त्यामुळे काय साधले? एकटेपण वाढत गेले. मनाची ताकद कमी होत गेली. अशा तऱ्हेने वागून आपण स्वत:चेच नुकसान करून घेत आहोत हे कळले नाही.

आणि आज... आज कळले की काही प्रसंगी स्वत:लाच मुकाबला करावा लागतो. आई-बाबा एकत्र राहत नाहीत, हे आजवर खुपत होते. पण ते एकत्र राहत असते तरी आजचा प्रसंग टळला असता थोडाच? तो फक्त आपल्या आयुष्यातला प्रसंग होता. फक्त आपल्या... त्या वेळी आपले संरक्षण इतर कोणी करू शकले नसते... नाहीच. त्या प्रसंगी आपला निर्णय आणि आपली कृतीच महत्त्वाची ठरणार होती. आणि आपण काहीच न करता गप्प बसलो! का? आपण निराधार आहोत हा लहानपणापासूनच ग्रह याला कारणीभूत होता? स्वत:ची आपण नकळत कीव करू लागलो होतो?

जयश्री स्वत:ला प्रश्नांमागून प्रश्न विचारत होती- आणि त्यांची उत्तरे तिला हळूहळू सापडू लागली होती.

अवतीभोवती काही घडो, अखेर आयुष्य स्वत:चे असते. काही कसोटीचे क्षण तर अगदी स्वत:चेच असतात. त्या वेळी कोणी असणे-नसणे सारखेच असते. हे जाणवताच इतकी वर्षे झाकळून राहिलेले मनाचे आभाळ स्वच्छ होऊ लागले.

प्रकाशाचा एक किरण आयुष्यावर पसरला.

त्या प्रकाशात दोन मार्ग दिसत होते. बाबांचा मार्ग- तक्रार करण्याचा, निषेध करण्याचा. आणि आईचा मार्ग- बदलत चाललेल्या आयुष्याकडे डोळसपणे, खंबीरपणे पाहण्याचा. दोन्ही मार्गांमध्ये संघर्ष होताच. नव्याने जाग आलेली जयश्री संघर्षांच्या या दोन रूपांपैकी कोणते रूप स्वीकारायचे याचा विचार करत होती.

मार्ग कोणताही असो, संघर्ष टाळता येण्याजोगा नव्हताच.

जयश्री ताड्कन उठली आणि बाहेर येऊन म्हणाली, "आई... बाबा, तुम्ही काहीच करू नका. काय करायचं... काही करायचं का, हे माझं मी ठरवीन!"

दोघे चकितपणे तिच्याकडे पाहत होते आणि ती खूप वर्षांनी स्वत:ला भेटल्याच्या समाधानात होती!

मानिनी, दिवाळी ८६

निपुत्रिक

तात्यासाहेब दिवाण हे कोल्हापूरमधील प्रसिद्ध वकील होते. ते शाहुपुरीतच राहत. हे घर इतके ऐसपैस होते की, त्याला दिवाणांचा वाडा म्हणूनच ओळखण्यात येई. घराचे वळणही एखाद्या वाड्यासारेखच होते. एकत्र कुटुंब असल्यामुळे घरात पंधराएक माणसे. शिवाय घरातच राहणारे दत्तू गडी, सदाशिव आचारी व मंजुळा मोलकरीण. सकाळपासून चूल पेटवलेली असायची. नोकरचाकर असले तरी घरातल्या बायका त्यांच्या बरोबरीने स्वयंपाकात असायच्या. मुलांची, पुरुषांची, बायकांची व नंतर नोकरांची अशा एकूण चार पंगती व्हायच्या. अधेमधे तात्यासाहेबांकडे येणाऱ्या अशिलांचे आदरातिथ्य. त्यापैकी कोणी परगावचा असेल तर त्याचा घरातच मुक्काम. सगळ्यांचे करताकरता दिवस कसा निघून जातो हे कळतही नसे.

संध्याकाळी तात्यासाहेब कोर्टातून आले की वरच्या माडीवर ब्रिजची बैठक जमायची. रात्री नऊपर्यंत ब्रिज. रात्रीची जेवणे उशिरा. त्यामुळे संध्याकाळी थोडा निवांतपणा असायचा. पण निवांतपणा म्हणजे काय? तर घरामागच्या अंगणात जाऊन बसणे. कधी तरी एखाद्या शेजारणीला बोलावणे किंवा आपण तिच्या घरी जाणे. फिरायला जाण्याची पद्धत नव्हती.

बायकांचे कशाला? पुरुषही फारसे बाहेर जात नसत. एकदा काम संपवून घरी आले की आपापल्या माडीत. तेथेच आपापल्या आवडीनुसार फुरसदीचा वेळ काढायचा. अगदीच कंटाळा आला तर सायकलीवरून गावात एखादी चक्कर. क्वचित कधी एखादा सिनेमा. शिवाय मुलांचा अभ्यास घेणे, भाजी आणणे इत्यादी नेहमीची कामे. सगळे शिस्तशीर चालायचे. हे चालू असताना एकमेकांशी बोलणे

वगैरे फारसे नाही. याचा अर्थ ताणतणाव होते असा नाही. पण बोलण्याची पद्धतच नव्हती. कामापुरते संभाषण. पुरुषांच्या पंगतीतच एखाद्या प्रश्नावर कधी चर्चा झाली तर. गांधींची हत्या झाली त्या वेळी पुरुषांच्या पंगतीत त्याबद्दल पुष्कळ बोलणे झाले. बायकांनीही वाढता वाढता कान टवकारून ते बोलणे ऐकले. त्यानंतर जेवणाच्या वेळी चर्चा झडू लागल्या. वातावरणात थोडा अधिक मोकळेपणा आला.

सुमती धाकटी सून म्हणून घरात आली तेव्हा हा संक्रमणाचा काळ चालू होता. ती पुण्याची. इंटरपर्यंत शिकलेली. त्यामुळे तिने थोडे बाहेरचे जग पाहिले होते. ते मग दिवाणांच्या वाड्यातील जगाहून पुष्कळ वेगळे होते. तेथे स्वतंत्रपणे वावरता येत असे, मोकळा श्वास घेता येत असे. त्यामुळे दिवाणांच्या वाड्यात तिची घुसमट होऊ लागली. अनेक गोष्टी तिला खटकू लागल्या, आणि त्याबद्दल तिने हळू आवाजात का होईना, तक्रार सुरू केली. तक्रार अर्थात स्वतःच्या नवऱ्याजवळ-भास्करजवळ.

"कसं राहायचं या कोंदटलेल्या घरात?"

"माझ्या दोघी वहिनी कशा राहतात?"

"त्यांना जे जमतं - कदाचित आवडतंही. ते मला जमलंच पहिजे असं नाही!"

"तुझं म्हणणं बरोबर आहे. पण मला एकच सांग, लग्नापूर्वी तू हे घर पाहिलं होतंस. नंतर सगळी चौकशी करताना आम्ही कसे राहतो हेही तुम्हाला कळलं असलं पाहिजे. मग हे ठाऊक असताना तू होकार का दिलास?"

"होकार देणं किंवा न देणं माझ्या हातात नव्हतं. आमचे दादा म्हणाले असते, या स्थळात खोड काढण्याजोगं काही नाही..."

"तुला जेव्हा जेव्हा असमाधान वाटेल तेव्हा तेव्हा तू तुझंच हे बोलणं आठव म्हणजे झालं!"

या सुरुवातीच्या काळातील प्रश्नोत्तरांवरून सुमतीच्या ध्यानात आले की, भास्कर वरून साधा वाटला तरी तो आतून पक्का आहे. फारसे बोलत नाही- पण जेव्हा बोलतो तेव्हा ते अचूक, भेदक असते. त्यांचे निर्णयही ठाम असतात. आपण कितीही युक्तिवाद केला तरी ते निर्णय बदलत नाहीत; आणि निर्णय घेताना तो आपल्याला विचारात नाही. तोच कशाला, दिवाणांच्या घरातला प्रत्येक पुरुषच असा मनस्वी आहे. त्या पुरुषांचे एक स्वतंत्र, ज्यात बायकांना स्थान नाही, असे जग आहे.

पण हे ध्यानात आल्यानंतरही सुमती गप्प झाली असे नाही. जेव्हा जेव्हा एखादी गोष्ट खटकली तेव्हा तेव्हा त्याबद्दल बोलल्याशिवाय तिला राहावयाचेच नाही. हा वाद निष्फळ आहे हे ठाऊक असूनही तिने तो केलाच. सुरुवातीला मोठ्या जावा, त्यांचे वागणे, हुकमत गाजवणे, आपल्या शिक्षणाची चेष्टा करणे हा वादाचा

विषय असायचा. भास्करचे एकच उत्तर : ''तू लक्ष देऊ नकोस!''

''तुम्हाला वाटतं तेवढं सोपं नाही ते! सदैव त्यांच्यात राहून त्यांच्याकडे दुर्लक्ष कसं करायचं?... म्हणून तुम्हाला म्हणते आहे, आपण कोल्हापूर सोडू या. दुसऱ्या कोणत्याही गावात तुम्हाला वकिली करता येईल.''

''तुला वाटतं तेवढं सोपं नाही ते!'' भास्करने तिच्याच शब्दात उत्तर दिले, ''अन् समजा असलं, तरी इथं तात्यांना मदत नको? आधार नको? त्यांचं वय होत चाललं आहे.''

''त्यांना संभाळायला त्यांचे मोठे मुलगे आहेत की!''

''कुटुंब फुटलं तर गावातले लोक काय म्हणतील? गावात आमच्या कुटुंबाला असलेली प्रतिष्ठा...''

''तुम्ही वेगळे राहू लागलात तर ही प्रतिष्ठा कशी काय कमी होते हे मला समजत ना! आता काळ बदलत चालला आहे.''

''कदाचित पुण्यात! इथं नाही!''

''असं काय करता? माझं मन तुम्हाला समजत कसं नाही? मला हे जुनं वळण आवडत नाही. नव्या पद्धतीनं राहावंसं वाटतं. तुम्ही मनावर घेतलं तर... अक्का कशा राहतात पहा! मला खरंच त्यांचा हेवा वाटतो!''

''अक्कांचं सुख तुला दिसतं. पण तिच्या दुःखाचा कधी विचार केला आहेस का तू? केला असतास, तर असं बोलली नसतीस!''

पाच-सहा वर्षांत चित्र बदलले. एकत्र कुटुंब हा वादाचा विषय राहिला नाही. सुमतीच्या थोरल्या दिरांनी व्यवसायानिमित्त मुंबईला स्थायिक होण्याचे ठरवले. त्यांच्या पावलावर पाऊल टाकून मधल्या दिरानेही गावातच दुसरीकडे जागा घेतली. अशा तऱ्हेने कुटुंबाचे दोन मोठे घटक वाड्याबाहेर पडले. भांडून वगैरे नव्हे. तात्यासाहेबांच्या संमतीनेच. त्यांनीच सांगितले, ''आता माझं वय झालं. माझ्या डोळ्यांदेखत तुमचे मार्ग तुम्ही शोधा. आपापला वाटा घेऊन जा. नंतर भांडणं नकोत. मी शेवटपर्यंत काम करणार. त्या दृष्टीनं मला भास्कर जवळ हवा आहे. माझ्या माघारी माझी वकिली तो चालवेल! शिवाय अक्का गावातच आहे. तिला आधार पाहिजे. तुमच्यापैकी एका भावानं तरी ती जबाबदारी घेतली पाहिजे. भास्करच ती जबाबदारी घेईल...''

कुटुंब विभागले गेले. आता घराची सूत्रे सुमतीच्या हाती आली. तिने आपल्या मनाप्रमाणे घरात काही सुधारणा करण्यास सुरुवात केली. पण त्या जुन्या चौकटीत मूलभूत बदल घडवून आणणे शक्यच नव्हते. त्यापेक्षा या घराबाहेर पडलो असतो तर? आपल्याऐवजी भाऊजी राहिले असते. गावात दुसरीकडे राहूनही तात्यासाहेबांना मदत करता आली असती...

"तुझी ही कल्पना चुकीची आहे, सुमती. तात्यांनी मला परवानगी दिली नसती!"

"का?"

"त्यांचा माझ्यावर सर्वांत अधिक विश्वास आहे म्हणून!"

"तुमचं ठीक आहे. पण माझी कोंडी होते आहे."

"असं वाटणंही चूक आहे. इथं जे स्थैर्य आहे ते तुला दुसरीकडे कुठेही मिळणार नाही. आपल्याला मुलं आहेत, ती मोठी होताहेत हे लक्षात ठेव. त्यांनाही या उद्ध्वस्त होत चाललेल्या जगात स्थैर्याचीच गरज आहे."

"मुलांबाबत तुम्ही काही बोलू नका! त्यांना कसं जगायचं आहे ते त्यांना ठरवू दे. तुम्ही जसे दडपले गेलात..."

"मी दडपला गेलो नाही!" भास्करने तीक्ष्ण स्वरात उत्तर दिले.

चित्र बदलले तरी वाद थांबले नाहीत. त्या वादांचे तपशील बदलले इतकेच. हे वाद नेहमी होत असे नव्हे. अधूनमधूनच. पण त्यामुळे घरात एक प्रकारची अस्वस्थता खदखदत असे. कधी तरी सुमतीलाच जाणवले की ही अस्वस्थता मुलांपर्यंत पोहोचता कामा नये; त्यांच्यावर कसलाही विपरीत परिणाम होता कामा नये. मुले मोकळेपणाने वाढली पाहिजेत. जे आपल्याला मिळाले नाही ते सगळे त्यांना मिळाले पाहिजे. आणि ते अशक्य नाही. कारण तात्यासाहेबांची मुलांवर माया आहे. भास्करचेही मुलांवर प्रेम आहे. अक्कांचेही. त्या मुलांसाठी किती करतात! खरे म्हणजे त्यांनी इतके करू नये. त्यामुळे अवघडल्यासारखे होते. परतफेड करणेही कठीण आहे. त्यांच्याकडे अमाप संपत्ती आहे. मूल नसल्यामुळे त्या संपत्तीला कोणी वारस नाही. त्यांना हात राखून पैसा खर्च करण्याची गरजच नाही! त्यांची व आपली तुलना कशी होणार? दुर्लक्ष करावे हेच चांगले.

हळूहळू सुमतीची समजूत पटत चालली. जेवढे स्वातंत्र्य मिळाले तेवढे घ्यायचे, आणि जे मिळत नाही त्याबद्दल खंत करायची नाही असे तिने ठरवले. या निर्णयानंतर ती पुष्कळच शांत झाली. मुले मोठी होत होती. त्यांच्यामुळेही तिला खूप आनंद मिळत होता. 'ती या घरात सुखी आहेत ना? मग झाले तर! आता आपल्या सुख-दु:खाला कितीसा अर्थ उरला आहे? त्यांचे भविष्य हेच आता आपले भविष्य!'- असे स्वत:ला बजावत ती राहू लागली.

आता दिवाणांच्या घराचे रूप वेगळे झाले होते. सुमतीने घरातला पसारा थोडा कमी केला होता. दिरांच्या खोल्या मुलांना दिल्या होत्या. प्रत्येकाच्या खोलीत कॉट, लिहिण्याचे टेबल. त्याला जोडूनच पुस्तकांचे एक छोटेसे शेल्फ. जुनी पातळे फाडून केलेले पडदे. 'मुलांना तरी थोडं नव्या पद्धतीनं राहायला मिळू दे' म्हणून तिने भास्करकडे आग्रह धरला. त्यानेही विरोध केला नाही. घरात सुतार आल्यामुळे इतर

काही बदलही झाले. स्वयंपाकघरात ओटा तयार झाला. माजघरात डायनिंग टेबल आले. स्टेनलेसची चार भांडीकुंडी आली. या नव्या सामानसुमानामुळे घराचे वळणही बदलले. डायनिंग टेबलावर कधी जॅमची बाटली, तर कधी बिस्किटांचा डबा दिसू लागला. कधी मुलांसाठी मिसळ होऊ लागली. आणि तात्यासाहेब, भास्कर हेही मुलांशी गप्पा मारत या प्रकारचे नवे पदार्थ खाऊ लागले. सुमती जवळच्या एका 'भगिनी-समाजा'त जाऊ लागली होती. तेथे होणाऱ्या बैठकीतून नव्या कल्पना घेऊन येई. त्या सगळ्याच अमलात आणणे शक्य नव्हते. पण ती जेवढे शक्य होते तेवढे करत राहिली. त्यामुळे घर बदलत राहिले...

आता मुले हेच घराचे केंद्र होते. मुले हुशार होती. विकास दहावीत होता आणि प्रकाश आठवीत. त्यांच्याबद्दल तक्रार करायला जागा नव्हती. त्यांनी कधी अभ्यासात चुकारपणा केला नाही, की घराची शिस्त मोडली नाही. सुमतीची त्यांच्याबद्दल एकच तक्रार होती : ती फारशी बोलत नाहीत. घुमी आहेत!

"या वयात सगळी मुलं घुमी असतात. मीही तसाच होतो!" भास्कर सुमतीची समजूत काढण्याचा प्रयत्न करत असे.

"तुमची आणि त्यांची तुलना करू नका! तुमच्या वेळी घरातलं वातावरणच वेगळं होतं. मी त्यांना किती वेगळ्या वातावरणात वाढवायचा प्रयत्न केला. पण व्यर्थच आहे ते! अखेर मूळचं वळण कुठं जाईल?"

"ते वळण काय वाईट आहे गं? तूच सांग. तात्यासाहेब मुलांकडे किती लक्ष देतात..."

"लक्ष देणं म्हणजे काय? झोपाळ्यावर बसून संस्कृत शिकवणं, हेच ना?"

"मग त्यांनी काय शिकवावं असं तुझं म्हणणं आहे? हिंदी चित्रपटांतली गाणी? गाणी ऐकण्यासाठी तू त्यांना रेडिओ घेऊन दिला आहेसच!... मी तुला दोष देत नाही, सुमती. हा तुझ्या-माझ्या दृष्टिकोनातला फरक आहे. हे दृष्टिकोन कोणी बदलू शकत नाही. ते कसे तयार होतात हेही सांगता येत नाही. एका गोष्टीबद्दल खात्री बाळगू : तुझ्याइतकीच मलाही मुलांच्या हिताची काळजी आहे."

"ते मी कधी नाकारलं?"

"मग झालं तर! आपले मार्ग वेगळे असतील; पण उद्देश एकच आहे. मग वाद कशाला?"

भास्करचे हे म्हणणे सुमतीला पटायचेही. मग तिच्या मनात आलेली ही अभ्रे पांगून जायची. मन स्वच्छ व्हायचे. जे साधले तेही काही थोडे नाही असे वाटू लागायचे. एका प्रश्नाचे उत्तर मात्र तिला अजून मिळाले नव्हते. ही सगळी माणसे जुन्या वळणाची. मग अक्काच तेवढ्या वेगळ्या कशा? त्यांची राहणी इतकी आधुनिक कशी? या प्रश्नाचे एक वरवरचे उत्तर तिला ठाऊक होते. भास्करने

अक्कांच्या आयुष्याबद्दल जे सांगितले, आणि नंतर तिने जे पाहिले, त्यातच ते उत्तर होते.

अक्का म्हणजे सरला दाते. वयाच्या सोळाव्या वर्षीच त्यांचे लग्न झाले. घरी गडगंज श्रीमंती. सासरे कलेक्टर. त्यामुळे त्यांना गावाबाहेर शानदार बंगला राहण्यासाठी मिळालेला होता. बंगल्यात उत्तम फर्निचर होते. बंगल्याभोवती मोठी बाग होती- आणि पलीकडे एक आमराईही होती. घरी वरच्या घरातील लोकांचे येणे-जाणे असायचे. त्यामुळे घराचे रीतिरिवाजही आधुनिक होते. या काळातही त्यांच्या घरात फोन होता. गाडी तर होतीच; पण एक चार घोड्यांची बग्गीही. कलेक्टरसाहेबांचा एक मुलगा डॉक्टर होऊन मुंबईत प्रॅक्टिस करू लागला होता. अक्कांचे यजमान - बाळासाहेब - हे दुसरे. ते विशेष हुशार असल्यामुळे त्यांना आय.सी.एस.साठी इंग्लंडला पाठवले. पण त्या हवामानाशी त्यांचे जुळेना. प्रकृती वारंवार बिघडू लागली. त्यामुळे बाळासाहेब तसेच परत आले. परत आल्यावर त्यांना रेव्हेन्यू खात्यात चांगली नोकरी मिळाली. पण प्रकृतीचे बिघडलेले तंत्र मात्र ठिकाणावर येईना. त्यांची नाजूक तब्येत अक्कांनी कसोशीने सांभाळली. त्या काळजीत असायच्या. मूल होत नाही म्हणून मनातून खंतावलेल्याही असायच्या. कलेक्टरसाहेबांना त्यांची ही मन:स्थिती ठाऊक होती. एक दिवस त्यांनी अक्कांना आपल्या खोलीत बोलावून घेऊन सांगितले, ''तू काळजी करू नकोस. तुझी सगळी व्यवस्था मी नीट करीन. पलीकडच्या आमराईत मी प्लॉट घेतला आहे. त्या प्लॉटवर जो बंगला उभा राहील तो तुझा. हे मी माझ्या डोळ्यांदेखत करीन.'' लवकरच कलेक्टरसाहेबांनी आपल्या वचनाची पूर्तता केली, आणि अक्कांचा हा आमराईतला बंगला त्यांच्या मालकीचा झाला. पुढे एक-दोन वर्षांत कलेक्टरसाहेब गेले. बाळासाहेब त्यानंतर पाच-सहा वर्षे होते. पण त्या काळात त्यांची प्रकृती इतकी खालावलेली होती, की त्यांचा काही भरवसाच नव्हता. अक्का हिमतीने सगळे करत होत्या. माहेरची मदत मिळू शकली असती. एखादा भाऊ तेथे येऊन राहू शकला असता. पण अक्कांनीच ते नाकारले. त्यांची जिद्द जबरदस्त होती.

''त्या वेळी ठीक होतं. पण बाळासाहेब गेल्यानंतरही त्या एकट्या कशा राहिल्या? तात्यासाहेबांनी त्यांना राहू कसं दिलं? तुमच्या आई असत्या तर असं झालं नसतं!'' सुमती म्हणायची.

''कोण जाणे! कारण काहीही असो, तिनं इथं यायला नकार दिला एवढं खरं!''

''तुमच्या घरातल्या माणसांना एकटं राहण्याची सवयच आहे. चारचौघांत असूनही तुम्ही मंडळी एकेकटी असता!''

''तुझं म्हणणं खरं असेलही!''

''दुसरं एक कारण आहे. तुम्हाला मी हे बोललेलं आवडणार नाही कदाचित.

पण....''

''बोल ना.''

''अक्कांचं या वातावरणात मुळीच जमलं नसतं. एकदा स्वतंत्र मोकळं राहायची सवय झाल्यावर... त्या परत आल्या नाहीत हेच चांगलं झालं!''

पण बाह्य राहणी बदलली तरी मूळचे संस्कार कुठे जातात? की अक्कांवर ते संस्कार नव्हतेच? त्यांचा पिंडच वेगळा होता का? तसेच असले पाहिजे. त्या भाग्यवान. त्यांना पिंडाशी जुळणारे वातावरण मिळाले. आपल्याला मात्र... त्यांची पूर्णता... आणि आपली अपूर्णता...

येथे सुमती थांबायची. पूर्ण आणि अपूर्ण हे कशावरून ठरवायचे? अक्कांना मूल नाही. मग त्या पूर्ण कशा? आपल्याला दोन सोन्यासारखे मुलगे आहेत... खरे म्हणजे त्यांनीच आपला हेवा केला पाहिजे! त्यांच्या या बाह्य सुखाला काय अर्थ आहे?

तरीही त्यांचा हेवा वाटतोच!

सुमतीला आणखी एक शंका होती : मूल नाही याचे तरी अक्कांना कितपत दु:ख होत असेल? सुरुवातीच्या काही वर्षांत झाले असेल कदाचित. पण नंतर तेच बरे वाटले असेल? एकूण त्यांना व्यापतापांचा कंटाळा दिसतो. येथे कधी फारशा येत नाहीत. आल्या तरी पाहुण्यासारख्या येतात. चहा दिला तर साधी कपबशीसुद्धा विसळत नाहीत. आपणच तिकडे यावे हा त्यांचा आग्रह असतो. त्यांना सोबत हवी असते, पण काम नको असते! त्यांच्या बंगल्यात इकडची काडीही तिकडे करावी लागत नाही. खाण्यापिण्याची चंगळ. शिवाय गाडीतून फिरायला जाणे. त्यामुळे मुले तेथे जायला उत्सुक असतात! विशेषत: प्रकाश. मधूनच त्याला लहर आली की म्हणतो, ''आत्याकडे जातो.''

हे सुमतीला मनातून आवडत नसे. पण नाही कसे म्हणणार? अलीकडे तर दर रविवारी मुले तिकडे असायची. कधीकधी सगळे कुटुंबच. तात्यासाहेब म्हणायचे, ''बिचारी एकटी राहते. आपण तिच्यासाठी आणखी काय करू शकतो? मुलांनाही तिचा लळा आहे. त्यामुळे माझी काळजी कमी झाली आहे.''

''काळजी? कसली काळजी?'' सुमतीच्या मनात प्रश्न असायचा.

सुमतीच्या मनात चाललेल्या वादळात हे विविध प्रश्न वरखाली भिरकावले जात. कधी वादळाला वेग असायचा, कधी ते ओसरलेले वाटायचे. पण ते पूर्णपणे कधी ओसरले नाही. वरवर- कधीकधी आतही शांतता होती. पण खोल कुठेतरी एक जखम तशीच वाहत राहिली होती.

आयुष्य पुढे सरकत होते.

या पुढे सरकणाऱ्या आयुष्याला एका मध्यरात्री जोराचा धक्का बसला. तात्यासाहेबांना

हार्टअॅटॅक आला. अवघ्या पंधरा-वीस मिनिटांत ते गेले! भास्करने सुमतीला झोपेतून उठवून तिला सांगितले तेव्हा तिचा विश्वासच बसेना!

"मी एका केसचे कागदपत्र पाहत त्यांच्याच खोलीत बसलो होतो... माझं काम संपतच आलं होतं. तात्या पलंगावर पडले होते. मला वाटलं, त्यांना झोप लागली आहे. पण मध्येच उठून ते शतपावली करू लागले. मला शंका आली. मी त्यांना पलंगावर बसवलं. त्यांच्या पाठीवरून हात फिरवत राहिलो. त्यांना किंचित धाप लागली होती. मी विचारलं, डॉक्टरना बोलवू का. तर ते नको म्हणाले. पण त्यांना कळलं होतं की काय कोण जाणे!"

"कशावरून?"

"त्या अवस्थेतही त्यांनी मला काही गोष्टी सांगितल्या... आणि..."

"आणि काय?"

"ते सांगेन नंतर!"

सुमतीनेही आग्रह धरला नाही. ती सुन्न होऊन गेली होती.

नंतरचे काही दिवस दिवाणांचा वाडा स्तब्ध होता. तेथे फक्त तात्यासाहेबांच्या मृत्यूचे दुःख घुमत होते. घरची माणसे जमली होती. बाहेरच्या माणसांची समाचारासाठी रीघ लागली होती. त्यातच दिवसांचे कर्मकांड चालू होते. कारण तात्यासाहेबांचा त्यावर विश्वास होता.

अक्का येऊन-जाऊन होत्या. त्या वाड्यात राहिल्या नाहीत. त्यांना कोणी तसा आग्रहही केला नाही.

दिवस झाल्यानंतर मंडळी पांगली. एवढ्या मोठ्या वाड्यात आता फक्त चारच माणसे उरली, आणि ते जुने नोकरचाकर. भास्कर कोर्टात व मुले शाळेत गेल्यानंतर सुमतीला फार एकटे वाटायचे. लग्न झाल्यापासूनचे आयुष्य डोळ्यांसमोर यायचे. तेव्हाची ती गजबज... हळूहळू माणसे कमी होत गेली. आणि आता तर आपण चौघेच! सुमतीला प्रश्न पडायचा : अक्का कशा इतकी वर्षे एकट्या राहिल्या असतील? त्यांना विचारले पाहिजे. पण त्या मोकळेपणाने बोलणार नाहीत. त्या मोजके बोलतात. फक्त तात्यासाहेबांशी त्या मनातले बोलत असाव्यात. कारण सुमतीने त्यांना तात्यासाहेबांच्या खोलीतून डोळे पुसत बाहेर पडताना एकदोनदा पाहिले होते. काय बोलल्या असतील, कोण जाणे! भास्कर आणि तात्यासाहेब यांचे शेवटच्या क्षणी काय बोलणे झाले असेल? कोण जाणे! 'नंतर सांगेन' म्हणे! या माणसांचे हे असेच! सगळी एकजात कुढी, घुमी! मुले तरी वेगळी निघावीत म्हणून आपण प्रयत्न चालवला आहे. पण त्यात कितपत यश येते कोण जाणे!

सुमतीचे मन आता त्या भविष्यातच गुंतले होते.

तात्यासाहेबांच्या मृत्यूला तीन-चार महिने होऊन गेले. आता त्यांच्या नसण्यालाही घर रुळले. एक वेगळा दिनक्रम ठरून गेला. फक्त भास्कर अस्वस्थ असायचा. सुमतीला त्याची मन:स्थिती समजू शकत होती. तिला वाटायचे, हे तात्यासाहेबांच्या सावलीतच वाढले. व्यवसायसुद्धा त्यांच्या आधाराने केला. आता एकटे वाटणारच. तो नेहमीपेक्षाही कमी बोलत असे. स्वत:च्याच विचारात हरवून गेलेला असे. या काळात अक्का पुष्कळ वेळा आल्या. त्यांचे भास्करशी काही खासगी बोलणेही झाले. सुमतीला प्रश्न पडला : एवढे काय बोलले असतील? इस्टेटीबद्दल काही असेल? पण इस्टेटीची सर्व चोख व्यवस्था तात्यासाहेबांनी त्यांच्या हयातीतच केली आहे. शिवाय इस्टेटीच्या प्रश्नात अक्कांना काय रस असणार?

पण सुमतीने कशाचाच अधिक विचार केला नाही. विकासची परीक्षा जवळ आली होती. त्याच्या परीक्षेतील उत्तम यशावर तिचे पुढचे सगळे बेत अवलंबून होते. परीक्षा झाल्यावर मगच भास्करशी त्याबद्दल बोलायचे असे तिने ठरवले होते. परीक्षा संपली. विकासचे पेपर चांगले गेले. आता विषय काढायला हरकत नाही, असे वाटून सुमतीने तो विषय काढला. भास्करची प्रतिक्रिया काय होईल, याचा तिला अजिबात अंदाज नव्हता. त्यामुळे ती भीत होती.

''एका गोष्टीबद्दल तुमच्याशी बोलायचं आहे.'' तिने भीतभीतच सुरुवात केली.

''कोणती गोष्ट?''

''विकास आता कॉलेजात जाईल. माझ्या मनात आहे की त्यानं पुण्याला जावं. त्या होस्टेलमध्ये ठेवू. तिथं आई-दादा आहेतच. त्यांचंही लक्ष राहील.''

''ते शक्य नाही.'' भास्करने ताड्कन उत्तर दिले.

सुमतीला त्याचा विरोध अपेक्षित होता. पण त्या विरोधाला इतकी धार असेल असे मात्र वाटले नव्हते. ती गोंधळली.

''का?''

''एक तरी मुलगा आपल्याजवळ नको?''

''प्रकाश राहीलच की!''

''प्रकाश आता आपला मुलगा नाही!''

''म्हणजे?''

''आता तुला सांगतो. सांगितलंच पाहिजे. त्या रात्री तात्यासाहेबांना धाप लागली. मी त्यांच्या जवळ बसलो होतो. ते माझ्याशी बोलत होते. सगळा व्यवहार समजून सांगत होते. बोलता बोलता त्यांनी माझ्याकडून एक वचन घेतलं... ते म्हणाले, मला फक्त अक्काची काळजी आहे. तिला आधार हवा. मी असेपर्यंत ठीक आहे. पण पुढचं कोणी सांगावं? तिला मूल नाही. तुझा एक मुलगा तिला दत्तक

दे. तिनंच माझ्याजवळ तशी इच्छा व्यक्त केली आहे...''

"मग?'' सुमतीने धडधडत्या अंत:करणाने विचारले.

"मी त्यांना वचन दिलं!''

"काय? मला न विचारताच?''

"सुमती, ती वेळच अशी होती की...''

"मला ते काही सांगू नका! मुलावर तुमच्याइतकाच माझा हक्क नाही? मला हे मान्य नाही!''

"असं काय करतेस? त्यामुळे काय फरक पडणार आहे? प्रकाश तसा आपल्याजवळच राहील...''

"कशावरून?''

"अक्काच्या बोलण्यावरून तसं वाटतं.''

"म्हणजे? त्यांना तुम्ही हे सांगितलंत? मलाही सांगायच्या आधी?''

"तिनंच विचारलं. ती तात्यांशी बोलली होती. साहजिकच तात्या गेल्यावर तिनं माझ्याकडे विचारणा केली.''

"आई गं!'' सुमतीला रडू आवरेना. काही वेळाने ती म्हणाली, "अजून वेळ गेलेली नाही... अक्कांना सांगा, मी वचन वगैरे काही दिलं नाही, फक्त तुझ्या समाधानासाठी तसं सांगितलं... काय होणार आहे?''

"मी वचन मोडणार नाही! खोटं बोलणार नाही!''

"तुमची ही सगळी सत्यनिष्ठा वगैरे माझ्या जिवावर! मला काय वाटेल याचा कधी विचार केलात? पोटचा गोळा त्या बाईला देऊन टाकायचा? त्याला नऊ महिने कोणी वाढवलं? त्याच्या वेणा कोणी सोसल्या? त्याचे आजार कोणी काढले? आयत्या पिठावर नागोबा व्हायला कुणाचं काय जातं आहे?''

"सुमती, शांत हो. तू समजतेस तेवढं हे वाईट नाही. अक्काची प्रकाशवर माया आहे. ती त्याचं आपल्यापेक्षाही प्रेमानं करील...''

"असं थंडपणे म्हणू कसं शकता तुम्ही?''

"मी थंडपणे विचार करतो म्हणून! उगाच भावनेच्या आहारी जाण्यात काय अर्थ आहे? दत्तक दिल्यानंतर आपला मुलगा दूर थोडाच जातो? तो इथंच राहील.''

"कशावरून?''

"तू अक्काला विचार. तीच तसं म्हणाली आहे.''

"सुरुवातीला त्या तसंच म्हणणार! नंतर त्यांनी विचार बदलला तर? मग त्यांना विरोध कोणत्या तोंडानं करणार?''

वाद वाढत चालला. पण वाद घालता घालता सुमतीच्या चट्कन लक्षात आले की, या वादाला काही अर्थ नाही. घडायचे ते घडून गेले आहे! - आणि ते फार

भीषण आहे! हे जाणवल्यावर सुमती गप्प झाली. तिने विषयच वर्ज्य केला. भास्करशी बोलणे कमी केले. प्रकाशकडे पाहताना तिला गलबलून यायचे. हा आता आपला नाही. कोणत्याही क्षणी... आता मनाने त्याच्यापासून दूर झाले पाहिजे. हळूहळू सवय केली पाहिजे. त्या काळात तो दोन-तीनदा आत्याकडे राहून आला. सुमतीने विरोध केला नाही. आता तेच तर त्याचे घर आहे! उगाच त्याची ओढाताण कशाला करायची? पण अक्का अजून त्याबद्दल बोलत कशा नाहीत? त्यांचा विचार बदलला तर नाही? सुमतीच्या मनात उगाचच आशा पालवू लागली...

पण लवकरच त्या आशेवर घाव पडला.

त्या दिवशी दुपारीच अक्का आल्या. येताना त्यांनी नेहमीप्रमाणे पुष्कळ खाऊ आणला होता. पिशवीतून एकेक डबा बाहेर काढत त्या म्हणाल्या, ''मुलांना आवडतं म्हणून आज सकाळीच केलं. हे बेसनाचे लाडू मात्र अगदी थोडे आहेत बरं का. प्रकाशसाठी आणले आहेत.''

फक्त प्रकाशसाठी?

पण हा प्रश्न विचारायच्या आतच अक्का बोलू लागल्या : ''प्रकाशला आता मी माझाच समजते. भास्करचं अन् तुझं बोलणं झालं आहे असं तो म्हणाला. तू वाईट वाटून घेऊ नकोस. काळजीही करू नकोस. मी प्रकाशला इथून नेणार नाही. तुझा संसार अशा तऱ्हेनं उधळण्याइतकी मी कठोर नाही. फक्त अधूनमधून त्याला येऊ दे. त्याला आणखी एक घर झालं असं समज. ते आता त्याचंच आहे. त्याचं- आणि तो तुमचा मुलगा म्हणून तुमचंही!''

त्यांचे बोलणे ऐकल्यावर सुमतीला निश्चितच थोडा दिलासा मिळाला. आपण समजतो तितके हे भीषण नाही तर! नाहीतरी अक्कांच्या भाग्याचा आपण हेवा करत होतोच ना? मग आता ते सगळे प्रकाशचे होणार म्हणून आपल्याला आनंद का होऊ नये? भास्कर स्थैर्याच्या दृष्टीने विचार करतो... आपण आधुनिकतेच्या. या दोन्ही गोष्टी प्रकाशला सहजगत्या मिळत असतील, तर त्याला त्यांच्यापासून दूर का ठेवायचे? हा हळवेपणा काय कामाचा?

सुमतीने आपल्या सुप्त मनातले हे पडसाद ऐकले- आणि ती चमकली! आपल्याला नेमके काय हवे आहे हेच तिला कळेना. तिने विचार थांबवला. जे काय घडायचे असेल ते घडू दे. घडणारच आहे! विचार करून तरी काय उपयोग?

सर्वांनीच तो विषय तेवढ्यावरच सोडला होता. जणू मधल्या काळात काही घडलेच नव्हते!

पण हा आभास फार टिकला नाही. दोन-तीन महिन्यांतच भास्करने पुन्हा तो विषय काढला.

"परवा तू नसताना अक्का येऊन गेली..."

"होऽऽ मी भगिनी-समाजातून परस्पर डॉक्टरांकडे जाऊन आले. अलीकडे झोपच लागत नाही. पायही दुखतात एकसारखे. म्हटलं, त्यांना विचारावं."

"काय म्हणाले डॉक्टर?"

"ते नंतर सांगते. अक्का कशासाठी आल्या होत्या?"

"दत्तकविधान कधी करायचं हे विचारण्यासाठी!"

"म्हणजे?"

"ते सगळं विधिपूर्वक व्हावं लागतं, सुमती."

"का पण? विधीचा हा आग्रह कशासाठी?"

"तो विधी आवश्यक असतो म्हणून. त्याखेरीज कायद्यानं तो वारस ठरत नाही. अंत्यसंस्कार करण्याचा अधिकारही त्याला मिळत नाही..."

"काय अभद्र बोलता!"

"मी तुला फक्त कायदा सांगतो आहे."

"तुमच्या त्या कायद्यात आईच्या संमतीचा कुठे उल्लेख नाही वाटतं?"

"आता तू विचारलंच आहेस म्हणून सांगतो. आपला मुलगा दत्तक देण्याचा पूर्ण हक्क बापालाच आहे!"

"आईची संमती नसली तरी?"

"हो. आई मात्र बापाच्या संमतीशिवाय हा निर्णय घेऊ शकत नाही."

"बरोबरच आहे! या जुन्या शास्त्रकारांनी फक्त आम्हाला दडपलं!"

"तेव्हा आता लवकरच एखादा मुहूर्त पाहून..."

"म्हणजे आता हे सगळं प्रकाशला सांगायला हवं!"

"हो."

"कसं सांगणार हो? त्याला काय वाटेल? अजून विचार करा. हा विधी टाळता नाही का येणार?"

"नाही! प्रकाशला तरी किती दिवस अज्ञानात ठेवणार आपण? तो आता तेरा वर्षांचा आहे. जितकं लवकर सांगू तेवढं बरं."

"मग तुम्हीच सांगा. मला धीर होणार नाही."

"दोघं मिळून सांगू. तशी घाई नाही. दसऱ्यादिवशी दत्तकविधान करावं, असं अक्काच्या मनात आहे. म्हणजे अजून दोन महिने आहेत."

दोन महिने! त्या दोन महिन्यांमधला कोणता क्षण आपण पकडणार आहोत?

प्रकाशला ही गोष्ट कशी सांगणार आहोत? सुमतीला या प्रश्नांची उत्तरे ठाऊक नव्हती.

सुमती या सैरभैर मन:स्थितीत असतानाच प्रकाश आजारी पडला. एक दिवस शाळेतून घरी आला तोच अंगात ताप घेऊन. ताबडतोब डॉक्टरना बोलावून घेतले. त्यांनी औषधोपचार सुरू केले तरी ताप उतरेना. भास्कर हळूच सुमतीला म्हणाला,

"अक्काला कळवलं पाहिजे."

सुमती काही बोलली नाही.

त्याने अक्कांना कोर्टातून निरोप पाठवला असावा. त्या दुपारीच आल्या. त्यांनी बरोबर तऱ्हेतऱ्हेची फळे आणली होती. ती फळे एका बशीत घालून त्या प्रकाशजवळ गेल्या. त्याच्या उशीपाशी बसल्या.

"यातलं तुला काय आवडतं राजा? संत्रं आवडतं ना? घे... सोलून देऊ?"

प्रकाशने मान हलवली. सुमतीच्या मनात आले, आपण सकाळपासून त्याला खाण्याचा आग्रह करीत होतो, तेव्हा त्याने ऐकले नाही. आता मात्र...

"त्याला घाम येतो आहेसं वाटतं." अक्कांनी नॅपकिनने घाम पुसला नि विचारले, "थर्मामीटर कुठे आहे?"

सुमतीने त्यांच्या हातात थर्मामीटर दिला.

"उतरला ताप! आता दोन दिवस स्वस्थ पडून राहायचं हं. गडबड करायची नाही!"

अक्कांचे येणे व ताप उतरणे - हा योगायोगच, की...

"मी निघते आता. उद्या येईन."

"आत्या, नको ना जाऊ..." प्रकाशने त्यांचा हात धरून त्यांना खाली बसवले.

"बरं. आणखी थोडा वेळ थांबते हं."

हे सगळे पाहताना सुमती दुखावली गेली होती. तिने मनाशी निश्चय केला : प्रकाशला आणखी दोन दिवसांनंतर आपण सांगून टाकू!

हे दु:खापोटी? की रागापोटी? कोण जाणे! पण आता तिचा निश्चय झाला होता खरा!

प्रकाश आता घरात हिंडूफिरू लागला होता. तो रेडिओ ऐकत किंवा एखादे मासिक वाचत बसलेला असे. सुमतीला अजून आपला निश्चय अमलात आणता आला नव्हता. ती त्याच्या जवळ जायची... आणि कसे सांगावे, हे सुचत नसल्यामुळे तशीच परत फिरायची. आज मात्र ती हट्टालाच पेटली होती. कितीही कठीण गेले तरी सांगायचेच...

तिने भरून येणारे डोळे पुसले व विचारले, "काय वाचतो आहेस प्रकाश?"

"*ट्रेझर आयलंड*... परवा आत्यानं दिलेलं."

"इंग्रजी?"

"हं..." प्रकाशचे लक्ष पुस्तकात होते.

"तुला इतकं इंग्रजी समजतं?"

"हळूहळू समजेल. इंग्रजीत किती चांगली पुस्तकं आहेत. आमच्या शाळेच्या लायब्ररीत त्यांतलं एकही नाही..."

"तुला ताराबाई पार्कमधल्या इंग्रजी शाळेत जायला आवडेल?"

"ती किती लांब आहे!"

"आत्याचं घर तिथून जवळ आहे."

"पण काय उपयोग? मी आत्याच्या घरी फक्त सुट्टीच्या दिवशी जातो."

"तिथंच राहिलास तर..."

भास्कर तेथे येऊन थांबला होता. सुमतीचा रोख त्याला कळला होता. ती अडखळते आहे असे पाहून त्याने चट्कन सूत्र पकडले.

"राहिलास तर नाही, राहावं लागेल. प्रकाश, नीट ऐकून घे... आत्या एकटी आहे ना? म्हणून तिनं तुला दत्तक घ्यायचं ठरवलं आहे."

"दत्तक?"

"म्हणजे आता तू तिचा मुलगा होशील. दसऱ्यादिवशी एक विधी करायचा. तू आत्याच्या मांडीवर बसायचंस - आणि दाते हे आडनाव लावायचंस..."

प्रकाशने हातातले पुस्तक बाजूला ठेवले होते. त्याच्या विस्फारलेल्या डोळ्यांत आश्चर्य उमटले होते.

"तुम्ही सगळं सांगितलं नाहीत. तेही सांगितलं पाहिजे. मी सांगते. हे बघ प्रकाश, आजोबांना बाबांनी वचन दिलं होतं की, माझा मुलगा मी अक्काला दत्तक देईन..."

"ते वचन पूर्ण केलं पाहिजे हे पटतं ना तुला, प्रकाश? तसा काही फरक पडणार नाही. तू आमचाही मुलगा राहशीलच. पण कायद्याच्या दृष्टीनं मात्र तुझ्या आत्याचा, हे पटतं ना तुला?"

प्रकाशच्या डोळ्यांतील भाव बदलत होते. त्याच्या ओठांवर थरथर होती. सुमतीला वाटले, आता त्याला हुंदका फुटणार. पण झाले उलट! तलवारीचा सपकन वार व्हावा तसे त्याचे शब्द आले, "तुम्ही ठरवलंत ना? मग आता माझ्या पटण्याचा वा न पटण्याचा प्रश्न कुठे येतो?"

तो अधिक बोलला नाही. हातातले पुस्तक फेकून तो तीरासारखा बाहेर निघून गेला.

सुमती थक्क झाली. हे शब्द... ही तीक्ष्णता... प्रकाशजवळ हे सगळे आले कोठून? की ही आनुवंशिक जिद्द? कोण जाणे! तिला एवढेच जाणवले की हा बाहेर गेलेला प्रकाश वेगळा आहे. या खोलीत त्याची पूर्वीची सावलीसुद्धा उरलेली नाही!

त्या दिवशी संध्याकाळपर्यंत प्रकाश घरी परत आला नाही. सुमतीला काळजी वाटू लागली. हा जिवाचे काही भलतेसलते तर करून घेणार नाही?

"कुठे गेला होतास?" त्याला पाहताच जरा रागाने तिने विचारले.

"आत्याकडे." प्रकाशचे थंड स्वरातले उत्तर.

त्या उत्तराने सुमती थिजल्यासारखी झाली. पुढे काही विचारण्याची तिला हिंमतच झाली नाही.

त्यानंतर प्रकाश आश्चर्य वाटावे इतक्या वेगाने बदलत गेला. तो मूळचा अबोल होताच; आता तर अधिकच कमी बोलू लागला. मोजकी उत्तरे. बाहेर जाताना तो कोठे जातो आहे हे सांगत नसे. पण परत आल्यावर कळायचे की तो अक्कांकडेच जाऊन आला आहे. कारण त्याच्या जवळ अक्कांनी पाठवलेली एखादी वस्तू असायची. त्याच्या वागण्याचा अर्थ तिला समजेना. ही अक्कांबद्दलची ओढ, की आपल्यावर घेतलेला सूड? हे दु:ख बोलायचे तरी कोणाजवळ? अखेर भास्करजवळच!

"प्रकाश हल्ली जवळजवळ अक्कांकडेच असतो!"

"त्याच्या दृष्टीनं चांगलंच नाही का ते?"

"दत्तक जाण्यापूर्वीच दुरावला आहे तो."

"कशावरून?"

"ते तुम्हाला समजायचं नाही!"

"ठीक!"

भास्कर अलिप्त होता. त्याला सुमतीची वेदना कळत नव्हती. या परिस्थितीत तिला एकच आधार उरला होता : विकास! विकासला कल्पना होतीच. त्याला अधिक विश्वासात घ्यायचे तिने ठरवले.

"प्रकाश हल्ली फारसा घरी नसतोस रे!"

"हं."

"तू जातोस का त्याच्या बरोबर?"

"कुठे?"

"आत्याकडे..."

"नाही. मी लायब्ररीत अभ्यास करत बसतो. आता अधिक वेळ बसणार आहे."

"जरूर बस. ही तुझी महत्त्वाची वर्षं आहेत. फर्स्ट क्लास मिळवल्यानंतर कोणत्या कोर्सला जायचं ते तूच ठरव. मेडिकल, इंजिनिअरिंग..."

"अजून वेळ आहे." विकासने विषय तोडून टाकला.

तोही फारसे बोलत नव्हता; जवळ यायला तयार नव्हता. तो का नाराज होता? समजत नव्हते.

सुमतीने पुन्हा एकदा प्रयत्न करून पाहायचे ठरवले.

"विकास, दसऱ्याला आपल्याकडे मोठा समारंभ आहे. खूप माणसं येतील. तू मदत करशील ना?"

"दसऱ्याला मी इथं नाहीच!"

"म्हणजे?"

"मी माझ्या मित्रांबरोबर ट्रिपला जाणार आहे."

"घरात समारंभ असताना?"

"त्या समारंभाशी माझा काय संबंध?"

सुमती निरुत्तर झाली. तिला कळून चुकले की आता कोणाशी काही बोलण्यात अर्थ नाही. जे घडते आहे ते निमूटपणे, एकटेपणी स्वीकारले पाहिजे. इतकी वर्षे जे नाकारावेसे वाटले ते नाकारत आलो. पण त्याचा काय उपयोग झाला? शेवटी आपल्या कल्पनेतले आयुष्य कधी पदरात पडले नाहीच. जे मिळाले आहे त्यात सुख मानून घ्यावे असे ठरवले, तर हे भलतेच काही पदरात पडले! भास्करने आपल्याला न विचारता ते वचन कसे दिले? प्रकाशची नेमकी प्रतिक्रिया काय आहे? विकास दूर का जातो आहे? लग्न होऊन या वाड्यात पाऊल टाकले तेव्हापासूनचे हे एकटेपण अधिकाधिक गडद का होत चालले आहे?

भास्कर नेहमीच दूर होता.

विकास आणि प्रकाश तरी जवळ होते का? असते तर ते क्षणार्धात दूर कसे गेले असते?

तेही दूरच होते. फक्त ते कळण्यासाठी आपल्याला एक निमित्त हवे होते, इतकेच.

सुमती शून्यात पाहू लागली. सर्वत्र अंधार, अर्थहीनता. कदाचित त्याचीही सवय होईल!

प्रकाश दूर चालला होता. हे ठाऊक अजूनही सुमतीने त्याचा वाढदिवस करायचे ठरवले. तो आपला असताना होणारा हा शेवटचा वाढदिवस. तो घरी थाटाने साजरा करू, असे तिच्या मनात होते.

"प्रकाश, येत्या शनिवारी तुझा वाढदिवस आहे. तुझ्या मित्रांना तू बोलाव... जेवायलाच बोलाव." तिने सांगितले.

"माझे मित्र आमराईत येणार आहेत."

"का?"

"आईनं बंगल्यावर पार्टी ठरवली आहे."

"आईनं?"

"हो. ती म्हणाली, आता मला आईच म्हण! ... आई केक करणार आहे. जेवणानंतर आइस्क्रीम!"

हे काय चालले आहे? सुमतीला राहवेना. ती त्याच दिवशी उठून अक्कांकडे गेली. त्या गडबडीत होत्या.

"वाढदिवसाला प्रकाशचे मित्र येणार आहेत ना! मीच त्याला सांगितलं. त्यालाही खूप हौस आहे गं. त्याला घर कसं आवडतं हे सांगत होता. हळूहळू त्याच्या मनासारखं सगळं करून घेणार आहे. तो कधीही आला तरी त्याला आराम वाटला पाहिजे! हे बघ, कालच नवं गोल डायनिंग टेबल आणलं. त्याला तसं आवडतं म्हणे. त्याच्यासाठी वरची खोली तयार करून ठेवली आहे. चल, बघतेस?"

सुमती अक्कांबरोबर वर गेली. तिने पूर्वी अनेकदा पाहिलेल्या त्या मोठ्या खोलीचे रूप पार बदलले होते. एका कोपऱ्यात लाकडी कॉट. साइड टेबल. अभ्यासासाठी स्वतंत्र टेबल, शेल्फ. मधोमध पसरलेला दिमाखदार गालिचा. दुसऱ्या कोपऱ्यात सोफासेट... रेकार्ड प्लेअर...

"त्याच्या मित्रांसाठी ही एक स्वतंत्र सिटिंग रूमच होईल. त्याला तसंच पाहिजे होतं. साहेबांच्या वेळची काही इंग्रजी मासिकं पडली होती घरात. त्यात हे चित्र होतं. प्रकाशनंच पसंत केलं. त्याच्या कल्पनेबरहुकूम सगळं करून घेतलं."

"छान आहे!" एवढेच बोलून सुमती खाली उतरली.

गाडीत असूनही परतीचा रस्ता संपत नव्हता.

विजयादशमीचा दिवस. वाड्यात गडबड होती. माणसे जमू लागली होती. त्यांतील बहुतेक अक्कांची निमंत्रित होती. समारंभाची एकूण व्यवस्थाही त्यांनीच केली होती. वाड्याला तोरणे लावून तो शृंगारला होता. दिवाणखान्यात गाद्या, लोड टाकून दोन-तीन गालिचे पसरले होते. चांदीची अत्तरदाणी, गुलाबदाणी, विड्यांचे तबक, फुले... सगळे काही जय्यत तयार होते. स्वयंपाकघरात सुग्रास अन्नाचा वास दरवळला होता. अक्कांनी समारंभाला येणाऱ्या सगळ्या सुवासिनींसाठी साड्या आणून ठेवल्या होत्या. सुमतीसाठी बनारसी शालू घेतला होता. शिवाय मोत्याच्या

बांगड्या. परगावची नातेवाईक मंडळीही जमली होती. अक्काच सगळ्यांची देखभाल करत होत्या.

सुमती एका कोपऱ्यात, गप्पा मारण्याचे निमित्त करून स्वस्थ बसली होती. करण्याजोगे काही नव्हतेच. तिला आतून सुन्न वाटत होते.

पण वातावरणात उत्साहाला उधाण आले होते. कोणालाही काही खटकले नव्हते. उलट जो तो समाधान व्यक्त करत होता.

"प्रकाशचं भलं झालं हो!"

"अक्कांनाही आधार झाला."

"त्रयस्थ कोणी दत्तक घेतल्यापेक्षा हे घरातल्या घरात बरं."

"हो ना. रक्ताचे संबंध असतात..."

"आज तात्यासाहेब हवे होते..."

"त्यांच्या मनात फार होतं म्हणे. पण ते अचानकच गेले ना..."

"भास्कररावही वडिलांचा मान राखणारे आहेत हो. वडिलांच्या माघारी सगळं कसं शिस्तीनं चालवलं आहे."

"मुलंही सोन्यासारखी निघाली."

हे ऐकताना सुमतीला ओरडून विचारावेसे वाटत होते : या सगळ्यात मी कुठे आहे का? माझा कोणी विचार करतं आहे का?

दत्तकविधान सुरू झाले. तो सगळा विधी एखाद्या चलच्चित्राप्रमाणे सुमतीच्या डोळ्यांसमोरून सरकत होता.

गुरुजींनी अक्कांना संकल्प करण्यास सांगितले.

त्यानंतर त्या भास्करजवळ गेल्या. गरुजींनी सांगितले, "म्हणा, 'पुत्रं देहि'..." अक्कांनी त्या शब्दांचा पुनरुच्चार केला.

मग भास्करने गुरुजींनी सांगितलेले मंत्र म्हणायला सुरुवात केली.

मंत्र संपले. अक्कांनी प्रकाशला दोन्ही हातांनी धरले. गरुजींच्या सांगण्यावरून एका ऋचेचे पठण केले; प्रकाशचे मस्तक हुंगले आणि त्याला नवे कपडे दिले. त्याच्या मस्तकावर छत्र दिले.

गुरुजी म्हणाले, "आता याला घेऊन तुम्ही तुमच्या घरी जायचं. पण हा इथंच राहणार म्हणता ना? मग शास्त्र थोडं बदलू. तुम्ही याला घेऊन एक फेरी मारून या- आणि पुन्हा इथं बसा."

अक्का प्रकाशला घेऊन गेल्या आणि परत आल्या.

"आता तुम्ही या पाटावर बसा. हं... आचमन करा... आता या मुलाला मांडीवर घ्या..."

प्रकाश अक्कांच्या मांडीवर बसला. त्यानंतर होमहवन सुरू झाले.

"चला. दत्तकविधानाची समाप्ती झाली. आता अहेर कोणाला करायचे असले तर... आणि भोजन."

बायका वाटच पाहत होत्या. त्या भराभर आपली ताटे घेऊन पुढे झाल्या. कोणी पातळ, कोणी कापड, कोणी चांदीचे भांडे, कोणी पैसे... अक्का समाधानी मुद्रेने अहेराचा स्वीकार करत होत्या. कुंकू व अक्षता यांच्यामुळे प्रकाशच्या मुद्रेवरही वेगळेच तेज चढले होते. सुमतीला वाटले, पुढे जावे व त्याचा एक पापा घ्यावा.

पण तिने स्वत:ला आवरले. आता तो आपला कोण लागतो? तो समोर असून आपला नाही. विकास तर समोरही नाही... या पंधरा-सोळा वर्षांत आयुष्याला कशी वेगाची वळणे मिळत गेली... गुंतागुंत कमी होण्याऐवजी वाढतच कशी चालली...

त्या गलबल्यातही एकाकी भासणारे सुमतीचे मन आक्रोश करत होते. ते जणू आसपासच्या लेकुरवाळ्या बायकांना म्हणत होते : 'आता मलाच तुमचं एखादं मूल दत्तक द्या... मला सोबत हवी आहे... सोबत हवी आहे...'

हंस, दिवाळी ८६